പുസ്തകം 40

മതവും മനുഷ്യനും

Mathavum Manushyanum
Vinjanavarsham

Dr. N M Muhammadali

CHINTHA PUBLISHERS
Thiruvananthapuram

First Edition
January 2008

Third Edition
January 2015

Fourth Edition
January 2018

Second Impression
August 2022

Published & Typesetting
Chintha Publishers, Thiruvananthapuram

Printed at
Time offset printers, Thiruvananthapuram

Cover Design
Alice Cheevel

ISBN: 978-81-26206-04-9

CR - VV. 40 / 1805 / 6097

Email: chinthapublishers@gmail.com
Website: www.chinthapublishers.com

A version is available at National Libraries
Kolkata, Mumbai, Chennai and Delhi

Distribution
DESHABHIMANI BOOKHOUSE
H O Thiruvananthapuram 695035

Branch
Head Office Kunnukuzhi • Statue Thiruvananthapuram
KSRTC Bus Terminal Thampanoor • Saphalyam Complex Thiruvananthapuram
KSRTC Bus Station Alappuzha • KSRTC Bus Station Ernakulam
Machingal Lane Thrissur • IG Road Kozhikode
Mavoor Road Kozhikode • NGO Union Building Kannur
Central Bus Terminal Complex Thavakkara Kannur

മതവും മനുഷ്യനും

ഡോ. എൻ എം മുഹമ്മദലി

ചിന്ത പബ്ലിഷേഴ്സ്
തിരുവനന്തപുരം-695 035

ഡോ. എൻ എം മുഹമ്മദലി

കൊടുങ്ങല്ലൂരിലെ അഴീക്കോട് 1942 നവംബർ 13ന് ജനിച്ചു. പിതാവ്: എൻ കെ മുഹമ്മദ് കുട്ടി, മാതാവ്: കെ കെ കുഞ്ഞാച്ചുമ്മ. തിരുവനന്തപുരം മെഡിക്കൽ കോളേജിൽനിന്നും 1967ൽ എം ബി ബി എസ് പാസായി. 1969ൽ ആരോഗ്യവകുപ്പിൽ അസിസ്റ്റന്റ് സർജനായി. 1974ൽ റാഞ്ചിയിലെ ആൾ ഇന്ത്യാ ഇൻസ്റ്റിറ്റ്യൂട്ട് ഓഫ് സൈക്യാട്രിയിൽനിന്നും മനോരോഗചികിത്സയിൽ ബിരുദാനന്തരബിരുദം നേടി. 1997ൽ സർക്കാർ സേവനത്തിൽനിന്നും വിരമിച്ചു.

മനഃശാസ്ത്രം മനസ്സിന്റെ കാണാലോകം, താളംതെറ്റിയ ജീവിതകഥകൾ (മനോരോഗ ചികിത്സയിലെ അനുഭവക്കുറിപ്പുകൾ), *ആത്മാവിലെ ഇരുട്ടും വെളിച്ചവും* (നോവൽ), *ശാക്യമുനിയുടെ നാട്ടിൽ* (യാത്രാവിവരണം), *ഫ്രോയിഡിന്റെ ജീവിതകഥ* (ജീവചരിത്രം), *പരവതാനികൾ വിൽക്കുന്നവർ* (കഥകൾ), *ശവമുറിയിലെ ജോലി* (കഥകൾ), *മുഹമ്മദ് എന്ന മനുഷ്യൻ* (ജീവചരിത്രം) എന്നിവയാണ് മറ്റു കൃതികൾ.

വിലാസം: 33, ഹരിതഗിരി, കാഞ്ഞിരംപാറ
തിരുവനന്തപുരം - 695 030
ഫോൺ: 0471 -2362722, 9447771722

ഉള്ളടക്കം

1

എന്താണ് മതം

മതം എന്ന വാക്കിന് ഒരു മലയാളനിഘണ്ടു കൊടുത്തിരിക്കുന്ന അർത്ഥം ഇങ്ങനെയാണ്: ധർമ്മം (ഒരു തത്ത്വസംഹിതയിലോ ഒരു ആചാര്യന്റെ ഉപദേശങ്ങളിലോ പ്രവാചകന്റെ വാക്കുകളിലോ വിശ്വസിക്കുന്ന ജനങ്ങൾ പിന്തുടരുന്ന ആചാരങ്ങൾ, ജീവിതക്രമം, ആരാധനാരീതികൾ എന്നിവയെ പൊതുവെ കുറിക്കുന്ന പദം. ഹിന്ദുമതം, ക്രിസ്തുമതം, ഇസ്ലാംമതം തുടങ്ങിയവ).

ഈ നിർവ്വചനത്തിൽ സംഘടിതമതങ്ങൾ മാത്രമേ ഒതുങ്ങുകയുള്ളൂ. സംഘടിതമതങ്ങളെക്കൂടാതെ അസംഘടിതമായ അനേകം പ്രാകൃതിക മതങ്ങൾ മനുഷ്യരുടെ ഇടയിൽ നിലവിലുണ്ട്. മതം എന്നർത്ഥമുള്ള Religion എന്ന ഇംഗ്ലീഷ് വാക്കിന് ഓക്സ്ഫഡ് ഇംഗ്ലീഷ് ഡിക്ഷ്ണറി കൊടുത്തിട്ടുള്ള രണ്ടർത്ഥങ്ങൾ ഇവയാണ്:

> (1) 'Action or conduct indicating a belief in, reverence for, and desire to please a divine ruling power; the exercise or practice of rites or observances implying this.' (അമാനുഷമായ ഒരു അധീശശക്തിയിലുള്ള വിശ്വാസവും, അതിനോടുള്ള ഭക്തിയും, അതിനെ പ്രീതിപ്പെടുത്താനുള്ള ആഗ്രഹവും സൂചിപ്പിക്കുന്ന നടപടി അഥവാ വ്യവഹാരം; ഇക്കാര്യത്തിന്റെ പൊരുൾ ഉൾക്കൊള്ളുന്ന ചര്യകളോ അനുഷ്ഠാനങ്ങളോ).
>
> (2) 'Recognition on the part of man of some highest unseen power as having control of his destiny, and as being entitled to obedience, reverence and worship; the general; mental and

> moral attitude resulting from this belief, with reference to this effect upon the individual or the community; personal or general acceptance of this feeling as a standard or spiritual or practical life' (അത്യുന്നതമായ ഏതോ അദൃശ്യശക്തി വിധിയെ നിയന്ത്രിക്കുന്നുവെന്നും ആ ശക്തി അനുസരണയും ഭക്തിയും ആരാധനയും അർഹിക്കുന്നുവെന്നും ഉള്ള മനുഷ്യന്റെ വിശ്വാസം; വ്യക്തിയുടെയും സമൂഹത്തിന്റെയും കാര്യങ്ങൾ സംബന്ധിച്ച് ഈ വിശ്വാസത്തിൽ നിന്നുത്ഭൂതമാകുന്ന മാനസികവും ധാർമ്മികവുമായ ഭാവങ്ങൾ; ആത്മീയമോ പ്രായോഗികമോ ആയ ജീവിതത്തിന്റെ പ്രാമാണികരൂപം ഈ വിശ്വാസത്തിന്റെ അടിസ്ഥാനത്തിലുള്ളതാണെന്ന് വ്യക്തിയോ സമൂഹമോ അംഗീകരിച്ച അവസ്ഥ).

ഈ നിർവ്വചനങ്ങൾ ആസ്തിക്യമതങ്ങൾക്കു (Theistic Religions) മാത്രമേ ചേരുകയുള്ളു. പ്രപഞ്ചത്തെ സൃഷ്ടിച്ച് പരിപാലിക്കുന്ന ഒരു ദൈവം ഉണ്ടെന്ന വിശ്വാസപ്രമാണം അംഗീകരിച്ച മതങ്ങളാണ് ആസ്തിക്യമതങ്ങൾ. പ്രപഞ്ചസ്രഷ്ടാവിന്റെ സങ്കൽപ്പമില്ലാത്ത തത്വചിന്താധിഷ്ഠിതമായ മതങ്ങളും പ്രാകൃതിക മതങ്ങളുമുണ്ട്.

എല്ലാ മതങ്ങളെയും ഉൾക്കൊള്ളുന്ന നിർവ്വചനം എങ്ങനെ ആയിരിക്കണമെന്ന് പ്രശസ്ത ചരിത്രകാരൻ ഇർഫാൻ ഹബീബ് പറയുന്നു:

> വ്യക്തിക്കോ സമൂഹത്തിനോ ഈ ജീവിതത്തിലോ മരണത്തിനു ശേഷം ഉണ്ടെന്നു വിശ്വസിക്കുന്ന മരണാനന്തര ജീവിതത്തിലോ എന്തെങ്കിലും ഗുണം കിട്ടുന്നതിനോ ദോഷം അകറ്റുന്നതിനോ വേണ്ടി പ്രാകൃതികമോ പ്രകൃത്യാതീതമോ ആയ ഒന്നോ അതിലധികമോ അസ്തിത്വങ്ങളെയോ രൂപരഹിത ശക്തികളെയോ സംവിധാനങ്ങളെയോ പ്രീതിപ്പെടുത്തലുകളിലൂടെയും പ്രാർത്ഥനകളിലൂടെയും പ്രേരിപ്പിക്കുന്ന തരത്തിലുള്ള മനുഷ്യരുടെ ചിന്തകളെയും പ്രവൃത്തികളെയും ഉൾക്കൊള്ളുന്ന വിശാലമായ ഒന്നായിരിക്കണം മതത്തിന്റെ നിർവ്വചനം. ദൈവത്തിലോ ദൈവങ്ങളിലോ മാത്രം കേന്ദ്രീകരിക്കാതെ പ്രകൃത്യാരാധനകൾ, മനുഷ്യരെത്തന്നെ ഉപാസനാമൂർത്തികളാക്കുന്ന വ്യവസ്ഥകൾ (ദൈവമാണെന്ന് വിശ്വസിച്ച് പുരാതന ഈജിപ്തിലെ ഭരണാധികാരിയായ ഫറോവയെ ആരാധിച്ചിരുന്നു) തത്വചിന്താപദ്ധതികളെ മാത്രം ആശ്രയിച്ചുള്ള മതങ്ങൾ (ഉദാഹരണം ബുദ്ധമതവും ജൈനമതവും) എന്നിവയെല്ലാം ഉൾക്കൊള്ളുന്ന ഒരു നിർവ്വചനം ഇനിയും ഉണ്ടാകേണ്ടിയിരിക്കുന്നു. എല്ലാ മതങ്ങളുടെയും ആധാരം യുക്തിരഹിതമായ ചില വിശ്വാസങ്ങളാണ്. (*Religion in Indian History* - Edited by Irfan Habib - Introduction by the Editor. page xi).

മരണത്തോടുകൂടി ഇപ്പോഴുള്ള ജീവിതം അവസാനിക്കുമെന്ന ബോധം മനുഷ്യന്റെ മനസ്സിനെ ഭീതിപ്പെടുത്തുകയും അലട്ടുകയും ചെയ്തുകൊണ്ടിരിക്കുന്നു. ഈ ഭീതിയിൽ നിന്നും രക്ഷപ്പെടാനുള്ള ഒരു മാർഗ്ഗമാണ് മരണത്തിനുശേഷവും ഒരു തരത്തിലല്ലെങ്കിൽ മറ്റൊരു തരത്തിൽ ജീവിതം തുടരുമെന്ന വിശ്വാസം. പുനർജ്ജന്മത്തിൽ വിശ്വാസമില്ലാത്ത മതങ്ങളും മരണത്തിനുശേഷം പരിപൂർണ്ണ നിത്യശാന്തിയുടേതായ ഒരു അവസ്ഥയിൽ എത്തിച്ചേരുമെന്ന വിശ്വാസം വച്ചുപുലർത്തുന്നുണ്ട്. അവരും മരണത്തോടെ എല്ലാം കഴിഞ്ഞു എന്നു വിശ്വസിക്കുന്നില്ല. മരണത്തിനുശേഷമുള്ള ജീവിതത്തിലെ കാര്യങ്ങൾ നിർണ്ണയിക്കുന്നത് അഭൗമമായ ഏതോ ശക്തിയാണെന്ന നിഗമനത്തിൽ മനുഷ്യൻ എത്തിച്ചേർന്നതിന്റെ ഫലമായാണ് സംഘടിതവും അസംഘടിതവുമായ മതങ്ങൾ ഉണ്ടായത്. മനുഷ്യജീവിതത്തിന്റെ അനിശ്ചിതത്വം അഥവാ ജീവിതം അവസാനിക്കുമെന്ന അവബോധം മനുഷ്യമനസ്സിനെ വ്യാകുലപ്പെടുത്തിക്കൊണ്ടിരിക്കും. മരണത്തിനുശേഷമുള്ള ജീവിതം അല്ലെങ്കിൽ നിർവ്വാണാവസ്ഥ എന്ന വിശ്വാസം അനിശ്ചിതത്വത്തിൽനിന്നും അതുമൂലമുള്ള വ്യാകുലതയിൽനിന്നും മോചനം നൽകുന്നു. ഇങ്ങനെ നോക്കിയാൽ മതം മനഃശാസ്ത്രപരമായ ഒരാവശ്യമാണ് നിർവ്വഹിക്കുന്നതെന്ന് കാണാം. അഥവാ മനഃശാസ്ത്രപരമായ ഒരാവശ്യത്തിൽ നിന്നാണ് മതം ഉത്ഭവിച്ചത്. ഈ സാഹചര്യങ്ങളുടെ ചൈതന്യമെന്നതുപോലെ ഹൃദയശൂന്യമായ ലോകത്തിലെ ഹൃദയമാണത്; മതം മനുഷ്യനെ മയക്കുന്ന കറുപ്പാണ് എന്ന് കാൾ മാർക്സ് പറഞ്ഞു (Karl Marx - *Contribution to the Critique of Hegel's Philosophy of Right* - 1844). മാർക്സ് തന്റെ പ്രബന്ധം ആരംഭിക്കുന്നത് "*മനുഷ്യൻ മതത്തെ സൃഷ്ടിക്കുന്നു; മതം മനുഷ്യനെ സൃഷ്ടിക്കുന്നില്ല*" എന്ന പ്രഖ്യാപനത്തോടെയാണ്.

ഫോയർബാഹ്

മനുഷ്യമനസ്സിൽ രൂപംകൊള്ളുന്ന ഏതൊരു ചിന്താപദ്ധതിയും മനുഷ്യൻ ജീവിക്കുന്ന സാഹചര്യങ്ങൾ മാറുന്നതിനനുസരിച്ച് മാറിക്കൊണ്ടിരിക്കും. മനുഷ്യന്റെ ചിന്താമണ്ഡലത്തിൽ സ്ഥിതിചെയ്യുന്ന മതങ്ങളുടെ കാര്യവും ഭിന്നമല്ല. മനുഷ്യൻ ജീവിക്കുന്ന സാഹചര്യങ്ങൾ മാറുന്നതോടൊപ്പം മതത്തിലും മാറ്റങ്ങൾ വന്നുകൊണ്ടിരിക്കും. മതങ്ങളുടെ വിമർശനത്തിൽ മാർക്സിനെ ഏറ്റവും കൂടുതൽ സ്വാധീനിച്ചത് 1841ൽ പ്രസിദ്ധീകരിച്ച ലുഡ്‌വിഗ് ഫോയർബാഹിന്റെ *The Essence of Christianity* എന്ന ഗ്രന്ഥമാണ്. ഫോയർബാഹ് ഗ്രന്ഥം ആരംഭിക്കുന്നത് ഇങ്ങനെയാണ്:

> മനുഷ്യൻ അവനിൽ നിന്നുതന്നെ വേർപെടുത്തിയ സ്വരൂപമാണ് മതം. മനുഷ്യൻ അവന്റെതന്നെ പ്രതിപക്ഷതയായി ദൈവത്തെ മുന്നിൽ നിറുത്തുന്നു. മനുഷ്യൻ എന്തല്ലയോ അതാണ് ദൈവം - ദൈവം എന്താണോ അതല്ല മനുഷ്യൻ. ദൈവം അനശ്വരനാണ്; മനുഷ്യൻ നശ്വരനാണ്. ദൈവം പരിപൂർണ്ണനാണ്; മനുഷ്യൻ അപൂർണ്ണനാണ്. ദൈവം സർവ്വശക്തനാണ്; മനുഷ്യൻ ദുർബലനാണ്. ദൈവം അനന്തനാണ്; മനുഷ്യൻ കാലാനുസാരിയാണ്. ദൈവം പരിശുദ്ധനാണ്; മനുഷ്യൻ പാപിയാണ്...

മനുഷ്യൻ ദൈവത്തിന്റെ ഗുണങ്ങളായി സങ്കൽപ്പിച്ച ഒരുപാട് കാര്യങ്ങൾ സ്വന്തം വ്യക്തിജീവിതത്തിലും സാമൂഹ്യജീവിതത്തിലും പ്രയോഗിക്കാൻ ശ്രമിക്കുന്നു. അങ്ങനെയാണ് മതത്തിന്റെ ഭാഗമായി ധർമ്മസംഹിതകൾ ഉണ്ടാകുന്നത്. നിലവിലുള്ള ജീവിതസാഹചര്യങ്ങളെ ഉൾക്കൊള്ളത്തക്ക വിധത്തിലാണ് ധർമ്മസംഹിതകൾക്ക് മനുഷ്യർ രൂപം കൊടുക്കുന്നതും മാറ്റം വരുത്തുന്നതും. മനശ്ശാസ്ത്രപരമായ ഈ യാഥാർത്ഥ്യത്തിന്റെ അടിസ്ഥാനത്തിലാണ് "മതപരമായ ലോകം യഥാർത്ഥലോകത്തിന്റെ പ്രതിഫലനമാണ്" എന്ന് കാൾ മാർക്സ് പറഞ്ഞത് (*Capital* Vol I Edited by Frederic Engels 1887 page 51). മനുഷ്യന്റെ യുക്തിപരമായ ചിന്താശക്തിയും ശാസ്ത്രജ്ഞാനവും വർദ്ധിക്കുന്നതിനനുസരിച്ച് യഥാർത്ഥലോകത്തെക്കുറിച്ചുള്ള ധാരണകൾ വികസിക്കുകയും അഭൗമശക്തികളുടെ മായികലോകം ചുരുങ്ങുകയും ചെയ്തുകൊണ്ടിരിക്കും.

ഹോമോഇറക്ടസ് മാതൃക

മതവും മനുഷ്യനും എന്ന വിഷയം ചർച്ച ചെയ്യുമ്പോൾ എന്താണ് മതം എന്നതുപോലെ തന്നെ പ്രധാനമാണ് ആരാണ് മനുഷ്യൻ എന്ന ചോദ്യവും. ഇന്നത്തെ മനുഷ്യന്റെ ജീവശാസ്ത്രനാമം ഹോമോ സാപിയൻസ് സാപിയൻസ് (Homo sapiens sapiens) എന്നാണ്. ജന്തുശാസ്ത്രം ജന്തുക്കളെ മൊത്തത്തിൽ മണ്ഡലം (Phylum), വിഭാഗം (class), ക്രമം (order), കുടുംബം (family), ഗണം (Genus), ഇനം (Species) എന്നിങ്ങനെ തരംതിരിച്ചിട്ടുണ്ട്. ഹോമോ എന്ന ജന്തുഗണത്തിലാണ് (genus) മനുഷ്യന്റെ സ്ഥാനം. ഹോമോ എന്നാൽ മനുഷ്യൻ എന്നാണർത്ഥം. ഈ ഗണത്തിൽ വിവിധ ഇനങ്ങളും (species) ഉപഇനങ്ങളും (sub species) ഉണ്ട്. ഇന്നത്തെ മനുഷ്യനെ ഹോമോ സാപിയൻസ്

നിയാണ്ടർതാൽ മനുഷ്യന്റെ മാതൃക

എന്ന ഇനത്തിലും ഹോമോ സാപിയൻസ് സാപിയൻസ് എന്ന ഉപഇനത്തിലുമാണ് ജന്തുശാസ്ത്രം പെടുത്തിയിരിക്കുന്നത്. ഹോമോ, സാപിയൻസ് എന്നീ ലത്തീൻ പദങ്ങളുടെ അർത്ഥം 'അറിയുന്ന മനുഷ്യൻ' എന്നാണ്. കാര്യകാരണബന്ധത്തിന്റെ അടിസ്ഥാനത്തിൽ യുക്തിപൂർവ്വം ചിന്തിക്കാനും ഭാഷ കൈകാര്യം ചെയ്യാനും കഴിവുള്ളതുകൊണ്ടാണ് മനുഷ്യനു ഹോമോ സാപിയൻസ് എന്ന പേര് ശാസ്ത്രം നൽകിയത്. ഈ കഴിവുകൾ അനേകായിരം വർഷങ്ങളുടെ പരിണാമത്തിലൂടെ സിദ്ധിച്ചതാണ്. ഡി എൻ എ പഠനങ്ങളിൽനിന്നും മനസ്സിലാക്കാൻ കഴിഞ്ഞത് ആധുനിക മനുഷ്യന്റെ ഉപഇനമായ ഹോമോ സാപിയൻസ് സാപിയൻസ് രണ്ടുലക്ഷം വർഷങ്ങൾക്കുമുമ്പ് പരിണാമത്തിലൂടെ ആഫ്രിക്കൻ ഭൂഖണ്ഡത്തിൽ ഉത്ഭവിച്ചുവെന്നാണ്. മനുഷ്യപരിണാമം പൊതുവായ ജന്തുപരിണാമത്തിന്റെ ഭാഗമാണ്. മനുഷ്യപരിണാമപഠനത്തിന് കായിക നരവംശശാസ്ത്രം (physical anthropology), പൗരാണിക നരവംശശാസ്ത്രം (paleo anthropology), ഭാഷാശാസ്ത്രം, ജനിതകപഠനം എന്നിങ്ങനെ പല ഘടകങ്ങളുമുണ്ട്. പരിണാമപഠനത്തിൽ 'മനുഷ്യൻ' (Homo habilis), ഹോമോ റുഡോൾഫെൻസിസ് (Homo rudolfensis), ഹോമോ എർഗാസ്റ്റർ (Homo ergaster), ഹോമോ ജോർജിക്കസ് (Homo georgicus), ഹോമോ ആന്റിസെസ്സർ (Homo antecessor), ഹോമോ സെപ്രാൻസിസ് (Homo cepranensis), ഹോമോ ഇറക്റ്റസ് (Homo erectus), ഹോമോ ഹെയ്ഡൽബെർഗൻസിസ് (Homo heidelbergensis), ഹോമോറൊഡെൻസിയെൻസിസ് (Homo rhodesiensis), ഹോമോ സാപിയൻസ് നിയാണ്ടർതാലെൻസിസ് (Homo sapiens neanderthalensis), ഹോമോ സാപിയൻസ് ഇദാൽത്തു (Homo sapiens idaltu), ആർക്കെയ്ക്ക് ഹോമോ സാപിയൻസ് (Archaic Homo sapiens), ഹോമോ ഫ്ളോറെസിയെൻസിസ് (Homo floresiensis) എന്നിങ്ങനെ പല ഇനങ്ങളും (species) ഉപ ഇനങ്ങളും (sub species) രൂപപ്പെടുകയും അനേകായിരം വർഷങ്ങൾ ഭൂമിയിൽ നിലനിന്നതിനുശേഷം വംശനാശം സംഭവിക്കുകയും ചെയ്യുകയുണ്ടായി. എല്ലാ മനുഷ്യഇനങ്ങളും ഹോമോസാപിയനെ പോലെ കാര്യകാരണചിന്താശക്തി ഉള്ളവ

യായിരുന്നില്ല. വംശനാശം മൂലം ഭൂമുഖത്തുനിന്നും അപ്രത്യക്ഷരായ നിയാണ്ടർത്താൽ മനുഷ്യരുൾപ്പെടെ പല ഉപ ഇനങ്ങൾക്കും ഇന്നത്തെ മനുഷ്യരെപ്പോലെ ചിന്താശക്തി ഉണ്ടായിരുന്നു. ചിന്താശക്തി ഉണ്ടായിരുന്ന ഉപഇനങ്ങൾക്കെല്ലാം മതങ്ങളും ഉണ്ടായിരുന്നതായി ചരിത്രകാരന്മാർ അഭിപ്രായപ്പെടുന്നു. ഇപ്പോൾ ലോകത്ത് പഴയ ഹോമോ സാപിയൻസ് എന്ന ഇനത്തിന്റെ ഉപ ഇനമായ ഹോമോ സാപിയൻസ് സാപിയൻസ് മാത്രമേ ജീവിക്കുന്നുള്ളു.

2

ശിലായുഗത്തിലെ മതങ്ങൾ

പല ഉപയിനങ്ങളിലായി ഭൂമിയിൽ ജീവിതം ആരംഭിച്ച മനുഷ്യൻ കാര്യകാരണ ബന്ധങ്ങളുടെ അടിസ്ഥാനത്തിൽ യുക്തിപൂർവ്വം ചിന്തിക്കാൻ തുടങ്ങിയതു മുതലാണ് മതങ്ങളുടെ ഉത്ഭവം. ചരിത്രപണ്ഡിതന്മാരും നരവംശശാസ്ത്രജ്ഞരും പൊതുവെ അംഗീകരിച്ചതാണിക്കാര്യം. രോഗം, മരണം തുടങ്ങിയ ചില ദുരന്തങ്ങളുടെ കാരണമെന്തെന്ന് മനസ്സിലാക്കാൻ കഴിയാതെ വന്നപ്പോൾ അതിനൊക്കെ കാരണക്കാരായി ചില അജ്ഞാതശക്തികളുണ്ടെന്ന് ആദിമമനുഷ്യർ വിശ്വസിക്കാനും ഈ അജ്ഞാതശക്തികളോട് സഹായത്തിനഭ്യർത്ഥിക്കാനും തുടങ്ങി. ഈ ശക്തികളെ ചില വിശേഷരീതിയിലുള്ള ശബ്ദോച്ചാരണങ്ങളിലൂടെയും പ്രാർത്ഥനകളിലൂടെയും ഭക്ഷ്യവസ്തുക്കളുടെ അർപ്പണങ്ങളിലൂടെയും പ്രീതിപ്പെടുത്താനും അനിഷ്ടസംഭവങ്ങൾ ഒഴിവാക്കാനും കഴിയുമെന്ന് മനുഷ്യർ വിശ്വസിക്കാൻ തുടങ്ങി. ജീവിതം അനിശ്ചിതത്വത്തിലാക്കുന്ന മരണം ആദിമമനുഷ്യന് പരമമായ വിപത്തായിരുന്നു. അതുകൊണ്ട് മരണത്തിനുശേഷവും ജീവിക്കണമെന്ന ആഗ്രഹപൂരണചിന്ത (wishful thinking) സ്വാഭാവികമായി ആദിമമനുഷ്യന്റെ മനസ്സിൽ ഉടലെടുത്തു. ജീവിതത്തിലെ ചില സംഭവങ്ങൾക്ക് കാരണക്കാരായ അജ്ഞാതശക്തികളിലും മരണാനന്തര ജീവിതത്തിലും ഉള്ള വിശ്വാസമാണ് മതത്തിന്റെ ആധാരശിലകൾ. ശവശരീരം ആചാരപൂർവ്വം മറവുചെയ്യലാണ് മതം നിലവിൽ വന്നതിന്റെ തെളിവെന്ന് പൗരാണിക നരവംശ ശാസ്ത്രജ്ഞരും (paleo anthropologist) ചരിത്രകാരന്മാരും അഭിപ്രായപ്പെടുന്നു (*Religion in Indian History* - Edited by Irfan Habib - Introduction page xiv). മരണാനന്തര ജീവിതത്തിനാവശ്യമായ സാമഗ്രികളോടെയാണ് ശവശരീരം മറവുചെയ്തത്. ഇന്നത്തെ മനുഷ്യയിനം ഭൂമിയിൽ പരിണ

മിച്ചുണ്ടായത് രണ്ടുലക്ഷം വർഷങ്ങൾക്കു മുമ്പ് ആഫ്രിക്കൻ ഭൂഖണ്ഡത്തിൽ ആയിരുന്നുവെന്ന് സൂചിപ്പിച്ചുവല്ലോ. ഹോമോസാപിയൻസ് സാപിയൻസ് പരിണമിച്ചുണ്ടാകുന്നതിനുമുമ്പ് ഭൂമിയിൽ ആവിർഭവിക്കുകയും 2,30,000 മുതൽ 30,000 വരെ വർഷങ്ങൾക്കു മുമ്പ് ഭൂമിയുടെ പല ഭാഗത്തും ജീവിച്ചതിനുശേഷം വംശനാശം വരികയും ചെയ്ത നിയാണ്ടർത്താൽ മനുഷ്യരും ശവശരീരം മറവു ചെയ്തിരുന്നതിന് തെളിവുകൾ ലഭ്യമായിട്ടുണ്ട്. ഉസ്ബക്കിസ്ഥാനിലെ തെഹ്സീക്ക് താഷ് ഗുഹയിൽ നിന്നും ഒരു ശിശുവിന്റെ ശവശരീരം മറവുചെയ്തതിന്റെ അവശിഷ്ടങ്ങൾ കണ്ടുകിട്ടി. ആടുകളുടെ ആറ് ജോടി കൊമ്പുകൾ ശവശരീരത്തിനു ചുറ്റിലുംവച്ചാണ് ശിശുവിന്റെ ശവം മറവുചെയ്തത്. മരണാനന്തര ജീവിതത്തിലെ രക്ഷയ്ക്കായിരിക്കണം ആട്ടിൻകൊമ്പുകൾ മൃതശരീരത്തിനു ചുറ്റും വച്ചത്. ഗുഹയിൽനിന്നും നിയാണ്ടർത്താൽ മനുഷ്യർ ഉപയോഗിച്ചിരുന്ന ശിലാപാളി ഉപകരണങ്ങളും കണ്ടെടുക്കുകയുണ്ടായി. അതുകൊണ്ട് മറവു ചെയ്യപ്പെട്ടത് നിയാണ്ടർത്താൽ മനുഷ്യശിശുവായിരുന്നുവെന്ന് ന്യായമായും അനുമാനിക്കാവുന്നതാണ്. ഇന്നത്തെ മനുഷ്യന്റെ ആദിമ തലമുറകൾക്കു മാത്രമല്ല, അവർക്കുമുമ്പ് ആവിർഭവിച്ച് ഭൂമിയിൽ ജീവിക്കുകയും വംശനാശം വരികയും ചെയ്ത നിയാണ്ടർത്താൽ മനുഷ്യർക്കും മതമുണ്ടായിരുന്നതിന്റെ തെളിവാണിതെന്ന് ചരിത്രകാരന്മാർ ചൂണ്ടിക്കാണിക്കുന്നു (*Middle Paleolithic Culture in History of Civilizations in Central Asia* Vol I UNESCO 1992 P.84).

ഇന്നത്തെ മനുഷ്യൻ ആഫ്രിക്കൻ ഭൂഖണ്ഡത്തിൽ രൂപപ്പെട്ടതിനുശേഷം മറ്റു ഭൂഖണ്ഡങ്ങളിലേക്ക് വ്യാപിക്കുകയാണ് ചെയ്തത്. ഇന്ത്യൻ ഉപഭൂഖണ്ഡത്തിൽ ഇരുപത്തയ്യായിരം വർഷങ്ങൾക്കുമുമ്പുതന്നെ ഇന്നത്തെ മനുഷ്യരുടെ ആദ്യതലമുറകൾ എത്തിച്ചേരുകയുണ്ടായി. ഝാർഘണ്ട് സംസ്ഥാനത്തെ സിദ്ധി ജില്ലയിലെ ബാഘോർ എന്ന സ്ഥലത്ത് കണ്ടെത്തിയ പുരാതന ശിലായുഗസംസ്കൃതിയുടെ ശേഷിപ്പുകൾക്ക് 25000-ത്തിനും 10000-നും ഇടയ്ക്ക് വർഷങ്ങളുടെ പഴക്കമുണ്ടെന്ന് പൗരാണിക നരവംശശാസ്ത്രജ്ഞർ ശാസ്ത്രീയമായി തെളിയിച്ചു. ചെത്തിമിനുക്കാത്ത കരിങ്കൽക്കഷണങ്ങൾ നിരത്തി നിർമ്മിച്ച ഒരു പീഠം ഗവേഷകർ കണ്ടെത്തി. ഈ പീഠത്തിന്റെ നടുവിൽ ഇരുമ്പിന്റെ അംശം ധാരാളമുള്ള ചരൽക്കല്ല് സ്ഥാപിച്ചിരുന്നതും കണ്ടെടുക്കുകയുണ്ടായി. ഈ കല്ല് ദൂരെയെവിടെയോ നിന്നും കൊണ്ടുവന്ന് സ്ഥാപിച്ചതാണെന്ന് സാഹചര്യത്തെളിവുകൾ വ്യക്തമാക്കി. ഈ കല്ല് ഒരു രക്ഷാകവചമോ ഉപാസനാമൂർത്തിയുടെ പ്രതിഷ്ഠയോ ആയിരുന്നുവെന്ന് സൂചിപ്പിക്കുന്ന തരത്തിലായിരുന്നു സ്ഥാപിച്ചിരുന്നത്. പുരാതനശിലായുഗത്തിൽ മതം നിലനിന്നിരുന്നതിന്റെ തെളിവായിട്ടാണ് നരവംശശാസ്ത്രജ്ഞർ ഇതിനെ കാണുന്നത്. പതിനായിരം വർഷങ്ങൾക്കുമുമ്പ്, മധ്യശിലായുഗമനുഷ്യർ വന്യമായി വളർന്ന ധാന്യങ്ങളും ഫലമൂലാദി

കളും ശേഖരിച്ചും വേട്ടയാടിയും ഗംഗാസമതലങ്ങളിൽ ജീവിക്കാൻ തുടങ്ങി. അവരുടെ മതപരമായ ചര്യകളുടെ അടയാളങ്ങളും ശാസ്ത്രത്തിനു ലഭ്യമായിട്ടുണ്ട്. ഇവയിൽ പ്രധാനം ശവശരീരങ്ങൾ മറവുചെയ്തിരുന്നതിന്റെ തെളിവുകളാണ്. മൃഗാസ്ഥികൊണ്ടുള്ള ആഭരണങ്ങൾ ധരിപ്പിച്ചാണ് ശവം മറവുചെയ്തിരുന്നത്. അസ്ഥികൊണ്ടുള്ള ആഭരണങ്ങൾ അലങ്കാരവസ്തുക്കൾ എന്നതിനേക്കാൾ പരേതനുള്ള രക്ഷാകവചങ്ങൾ ആയിരുന്നു. പരേതന് പരലോകത്ത് ഭക്ഷിക്കാനായി ഒരു മൃഗത്തെക്കൊന്ന് തൊട്ടടുത്തുതന്നെ കിടത്തിയാണ് മറവുചെയ്തത്. ജീവിച്ചിരിക്കുമ്പോൾ മനുഷ്യർ അസ്ഥ്യാഭരണങ്ങൾ അണിഞ്ഞിരുന്നതും അലങ്കാരത്തിനുവേണ്ടി ആയിരുന്നില്ല; രക്ഷയ്ക്കു വേണ്ടിയായിരുന്നു. അലഹബാദിനു തെക്കുഭാഗത്തുള്ള ബെലാൻ താഴ്വരയിൽ അസ്ഥികൊണ്ടുണ്ടാക്കിയ ചെറുപ്രതിമ ലഭിക്കുകയുണ്ടായി. മഹാരാഷ്ട്രയിലെ പത്നെയിലും മധ്യപ്രദേശിലെ റോജ്ദെയിലും നിന്ന് രൂപങ്ങൾ കൊത്തിയ ഒട്ടകപ്പക്ഷിമുട്ടത്തോടും ഗവേഷകർ കണ്ടെടുക്കുകയുണ്ടായി. ഇവയ്ക്കെല്ലാം മധ്യശിലായുഗത്തോളം പഴക്കമുള്ളതായും തെളിഞ്ഞു. ഇവയെല്ലാം മതപരമായ അടയാളങ്ങളാണെന്ന് ഗവേഷകർ ചൂണ്ടിക്കാണിക്കുന്നു. ഭോപ്പാലിനു നാൽപ്പതു കിലോമീറ്റർ തെക്കുമാറിയുള്ള ഭീമാബേട്ക എന്ന സ്ഥലത്തെ പാറപ്പുറത്തെ ചിത്രങ്ങൾക്ക് 6000 കൊല്ലത്തെ പഴക്കമുണ്ട്. മധ്യശിലായുഗസംസ്കൃതിയുമായി ബന്ധപ്പെട്ട ഈ ശിലാചിത്ര നിർമ്മിതിയും മതപരമായ പ്രവൃത്തി ആയിരുന്നുവെന്ന് നരവംശശാസ്ത്രജ്ഞർ അഭിപ്രായപ്പെടുന്നു. പുരാതന, മധ്യശിലായുഗങ്ങളിലെ മതങ്ങളെക്കുറിച്ച് പ്രശസ്തനായ ഒരു ചരിത്രകാരൻ ഇങ്ങനെ എഴുതി: "ഗോത്രത്തലവനല്ലാത്ത മറ്റൊരാൾ സമൂഹത്തിൽ വലിയ സ്വാധീനം ചെലുത്തിയിരുന്നെങ്കിൽ, അത് മന്ത്രവാദിയാണ്. പരേതാത്മാക്കളുമായി ആശയവിനിമയം ചെയ്യാൻ മന്ത്രവാദിക്ക് കഴിവുണ്ടെന്ന് വിശ്വസിച്ചിരുന്നു. മാന്ത്രികകർമ്മങ്ങളിലൂടെ സമൂഹത്തിന്റെ രക്ഷ ഉറപ്പുവരുത്തേണ്ടത് ഇയാളുടെ ചുമതലയായിരുന്നു." (S J De Laetin *History of Humanity* Vol I 1994 Page 646) ഇത് വെറും ഊഹം മാത്രമാണെന്നാണ്

ഗുഹാചിത്രം
ഭോപ്പാലിനടുത്ത ഭിംബേഡ്കയിൽനിന്ന്

മാർക്സിസ്റ്റ് ചരിത്രകാരനായ ഇർഫാൻ ഹബീബിന്റെ അഭിപ്രായം. ശിലായുഗത്തിലെ മനുഷ്യരുടെ മതം എങ്ങനെയുള്ളതായിരുന്നുവെന്ന് കൃത്യമായി പറയുക സാധ്യമല്ല. പുരാതന, മധ്യശിലായുഗങ്ങളിലെ മനുഷ്യർക്ക് ജീവിതസംഭവങ്ങളെ നിയന്ത്രിക്കുന്ന ചില അഭൗമശക്തികളിലും മരണാനന്തര ജീവിതത്തിലും വിശ്വാസമുണ്ടായിരുന്നെന്നു മാത്രമേ പൗരാണിക നരവംശശാസ്ത്രപഠനങ്ങളിൽ നിന്നും മനസ്സിലാക്കാൻ കഴിയുകയുള്ളു. പുരോഹിതന്മാരോ ദേവാലയങ്ങളോ ഉണ്ടായിരുന്നതായി കരുതാനാവില്ല. കാരണം അത്തരം കാര്യങ്ങൾക്ക് വേണ്ടിവരുന്ന ചെലവിലേക്ക് നീക്കിവയ്ക്കാനായി വേട്ടയാടിയും ഫലമൂലാദികൾ ശേഖരിച്ചും ജീവിച്ച പുരാതന, മധ്യശിലായുഗങ്ങളിലെ സമൂഹങ്ങൾക്ക് സമ്പത്ത് മിച്ചംപിടിക്കാൻ കഴിഞ്ഞിരിക്കില്ല (*Religion in Indian History* Edited by Irfan Habib P.xv).

നവശിലായുഗത്തോടെ (neolithic age) മനുഷ്യൻ കൃഷിചെയ്യാനും മൃഗങ്ങളെ ഇണക്കി വളർത്താനും ആരംഭിച്ചു. മനുഷ്യൻ കൃഷിചെയ്തു ജീവിക്കാൻ തുടങ്ങിയതിനെ നവശിലായുഗവിപ്ലവം (neolithic Revolution) എന്നാണ് ചരിത്രകാരന്മാർ വിശേഷിപ്പിക്കുന്നത്. ഇന്ത്യൻ ഉപഭൂഖണ്ഡത്തിൽ നവശിലായുഗവിപ്ലവം നടന്നതിന്റെ തെളിവുകൾ കിട്ടിയത് പാകിസ്ഥാനിലെ ക്വെറ്റയ്ക്കടുത്തുള്ള മെഹർഗാർ എന്ന സ്ഥലത്ത് ഉൽഖനനം നടത്തിയപ്പോഴാണ്. 1975 മുതൽ 1985 വരെ മെഹർഗാറിൽ നടത്തിയ ഉൽഖനനങ്ങളിൽ നിന്നും ലഭിച്ച വസ്തുക്കൾ പരിശോധിച്ചപ്പോൾ അവയ്ക്ക് നാലായിരംമുതൽ ഏഴായിരം വരെ വർഷങ്ങൾ പഴക്കമുണ്ടെന്ന് മനസ്സിലായി. എഴുപതിനായിരം വർഷങ്ങൾക്കുമുമ്പ് ആരംഭിച്ച് നാലായിരം വർഷങ്ങൾക്കു മുമ്പുവരെ നീണ്ടുനിന്ന ശിലായുഗത്തിന്റെ അവസാനഘട്ടത്തിലെ അതായത് നവശിലായുഗത്തിലെ സംസ്കാരമായിരുന്നു അവിടെ നിലനിന്നിരുന്നതെന്ന് അസന്ദിഗ്ദ്ധമായി തെളിഞ്ഞു.

മെഹർഗാർ ഭവനത്തിന്റെ ശേഷിപ്പുകൾ

സൈന്ധവ നാഗരികത (Indus Valley Civilization) പൊതുവർഷത്തിനുമുമ്പ് (ബി സി ഇ - Before Common Era) 3300 കാലത്ത് ആരംഭിച്ച് 1700 ആയപ്പോഴേക്ക് അസ്തമിച്ചതായിട്ടാണ് ചരിത്രകാരന്മാർ കണക്കാക്കിയിട്ടുള്ളത്. പുതുതായി കണ്ടെത്തിയ മെഹർഗാർ സംസ്കാരം സൈന്ധവ നാഗരികതയ്ക്ക് മുമ്പ് രൂപപ്പെട്ട ഗ്രാമീണ സംസ്കാരം

(നാഗരികതയല്ല) ആയിരുന്നുവെന്ന് ചരിത്രപണ്ഡിതന്മാർ അഭിപ്രായപ്പെടുന്നു. മെഹർഗാർ സംസ്കൃതി ഇന്ത്യൻ ഉപഭൂഖണ്ഡത്തിൽ നവശിലായുഗവിപ്ലവത്തിന്റെ തെളിവായിട്ടാണ് ഇർഫാൻ ഹബീബ് കണക്കാക്കുന്നത്. മെഹർഗാർ ജനത നാടോടി സ്വഭാവം ഉപേക്ഷിച്ച് ബാർലിയും ഗോതമ്പും കൃഷിചെയ്യാനും കന്നുകാലികളെ വളർത്താനും തുടങ്ങി. പച്ചക്കട്ടകൊണ്ട് വീടുകൾ പണിയാനും പഠിച്ചു. മെഹർഗാൻ സംസ്കൃതിയെപ്പോലുള്ള ഗ്രാമീണ സംസ്കൃതികളാണ് കാലാന്തരത്തിൽ സൈന്ധവനാഗരികതയായി (Indus valley Civilization) വളർന്നതും വികസിച്ചതും.

നവശിലായുഗമനുഷ്യർക്ക് മതം ഉണ്ടായിരുന്നതിന്റെ കൂടുതൽ വ്യക്തമായ തെളിവുകൾ മെഹർഗാർ ഉൽഖനനത്തിൽ നിന്നും ലഭിച്ചു. പരലോകജീവിതത്തിനുതകുന്ന പണിയായുധങ്ങളോടും രക്ഷാകവചങ്ങളോടും ആടയാഭരണങ്ങളോടും കൂടിയാണ് അവർ മൃതരെ മറവുചെയ്തത്. ശവശരീരത്തിന്മേൽ കാവി ധാരാളമായി പൂശിയിരുന്നത് നവശിലായുഗത്തിൽ മതത്തിന്റെ സാന്നിദ്ധ്യത്തിന് ഏറ്റവും വിശ്വാസയോഗ്യമായ തെളിവാണ്. ഉള്ളവനും ഇല്ലാത്തവനും എന്ന വിഭജനം നടന്നുകഴിഞ്ഞതിനുള്ള തെളിവുകളും മറവുചെയ്യപ്പെട്ട ശവശരീരങ്ങളിൽനിന്നും ലഭിച്ചിട്ടുണ്ട്. ചില ശവങ്ങളെ മുത്തുകളും ചിപ്പികളും മാത്രമല്ല വിലപിടിപ്പുള്ള വൈഡൂര്യം, ഇന്ദ്രനീലം തുടങ്ങിയ രത്നങ്ങൾകൊണ്ട് അലങ്കരിച്ചാണ് മറവു ചെയ്തത്. ഇതെല്ലാംതന്നെ രക്ഷാകവചങ്ങളായിട്ട് അണിയിച്ചതാകാനാണ് സാദ്ധ്യത. ചില ശവശരീരങ്ങളെ സാധാരണ തരത്തിലുള്ള മുത്തുകളും ചിപ്പികളും അസ്ഥ്യാഭരണങ്ങളും അണിയിച്ചാണ് മറവുചെയ്തത്. സമൂഹത്തിൽ ഉള്ളവനും ഇല്ലാത്തവനും എന്ന വിഭജനം നിലവിൽ വന്നതിന്റെ തെളിവുകളാണ് മൃതശരീരാലങ്കാരങ്ങളിലെ വ്യത്യാസങ്ങൾ. ശവശരീരങ്ങൾക്കരികിൽ നിന്ന് കളിമണ്ണിൽ തീർത്ത് കാവി മുക്കിയ രൂപങ്ങളും കണ്ടുകിട്ടുകയുണ്ടായി. രൂപങ്ങൾ അമ്മദൈവങ്ങളുടെ മൂർത്തികളാണെന്ന് പണ്ഡിതന്മാർ സ്ഥിരീകരിച്ചു.

മെഹർഗാറിലെ അമ്മദൈവം

കൃഷി ഉപജീവനമാർഗ്ഗമായി സ്വീകരിച്ച ആദിമസമൂഹങ്ങളിൽ അമ്മദൈവങ്ങളുടെ ആരാധന സാധാരണമായിരുന്നു. ആദിമമനുഷ്യർ കാർഷികോൽപ്പന്നങ്ങൾ വിളയുന്നതും പ്രജനനവും തമ്മിൽ ബന്ധമുണ്ട് എന്ന ധാരണയാലാണ് അമ്മദൈവങ്ങളെ ആരാധിച്ചിരുന്നത്. അമ്മദൈവങ്ങളെ പ്രീതിപ്പെടുത്തി

ബാബിലോണിലെ
അമ്മദൈവം

യാൽ സുഗമമായ പ്രജനനവും സമൃദ്ധമായ വിളവും ഉണ്ടാകുമെന്ന വിശ്വാസം ലോകത്തിന്റെ വിവിധഭാഗങ്ങളിലെ ആദിമസമൂഹങ്ങളിൽ നിലനിന്നിരുന്നു.

നവശിലായുഗവിപ്ലവത്തിനുമുമ്പ്, പുരാതന, മധ്യശിലായുഗങ്ങളിൽ മതത്തിന്റെ ചുമതല സമൂഹത്തെ ബാഹ്യശത്രുക്കളിൽ നിന്നും പ്രകൃതിക്ഷോഭങ്ങളിൽ നിന്നും രക്ഷിക്കുക മാത്രമായിരുന്നു. നവശിലായുഗത്തിൽ കൃഷി ആരംഭിച്ചതോടെ മിച്ചസമ്പത്ത് ഉണ്ടാകുകയും അത് കയ്യടക്കുന്ന ഒരു വിഭാഗം നിലവിൽ വരികയും ചെയ്തു. സമൂഹത്തിൽ നിലവിൽ വന്ന ഈ വിഭജനം നിലനിർത്തുക എന്നതും മതത്തിന്റെ ചുമതലയായി ത്തീർന്നു. നവശിലായുഗ വിപ്ലവത്തോടെ വർഗവിഭജനം നിലനിർത്തുന്ന ചുമതല കൂടി മതം ഏറ്റെടുത്തു എന്ന സൂചനകളാണ് ഉൽഖനനങ്ങളിൽ നിന്നും ലഭിക്കുന്നത്. പുതുതായി നിലവിൽ വന്ന വർഗ്ഗവിഭജനത്തിന്റെ അടിസ്ഥാനത്തിലുള്ള സാമൂഹ്യവ്യവസ്ഥയെ സംരക്ഷിക്കുന്നതിനും നിലനിർത്തുന്നതിനുമുള്ള സാമൂഹികോപകരണം കൂടിയാണ് മതം (*Religion in Indian History* - Edited by Irfan Habib - Page xvi).

3

മതങ്ങളുടെ ഉത്ഭവം

കാൾ മാർക്സ് എഴുതി:

> മനുഷ്യൻ മതത്തെ സൃഷ്ടിക്കുന്നു. മതം മനുഷ്യനെ സൃഷ്ടിക്കുകയല്ല. സ്വയം കണ്ടെത്താനാവാത്തതോ അല്ലെങ്കിൽ കണ്ടെത്തിയതിനുശേഷം വീണ്ടും നഷ്ടപ്പെട്ടുപോയതോ ആയ മനുഷ്യന്റെ ആത്മാവബോധവും സ്വാഭിമാനവുമാണ് മതം. പക്ഷേ, മനുഷ്യൻ കേവലനായി ലോകത്തിനു പുറത്ത് കഴിഞ്ഞുകൂടുകയല്ല. മനുഷ്യൻ എന്നാൽ മനുഷ്യന്റെ ലോകം, അവനെ ഉൾക്കൊള്ളുന്ന രാഷ്ട്രം, സമൂഹം എന്നാണ്. ഈ രാഷ്ട്രം, ഈ സമൂഹം മതത്തെ സൃഷ്ടിക്കുന്നു (*Contribution to the Critique of Hegel's Philosophy of Law quoted from On Religion* - Marx and Engels).

ഏതോ അഭൗമശക്തി രൂപപ്പെടുത്തി മനുഷ്യനു സമ്മാനിച്ചതാണ് മതം എന്നാണ് ദൈവശാസ്ത്രജ്ഞരുടെയും ആത്മീയവാദികളായ തത്വചിന്തകരുടെയും അഭിപ്രായം. വിശ്വാസികളായ സാധാരണക്കാരുടെ കാര്യം പറയേണ്ടതില്ലല്ലോ. സാമൂഹ്യജീവിയായ മനുഷ്യന്റെ സൃഷ്ടിയാണ് മതം. മതങ്ങളുടെ സാമൂഹ്യമായ ഉത്ഭവം മതവിശ്വാസികളും ആത്മീയവാദികളും ഒഴിച്ച് ചിന്താശക്തിയുള്ള എല്ലാ മനുഷ്യരും അംഗീകരിക്കുന്ന കാര്യമാണ്. മതങ്ങളുടെ വിശ്വാസപ്രമാണങ്ങളും മതസ്ഥാപനങ്ങളുടെ ഘടനയും പ്രവർത്തനങ്ങളും, മതപരമായ ആചാരങ്ങളും അനുഷ്ഠാനങ്ങളും വസ്തുനിഷ്ഠമായി പരിശോധിക്കുന്ന ആർക്കും മതങ്ങളുടെ സാമൂഹ്യോൽപ്പത്തിയെക്കുറിച്ച് വ്യക്തമായ ധാരണയുണ്ടാകും.

മതങ്ങളുടെ ഉത്ഭവത്തെക്കുറിച്ച് വിശദമായ അറിവുലഭിക്കാൻ ഭാഷാശാസ്ത്രപരവും നരവംശശാസ്ത്രപരവും സമൂഹ മനഃശാസ്ത്ര പരവുമായ പഠനങ്ങൾ ആവശ്യമാണെന്നാണ് സാമൂഹ്യശാസ്ത്രജ്ഞനും ചരിത്രകാരനുമായ ദേബീപ്രസാദ് ചതോപാദ്ധ്യായ പറയുന്നത്. ഭാഷ സമൂഹത്തിന്റെതന്നെ ഉൽപ്പന്നമായതുകൊണ്ട് മതസൂചകങ്ങളുടെയും മതസംബന്ധിയായ പദാവലിയുടെയും നിഷ്പത്തിപഠനം മതത്തിന്റെ ഉൽപ്പത്തിയിലേക്ക് വെളിച്ചം വീശുന്നു. മതത്തിന് ആശയപരവും പ്രായോ ഗികവുമായ രണ്ടുതലങ്ങളുണ്ട്. മതസംബന്ധിയായ ചില പദങ്ങൾ ആശ യതലത്തിൽ മാത്രം ഒതുങ്ങുന്ന വിശ്വാസങ്ങളുമായി ബന്ധപ്പെട്ടാണ് ഉത്ഭ വിച്ചിട്ടുള്ളത്. മറ്റുചില പദങ്ങളാകട്ടെ മതത്തിന്റെ പ്രായോഗിക വശങ്ങളെ യാണ് സൂചിപ്പിക്കുന്നത്. ഒരു മലയാളഭാഷാനിഘണ്ടു മതം എന്ന വാക്കിന് ധർമ്മം എന്ന് അർത്ഥം കൊടുത്തതായി ഒന്നാം അധ്യായത്തിൽ ചൂണ്ടിക്കാണിച്ചല്ലൊ. ധർമ്മം എന്ന സംസ്കൃതപദം താങ്ങിനിറുത്തുക എന്നർത്ഥമുള്ള 'ധർ' ധാതുവിൽ നിന്നാണ് നിഷ്പന്നമായത്. ചില വിശ്വാ സങ്ങളെ, അവ അയഥാർത്ഥങ്ങളാണെന്ന് ബോധ്യപ്പെട്ടിട്ടും മനസ്സിൽ താങ്ങിനിറുത്തുന്നു എന്നാണ് സാരം. ധർമ്മം എന്ന പദത്തോട് ചേർന്നു നിൽക്കുന്ന മറ്റൊരു സംസ്കൃതപദമാണ് മാർഗ്ഗം. വഴി എന്നാണ് അർത്ഥം. ജീവിതം മുന്നോട്ടു കൊണ്ടുപോകേണ്ട ശരിയായ വഴി എന്നാണ് പൂർണ്ണ മായ അർത്ഥം. ജീവിതത്തിൽ അനുവർത്തിക്കേണ്ട ചില ആചാരങ്ങളെ ക്കുറിച്ചാണ് മാർഗ്ഗം എന്നപദം സൂചിപ്പിക്കുന്നത്. ധർമ്മം ആശയതല ത്തിൽ മാത്രം ഒതുങ്ങുന്നതിനെ സൂചിപ്പിക്കുമ്പോൾ മാർഗ്ഗം പ്രായോഗി കമായതിനെ സൂചിപ്പിക്കുന്നു. സംസ്കൃതത്തിൽ മതത്തെ സൂചിപ്പിക്കുന്ന പദങ്ങൾ നിലവിൽ വന്ന ചരിത്രഘട്ടത്തിൽ ഗ്രീക്കുഭാഷയിൽ മതവിശ്വാ സത്തെ സ്പഷ്ടമാക്കുന്ന ധർമ്മം എന്ന പദത്തിനു തുല്യമായ പദം ഇല്ലായിരുന്നുവെന്നാണ് ഭാഷാപണ്ഡിതന്മാർ ചൂണ്ടിക്കാണിക്കുന്നത്. അക്കാലത്ത് ഗ്രീക്കുകാർ മതം എന്ന അർത്ഥത്തിൽ ഉപയോഗിച്ചിരുന്ന *Theogonia* എന്ന പദം ദൈവങ്ങളുടെ വംശാവലിയെ ഉദ്ദേശിച്ചിട്ടുള്ള താണ്. മതവിശ്വാസത്തെയല്ല, പുരാണത്തെയാണ് ഈ പദം സൂചിപ്പി ച്ചത്. ഗ്രീക്കിൽ മതത്തെ സൂചിപ്പിക്കുന്ന മറ്റൊരുപദം *Thredkei* ആണ്. മതാചാരങ്ങൾ എന്നാണ് ഈ പദത്തിന്റെ അർത്ഥം. ഗ്രീക്കുഭാഷയിൽ മതസൂചകമായി ഉപയോഗിച്ചിരുന്ന മറ്റു ചില പദങ്ങൾക്ക് ദൈവങ്ങളോ ടുള്ള ഭക്തി, ഭയം എന്നൊക്കെയാണ് അർത്ഥം. ഇംഗ്ലീഷ് ഭാഷയിലെ Religion എന്ന പദത്തിന്റെയും വിവിധ യൂറോപ്യൻഭാഷകളിലെ തുല്യ മായ പദങ്ങളുടെയും ഉൽപ്പത്തി ലത്തീൻഭാഷയിലെ religio എന്ന പദ ത്തിൽ നിന്നാണ്. ഈ ലത്തീൻപദം ശേഖരിക്കുക, തെരഞ്ഞെടുക്കുക എന്നൊക്കെ അർത്ഥമുള്ള legere എന്ന ധാതുവിൽനിന്നാണ് ഉത്ഭവിച്ച തെന്ന് ചിലർ അഭിപ്രായപ്പെടുന്നു. അതല്ല കൂട്ടിക്കെട്ടുക എന്നർത്ഥമുള്ള ligare എന്ന ധാതുവിൽ നിന്നാണെന്ന് മറ്റൊരഭിപ്രായവുമുണ്ട്. മതം പ്രാഥ മികമായി മനഃശാസ്ത്രപരമായ ഒരു പ്രക്രിയയാണ്. ചില ആശയങ്ങ

ളുടെ ശേഖരണമോ തെരഞ്ഞെടുപ്പോ ആണ് മതം. അതുകൊണ്ട് legere എന്ന പദത്തിൽ നിന്നുത്ഭവിച്ചതാണെന്ന വാദം യുക്തിസഹമാണ്. മതം മനുഷ്യനും മനുഷ്യൻ ആരാധിക്കുന്ന ദൈവവും തമ്മിലുള്ള കൂട്ടുകെട്ടാണെന്നും അതുകൊണ്ട് ligare എന്ന പദത്തിൽ നിന്നുത്ഭവിച്ചതാണെന്ന മറുവാദത്തിനും നിലനിൽപ്പുണ്ട്. പദനിഷ്പത്തി സംബന്ധിച്ചുള്ള ഈ വാദത്തിനുപിന്നിൽ ക്രിസ്തുമതമാണ്. ഹെറഡോട്ടസ് എന്ന ഗ്രീക്ക് ചരിത്രകാരന്റെ രചനകളിൽ threskeie എന്ന വാക്കാണ് മതം എന്ന അർത്ഥത്തിൽ ഉപയോഗിച്ചിട്ടുള്ളത്. ആരാധനാക്രമങ്ങളുടെ പാലനം എന്നാണ് സാരം. പഴയ ഇംഗ്ലീഷിൽ (Old English) മതം എന്നർത്ഥമുള്ള വാക്ക് geleafa ആണ്. പഴയ ജർമ്മൻ ഭാഷയിൽ gilouba എന്ന വാക്കും ലിത്വാനിയ ഭാഷയിൽ tikyba ലാത്വിയയിലെ ലെറ്റിക് ഭാഷയിൽ ticet എന്നിവയാണ് തത്തുല്യപദങ്ങൾ. ഈ പദങ്ങളുടെ സാരം വിശ്വാസം, വിശേഷിച്ച് ഒരു വസ്തുവിലുള്ള വിശ്വാസം എന്നാണ്.

പല മതങ്ങളുടെയും (എല്ലാ മതങ്ങളുടെയുമല്ല) കേന്ദ്രസ്ഥാനം ദൈവമാണല്ലോ. ദൈവം എന്ന പദവും യൂറോപ്പിലെയും പശ്ചിമ, മധ്യേഷ്യയിലെയും പല ഭാഷകളിലെ തുല്യപദങ്ങളും ഉത്ഭവിച്ചത് ആകാശം, ദിവസം, പ്രകാശം എന്നിവയുമായി ബന്ധപ്പെട്ടാണ്. ഇൻഡോ-യൂറോപ്യൻ പദങ്ങളായ deiwo, dyew, diw എന്നിവയ്ക്ക് ദ്യോവ്, ദിവസം തുടങ്ങിയ പ്രാകൃതിക പ്രതിഭാസങ്ങളുമായുള്ള ബന്ധം വ്യക്തമാണല്ലോ. ദ്യുഷത്ത് (ദേവൻ) എന്നാൽ ദ്യൂവിൽ, ആകാശത്തിൽ സ്ഥിതിചെയ്യുന്നവൻ (ദ്യു-സദ്) എന്നാണർത്ഥം. ദിവം എന്ന സംസ്കൃതപദത്തിന്റെ അർത്ഥം ആകാശം, സ്വർഗ്ഗം, ദിവസം, പകൽ, വനം എന്നൊക്കെയാണ്. ഇതിൽ വനം ഒഴിച്ചാൽ എല്ലാം പ്രകാശവുമായി ബന്ധപ്പെട്ടതാണ്. ദിവ്യം എന്നാൽ ദിവസത്തെ സംബന്ധിച്ചത് എന്നാണ് ആദ്യത്തെ അർത്ഥം. ദൈവം എന്ന വാക്കിന് പ്രകാശവുമായുള്ള ബന്ധം പ്രകടമാണ്. പ്രകാശം എന്നർത്ഥമുള്ള ദിയ് പദത്തിൽ നിന്നാണുണ്ടായത്. ആൾരൂപത്തിലുള്ള ദൈവങ്ങളെ സൂചിപ്പിക്കുന്ന zues, dios എന്നീ ഗ്രീക്ക് പദങ്ങളും juppiter എന്ന ലത്തീൻപദവും പ്രകാശവുമായി ബന്ധപ്പെട്ടാണുണ്ടായത്. ഈ പദങ്ങളെല്ലാം പ്രകാശിക്കുക എന്നർത്ഥമുള്ള dei എന്ന ധാതുവിൽ നിന്നുത്ഭവിച്ചതാണ്. സംസ്കൃതത്തിൽ 'ദീതി' എന്നാൽ തിളക്കം എന്നാണ്. ദൈവങ്ങൾക്ക് പ്രാകൃതികപ്രതിഭാസമായ പ്രകാശവുമായുള്ള ബന്ധത്തെ ഈ പദോൽപ്പത്തികൾ സൂചിപ്പിക്കുന്നു. ഇങ്ങനെ നോക്കിയാൽ മതവുമായി ബന്ധപ്പെട്ട അനേകം പദങ്ങൾ പ്രാകൃതിക പ്രതിഭാസങ്ങളോടോ മനുഷ്യന്റെ നിത്യജീവിതസംഭവങ്ങളോടോ ബന്ധപ്പെട്ടാണ് ഉത്ഭവിച്ചതെന്ന് കാണാൻ കഴിയും.

ഭൂമിയിൽ ദൈവത്തിന്റെ വാസസ്ഥലങ്ങൾ സൂചിപ്പിക്കുന്ന പദങ്ങൾ മനുഷ്യരുടെ വാസസ്ഥലവുമായി ബന്ധപ്പെട്ടാണ് ഉത്ഭവിച്ചത്. കോവിൽ എന്നാൽ കോ-ഇൽ ആണ്. കോ എന്ന ദ്രാവിഡപദത്തിന്റെ അർത്ഥം രാജാവ് എന്നാണ്. കോവിൽ എന്ന വാക്കിന് കൊട്ടാരം എന്നും അർത്ഥ

മുണ്ട്. അമ്പലം എന്ന വാക്കിന് ചന്ത എന്നും അർത്ഥമുണ്ട്. ആളുകൾക്ക് കൂടാനുള്ള ഇടമാണ് ദേവന്റെ ആലയമായ അമ്പലമായത്. ക്ഷേത്രം എന്ന സംസ്കൃതപദത്തിന്റെ അർത്ഥം വിളഭൂമിയെന്നാണ്. ദേവാലയത്തെ സൂചിപ്പിക്കുന്ന naos, ieron എന്നീ ഗ്രീക്ക് പദങ്ങളുടെയും അർത്ഥം താമസിക്കുന്ന ഇടം എന്നാണ്. Temple എന്ന ഇംഗ്ലീഷ് പദവും സമാനങ്ങളായ യൂറോപ്യൻ ഭാഷാപദങ്ങളും ഉത്ഭവിച്ചത് templum എന്ന ലത്തീൻ പദത്തിൽ നിന്നാണ്. സ്വർഗ്ഗത്തിലെ ഒരിടം എന്നാണ് ഈ പദത്തിന്റെ അർത്ഥമെങ്കിലും പ്രകാശം, മനുഷ്യൻ വസിക്കുന്ന ഇടം, തീയെരിയുന്ന സ്ഥലം എന്നിവയുമായി ബന്ധപ്പെട്ടാണ് ഈ പദം ഉത്ഭവിച്ചതെന്ന് ഭാഷാപണ്ഡിതന്മാർ പറയുന്നു. മന്ദിരം, ദേവാലയം, ചൈത്യം, വിഹാരം മുതലായ സംസ്കൃതപദങ്ങൾ ഉത്ഭവിച്ചതും മേൽപ്പറഞ്ഞവയുമായി ബന്ധപ്പെട്ടാണ്.

ദേവതകൾക്കോ ദൈവത്തിനോ ബലികൊടുക്കൽ സംഘടിതവും അല്ലാത്തതുമായ എല്ലാ മതങ്ങളും അനുശാസിക്കുന്ന കർമ്മമാണല്ലോ. ഈ കർമ്മത്തെ സൂചിപ്പിക്കുന്ന ബലി, യജ്ഞം, മേധം, ഹോത്രം എന്നീ സംസ്കൃതപദങ്ങളും thydia എന്ന ഗ്രീക്ക് പദവും sacrificium, victima, hostia എന്നീ ലത്തീൻ പദങ്ങളും ആദിമസമൂഹങ്ങളിൽ കൂട്ടായി മൃഗങ്ങളെക്കൊന്ന് മാംസം പാകംചെയ്തു നടത്തിയിരുന്ന സദ്യകളെയും ഉത്സവങ്ങളെയും സൂചിപ്പിക്കുന്നവയായിരുന്നു. മനുഷ്യർ തമ്മിൽ നടത്തുന്ന ഭാഷണങ്ങൾ, അർത്ഥനകൾ, സത്യംചെയ്യൽ തുടങ്ങിയ ഭാഷാപ്രയോഗങ്ങളെ സൂചിപ്പിക്കുന്ന പദങ്ങളിൽ നിന്നാണ് വിവിധ ഭാഷകളിലെ പ്രാർത്ഥനാസൂചകപദങ്ങൾ ഉണ്ടായത്. മുമ്പിൽ നടന്നു പ്രവർത്തിക്കുന്നവനാണ് പുരോഹിതൻ. യജ്ഞങ്ങളിലും പ്രാർത്ഥനകളിലും മാർഗ്ഗനിർദ്ദേശകനായി പ്രവർത്തിക്കുന്ന ആളാണ് മതപരമായ അർത്ഥത്തിൽ പുരോഹിതൻ. പ്രകാശം, ഇരുട്ട് എന്നീ പ്രാകൃതിക പ്രതിഭാസങ്ങളിൽ നിന്നാണ് സ്വർഗ്ഗം നരകം എന്നീ സങ്കൽപ്പങ്ങളും അവയെ സൂചിപ്പിക്കുന്ന പദങ്ങളും ഉത്ഭവിച്ചത്. മുകളിൽ വെളിച്ചവും താഴെ ഇരുട്ടുമായതിനാൽ മുകളിൽ സ്വർഗ്ഗവും താഴെ നരകവുമാണ്. എല്ലാ മതങ്ങളുടെയും കാഴ്ചപ്പാട് ഇതാണ്. സ്വർ എന്ന സംസ്കൃതപദത്തിന്റെ അർത്ഥം സൂര്യൻ എന്നും ആകാശം എന്നുമാണ്. സ്വർ എന്ന പദത്തോട് ഗം (പോകുക) എന്ന പദം ചേർത്താണ് സ്വർഗം രൂപപ്പെടുത്തിയത്. സംയുക്തപദത്തിന് ദേവീദേവന്മാരും പുണ്യാത്മാക്കളും പോകുന്ന ഇടം എന്ന അർത്ഥം സിദ്ധിച്ചു. സംസ്കൃതത്തിൽ നരകം എന്നാൽ ദുരിതപൂർണ്ണമായ ഇടം എന്നും അർത്ഥമുണ്ട്. പ്രകാശം ഇല്ലാത്ത ഇടമായതിനാലാണ് ദുരിതപൂർണ്ണമായത്. വേദസംഹിതകളിൽ നരകത്തെ സൂചിപ്പിക്കുന്ന മറ്റൊരു പദം അധർഗൃഹം എന്നാണ്. താഴെയുള്ള വീടെന്നാണ് അർത്ഥം. നരകത്തിന്റെ മറ്റൊരു പേര് അധമതമസ്സ് (താഴെയുള്ള ഇരുട്ട്) എന്നാണ്. സമൂഹജീവിതത്തിൽനിന്നു തന്നെയാണ് നരകസ്വർഗ്ഗ സങ്കൽപ്പങ്ങളും ഉണ്ടായതെന്ന് പദോൽപ്പത്തികളും അർത്ഥങ്ങളും വ്യക്തമാക്കുന്നു.

എല്ലാ മതങ്ങളിലും ദൈവത്തിന്റെ പ്രതിപക്ഷസ്ഥാനത്ത് പിശാചാണ്. യൂറോപ്യൻ ഭാഷകളിൽ പിശാചിനെ സൂചിപ്പിക്കുന്ന devil തുടങ്ങിയ പദങ്ങൾ ഉത്ഭവിച്ചത് ഗ്രീക്കുഭാഷയിലെ diabolos or diabollo എന്നീ പദങ്ങളിൽനിന്നാണ്. ഈ പദങ്ങളുടെ അർത്ഥം യഥാക്രമം അപവാദകം, അപവാദി എന്നായിരുന്നു. അപവാദിയാണ് കാലക്രമത്തിൽ പിശാചായി മാറിയത്. സെമിറ്റിക് മതങ്ങളിലെ സാത്താൻ അഥവാ ശൈത്താന്റെ ഉത്ഭവവും മനുഷ്യരിൽനിന്നു തന്നെയാണ്. ശൈത്താൻ എന്ന അറബിപദത്തിന്റെ നിഷ്പത്തി സുറിയാനിയിലെ സാത്താന എന്ന പദത്തിൽ നിന്നാണ്. ആദികാലത്തെ അർത്ഥം എതിരുപറയുന്നവൻ എന്നായിരുന്നു. എതിർക്കുന്ന മനുഷ്യനെയും സാത്താൻ എന്നുതന്നെയാണ് പറഞ്ഞിരുന്നത്. ശല്യപ്പെടുത്തുന്നവൻ, കുറ്റാരോപണം നടത്തുന്നവൻ എന്നിങ്ങനെ അർത്ഥങ്ങളുള്ള ഷാതൻ എന്ന ഹീബ്രു പദത്തിൽ നിന്നാണ് സുറിയാനിയിലെ സാത്താന ഉത്ഭവിച്ചത്. സുറിയാനിയിലെ സാത്താനയിൽ നിന്നും അറബിയിലെ ശൈത്താൻ ഉണ്ടായി. സംസ്കൃതത്തിൽ പിശാച്, അപദേവത, ദുർദ്ദേവത, അസുരൻ, രാക്ഷസൻ, ദാനവൻ, നിശാചരൻ എന്നിങ്ങനെ പല പദങ്ങളാണുള്ളത്. ഈ പദങ്ങളെല്ലാം ചീത്ത കാര്യങ്ങളെ ഇരുട്ടിനോട് സാദൃശ്യപ്പെടുത്തുന്നു. പ്രാകൃതികപ്രതിഭാസങ്ങളിൽ നിന്നും ഉദാഹരണങ്ങൾ ചൂണ്ടിക്കാണിച്ച് നല്ലതിനെ അംഗീകരിക്കുകയും ചീത്തയെ അപവദിക്കുകയും ചെയ്യുകയെന്നത് സാമൂഹ്യജീവിതത്തിലെ പൊതുരീതിയാണ്.

ദൈവം, പിശാച് എന്നിവരെക്കൂടാതെ മനുഷ്യർക്ക് അദൃശ്യരായ അനേകം വിശേഷജീവികളെക്കുറിച്ചുള്ള സങ്കൽപ്പങ്ങളും എല്ലാ മതങ്ങളിലുമുണ്ട്. പിശാച് ദൈവത്തിന്റെ പ്രതിപക്ഷമാണെങ്കിൽ അരൂപിയായ ആതിഥ്യൻ ദൈവത്തിന്റെ പക്ഷക്കാരനാണ്. സെമിറ്റിക് മതങ്ങളിലെ മാലാഖയ്ക്ക് (മലക്കിന്) തുല്യനാണ് സംസ്കൃതത്തിലെ ആതിഥ്യൻ. അതിഥി എന്നാൽ തിഥി (തീയതി, അവധി ഇല്ലാത്തവൻ) അനശ്വരൻ എന്നാണ്. കാലയളവില്ലാത്ത ജീവിതത്തിന്റെ മൂർത്തരൂപത്തെക്കുറിച്ചുള്ള സങ്കൽപ്പമാണ് അതിഥി. അതിഥിക്ക് സമാനമായി ഗ്രീക്ക് ഭാഷയിൽ angel ആണ്. ഏഞ്ജൽ എന്നാൽ സന്ദേശവാഹകൻ എന്നാണർത്ഥം. ഗ്രീക്കുഭാഷയിലെ ഏഞ്ജലിനു സമാനമായി അവസ്തയിൽ (പേർഷ്യ) യസാതയാണ്. യസാതയെന്നാൽ ആരാധ്യൻ എന്നാണർത്ഥം. നല്ലവനായതുകൊണ്ടാണ് യസാത ആരാധ്യനായത്. സർവ്വശക്തനായ വരുണനു സമാനനായി മസ്ദാ മതത്തിൽ അഹുര മസ്ദയാണ്. അഹുര മസ്ദയ്ക്ക് കീഴിൽ അനേകം നല്ലവരായ ദേവതകളുണ്ട്. ഇവരെല്ലാം മനുഷ്യർക്ക് പല നന്മകളും ചെയ്യുന്നു. തിന്മകൾ ചെയ്യുന്നവർ ദുർദേവതകളാണ്. നന്മചെയ്യുന്നവരും തിന്മ ചെയ്യുന്നവരും നിരന്തരം സംഘർഷത്തിലാണ്. സമൂഹത്തിൽ നടക്കുന്നതിനെ മതം സാങ്കൽപ്പികലോകത്തിലേക്ക് ഉയർത്തുന്നതിന്റെ ഉദാഹരണമാണ് ഈ സങ്കൽപ്പങ്ങൾ.

സാമൂഹ്യജീവിതത്തിൽ മനുഷ്യർ ഉപയോഗിച്ചിരുന്ന പദങ്ങൾ തന്നെയാണ് മതപരമായ കാര്യങ്ങൾ സൂചിപ്പിക്കാനും മനുഷ്യർ ഉപ

യോഗിച്ചത് എന്ന് വിവിധഭാഷകളിലെ മതപരമായ പദങ്ങളുടെ ഉൽപ്പത്തിയും അവയ്ക്കുവന്ന അർത്ഥഭേദവും ഓടിച്ചുനോക്കിയാൽ തന്നെ മനസ്സിലാകും. ഇത് മതത്തിന്റെ സാമൂഹ്യോൽപ്പത്തി സ്പഷ്ടമാക്കുന്നു.

ഡി ഡി കൊസാംബി

ചരിത്രാതീതകാലത്തെക്കുറിച്ചുള്ള പഠനങ്ങളും നരവംശശാസ്ത്ര പഠനങ്ങളുമാണ് മതത്തിന്റെ സാമൂഹ്യോൽപ്പത്തി വെളിവാക്കുന്ന മറ്റു മാർഗ്ഗങ്ങൾ. നവശിലായുഗത്തോടെ മനുഷ്യസമൂഹങ്ങളിൽ സമ്പത്ത് മിച്ചമുള്ളവനും ഇല്ലാത്തവനും എന്ന വിഭജനം നിലവിൽ വരികയും പുതിയ സാമൂഹ്യാവസ്ഥ നിലനിറുത്തുന്നതിന് മതങ്ങൾ ഉപകരണങ്ങളാവുകയും ചെയ്തകാര്യം രണ്ടാമധ്യായത്തിൽ സൂചിപ്പിച്ചുവല്ലോ. നവശിലായുഗത്തിന്റെ അവസാനത്തോടെ, പിച്ചളയുഗത്തിന്റെ (Bron-ze Age) പിറവിയോടെ ലോകത്തിന്റെ വിവിധഭാഗങ്ങളിൽ വളർന്നുവികസിച്ച നാഗരികതകൾ (civilizations) നിലനിറുത്താൻ അതാതിടങ്ങളിലെ ഭരണകൂടങ്ങളോടൊപ്പം മതങ്ങളും സാമൂഹ്യമായ ഉപകരണങ്ങളായിരുന്നുവെന്ന് നരവംശശാസ്ത്രപഠനങ്ങൾ അസന്ദിഗ്ദ്ധമായി തെളിയിച്ചിട്ടുണ്ട്. മതത്തിന്റെ ശക്തമായ സ്വാധീനം ഉണ്ടായിരുന്നതുകൊണ്ട് പൊതുവർഷത്തിനുമുമ്പ് ഏതാണ്ട് 2500 മുതൽ 2000 വരെയുള്ള കാലത്ത് വളർന്നുവികസിച്ച സൈന്ധവ നാഗരികതയിൽ ജനങ്ങളെ ആയുധശക്തികൊണ്ട് ഭരണകൂടത്തിന് അടിച്ചമർത്തേണ്ടിവന്നില്ലെന്നാണ് പ്രശസ്ത ചരിത്രകാരനായ ഡി ഡി കൊസാംബി (1907-1966) അഭിപ്രായപ്പെട്ടത് (*An Introduction to the study of Indian History* 1956 pages 59-62).

മോഹൻജദാരോയിലെ ഉൽഖനനത്തിൽ കണ്ടെത്തിയ കോട്ട ഒരു മതസ്ഥാപനമായിരുന്നുവെന്നാണ് കോസാംബിയുടെ അഭിപ്രായം. സൈന്ധവസംസ്കാരത്തിൽ മതത്തിന്റെ മേധാവിത്വത്തിനു തെളിവാണിതെന്നും അദ്ദേഹം അഭിപ്രായപ്പെടുന്നു. മതത്തിന് ഇത്രയധികം സ്വാധീനമുള്ളപ്പോൾ ഭരണാധികാരികൾക്ക് ആയുധപ്രയോഗമില്ലാതെ മതാനുശാസനങ്ങളിലൂടെ ഭരണം നടത്താനും വ്യവസ്ഥിതി നിലനിറുത്താനും കഴിയുമല്ലോ. മോർട്ടിമർ വീലർ (Mortimer Wheeler 1890-1976) ഈജിപ്ത്, സുമേർ, അക്കാഡ് (രണ്ടുസ്ഥലങ്ങളും ഇന്നത്തെ ഇറാഖിൽ), ഹാരപ്പ, മോഹൻജദാരോ (സിന്ധുതടം) എന്നിവിടങ്ങളിൽ ഉൽഖനനങ്ങളും പുരാവസ്തുഗവേഷണങ്ങളും നടത്തിയ പുരാവസ്തുഗവേഷകനാണ്. അദ്ദേ

ഹത്തിന്റെ അഭിപ്രായം സുമേറിലെയും അക്കാഡിലെയും പുരോഹിത
രാജാക്കന്മാർ (പുരോഹിതനും രാജാവും ഒരാൾ തന്നെ) നടത്തിയ അത്ര
ത്തോളം തന്നെ അടിച്ചമർത്തലുകൾ ഹാരപ്പയിലെയും മോഹൻജദാ
രോയിലെയും ഭരണാധികാരികളായ പുരോഹിതന്മാരും നടത്തിയിരുന്നു
എന്നാണ്. മതത്തിന്റെ സ്വാധീനംകൊണ്ടു മാത്രമാണ് നാഗരികതയിലെ
ഭരണകർത്താക്കൾ അധികാരം നിലനിറുത്തിയിരുന്നതെന്ന കൊസാം
ബിയുടെ അഭിപ്രായം പൂർണ്ണമായും അംഗീകരിക്കാനാവില്ലെന്നാണ് ഇർ
ഫാൻ ഹബീബും അഭിപ്രായ
പ്പെടുന്നത്. എന്തായാലും പൗരാ
ണിക നാഗരികതകളിൽ (Ancient civilizations) വർഗ്ഗവിഭക്ത
വ്യവസ്ഥ നിലനിറുത്താൻ
അതാതിടങ്ങളിലെ മതങ്ങൾക്ക്
പ്രധാന പങ്കുണ്ടായിരുന്നു എന്ന
കാര്യത്തിൽ ചരിത്രകാരന്മാർക്ക്
പൊതുവെ യോജിപ്പാണ്. പൗരാ
ണിക നാഗരികതകളിൽ നിലനി
ന്നിരുന്ന മതങ്ങൾ ആ നാഗരി
കതകളോടൊപ്പം കാലപ്രവാഹ
ത്തിൽ പൂർണ്ണമായും മാഞ്ഞു
പോകുകയല്ല ചെയ്തത്. ആധു
നികമതങ്ങളിൽ പൗരാണിക
മതങ്ങളുടെ പല അംശങ്ങളും കണ്ടെത്താൻ കഴിയും. ആര്യന്മാർ സിന്ധു
ഗംഗാസമതലങ്ങളിലേക്ക് കുടിയേറാൻ തുടങ്ങിയതോടെ വൈദികമത
ങ്ങളുടെയും സൈന്ധവമതങ്ങളുടെയും സങ്കലനം ആരംഭിച്ചുവെന്നു
വേണം കരുതാൻ. മുമ്പ് കരുതിയിരുന്നതുപോലെ ആര്യന്മാരുടേത് കട
ന്നാക്രമണമായിരുന്നില്ലെന്നും കുടിയേറ്റമായിരുന്നുവെന്നും ഇന്ന് ചരി
ത്രകാരന്മാർ അംഗീകരിച്ചിട്ടുണ്ട്. പിൽക്കാല വൈദികമതത്തിൽനിന്നും
സൈന്ധവസംസ്കാരത്തിന്റെ അംശങ്ങൾ ഇഴപിരിച്ചെടുക്കാൻ കഴിയു
മെന്നാണ് അവരുടെ അഭിപ്രായം. മോഹൻജദാരോയിലെ ഉൽഖനന
ത്തിൽ കണ്ടെത്തിയ വലിയ കുളം മതപരമായ പ്രാധാന്യമുള്ള തീർത്ഥ
മായിരുന്നു. ഹിന്ദുമതത്തിൽ പുണ്യതീർത്ഥങ്ങൾക്ക് ലഭിച്ച പ്രാധാന്യം
സൈന്ധവസംസ്കാരത്തിൽനിന്നും ഉൾക്കൊണ്ടതാണെന്ന് ഡി ഡി
കോസാംബി അഭിപ്രായപ്പെട്ടു. അദ്ദേഹത്തിന്റെ അഭിപ്രായത്തിൽ
മോഹൻജദാരോയിലെ കുളം പുഷ്കരതീർത്ഥമായിരുന്നു. മോഹൻജ
ദാരോയിൽനിന്നും കണ്ടെടുത്ത മുദ്രകളിൽ ഒരെണ്ണം ഒരു ഒറ്റക്കൊമ്പ
ന്റേതാണ്. ഒറ്റക്കൊമ്പന്റെ മുമ്പിൽ കാണുന്നത് സോമരസം അരിക്കാ
നുള്ള അരിപ്പയാണെന്നാണ് പുരാവസ്തുഗവേഷകനായ ഐരാവതം
മഹാദേവന്റെ അഭിപ്രായം. ആര്യന്മാർ സോമരസം കുടിക്കാൻ പഠിച്ചത്

മോഹൻജൊദാരോയിലെ ഒറ്റക്കൊമ്പൻ കാള

പശുപതി

സൈന്ധവ ജനതയിൽ നിന്നാണെന്നും അദ്ദേഹം പറയുന്നു. ഒരു യോഗി പത്മാസനത്തിലിരിക്കുന്നത് ചിത്രീകരിച്ച മുദ്ര മോഹൻജദാരോയിൽനിന്നും കണ്ടുകിട്ടിയിട്ടുണ്ട്. യോഗിക്കു ചുറ്റും ആന, കടുവ, കാണ്ടാമൃഗം, പോത്ത് എന്നീ മൃഗങ്ങളെയും ചിത്രീകരിച്ചിട്ടുണ്ട്. ഇത് ശിവന്റെ ആദിരൂപമാണെന്നാണ് പുരാവസ്തുഗവേഷകനായ ജോൺ മാർഷലിന്റെ അഭിപ്രായം. ശിവന്റെ പശുപതിരൂപമാണ് ചിത്രീകരിച്ചിട്ടുള്ളത്. പശുപതി കന്നുകാലികളെ മാത്രമല്ല വന്യമൃഗങ്ങളുൾപ്പെടെ എല്ലാ മൃഗങ്ങളുടെയും സംരക്ഷകനാണ്. എന്തായാലും സൈന്ധവ നാഗരികതയുടെ ഉടമകൾ മതത്തിൽ വലിയ പ്രാധാന്യം കൽപ്പിച്ചിരുന്നുവെന്നതും സൈന്ധവമതത്തിൽ നിന്നും വൈദികമതം പലതും ഉൾക്കൊള്ളുകയും അവയെല്ലാം ഇന്നത്തെ ഹിന്ദുമതത്തിലെത്തുകയും ചെയ്തിട്ടുണ്ട് എന്നതും ആർക്കും നിഷേധിക്കാൻ സാധ്യമല്ല.

ചരിത്രം, നരവംശശാസ്ത്രം എന്നിവയുടെ പഠനങ്ങളിലൂടെ ദേബീപ്രസാദ് ചതോപാധ്യായ എത്തിച്ചേർന്ന നിഗമനം ഇതാണ്:

> ഇന്ത്യയുടെ ഏറ്റവും പൗരാണികമായ തദ്ദേശജന്യമതങ്ങളും ഭാഷകളും വൈദികമല്ല. പൂർവ്വവൈദികവും അവൈദികവും മാത്രമല്ല, വൈദികവിരുദ്ധം പോലുമായ സംസ്കാരങ്ങൾ തെക്കനേഷ്യയിൽ വികസിച്ചിട്ടുണ്ടായിരുന്നു. വടക്കുകിഴക്കേ ഇന്ത്യയിലും ആൻഡമാൻ നിക്കോബാർ ദ്വീപസമൂഹങ്ങളിലും മറ്റുപല പർവ്വതസാനുക്കളിലും ജീവിക്കുന്ന ആദിവാസി ഗോത്രസമൂഹങ്ങൾ ഈ യാഥാർത്ഥ്യത്തിനാണ് സാക്ഷ്യം വഹിക്കുന്നത്. വൈദികവും അവൈദികവുമായ സംസ്കാരങ്ങളുടെ വ്യതിരിക്തതയും സഹവർത്തിത്വവും ഇന്ന് സുവിദിതമാണ്. അവയുടെ പരസ്പരമുള്ള സമന്വയങ്ങളും സ്വാംശീകരണങ്ങളും വിച്ഛിന്നതകളും ഇന്ന് തിരിച്ചറിഞ്ഞിട്ടുണ്ട് (D.P. Chattopadhyaya - *In Search of Roots of Religion or Dharma - Religion in India.* page 11).

4

മതങ്ങളുടെ ആദിരൂപങ്ങൾ

നാഗരികതകൾ (civilizations) ആവിർഭവിക്കുന്നതിനു മുമ്പ് ലോകത്തിന്റെ എല്ലാ ഭാഗത്തുമുള്ള ജനതകൾ ഗോത്രങ്ങളും കുലങ്ങളുമായി സംഘടിച്ചാണ് ജീവിച്ചിരുന്നത്. കുടുംബം ഇന്നത്തേതുപോലെ വ്യക്തമായി നിർണ്ണയിക്കപ്പെട്ടിരുന്നില്ല. അമേരിക്കയിലെ നരവംശശാസ്ത്രജ്ഞനായ ലൂയിസ് ഹെൻറി മോർഗന്റെ (Lewis Henri Morgan 1818 - 1881) നിരീക്ഷണങ്ങളെ അടിസ്ഥാനമാക്കി എംഗൽസ് കുടുംബങ്ങളുടെ ആവിർഭാവഘട്ടത്തെ ഗോത്രകുടുംബങ്ങൾ (consanguineous family) എന്നാണ് വിളിച്ചത്. ഒരു തലമുറയിൽപ്പെട്ട എല്ലാവരും മാതാപിതാക്കളായിരുന്നു (Frederick Engels - *Origins of the Family, Private Property and the State* - 1884). പല ഗോത്രങ്ങളിലും കുലമാകെ ഒരൊറ്റ കുടുംബത്തെപ്പോലെയാണ് പെരുമാറിയിരുന്നത്. അനേകം കുലങ്ങൾ ചേർന്നതാണ് ഒരു ഗോത്രം. സമാനതയുള്ള ഗോത്രങ്ങളുടെ സമാഹാരമാണ് വംശം. ഒരു കുലത്തിലെ എല്ലാ അംഗങ്ങളും ഒരു പൂർവ്വികനിൽനിന്നും ഉത്ഭവിച്ചതാണെന്ന് വിശ്വസിച്ചിരുന്നു. ഈ വിശ്വാസം കുലത്തിലെ അംഗങ്ങളെ ഒറ്റക്കെട്ടാക്കി നിറുത്തി. കുലത്തിലെ അംഗങ്ങളെല്ലാം ഒരു ജന്തുവിലോ സസ്യത്തിലോ വൃക്ഷത്തിലോ നിന്നുത്ഭവിച്ചതാണെന്നും വിശ്വസിച്ചിരുന്നു. കുലത്തിന്റെ ഉത്ഭവത്തെ സൂചിപ്പിക്കുന്ന അടയാളം കൊത്തിയ വസ്തുവാണ് കുലചിഹ്നം അഥവാ ടോട്ടം (Totem). പ്രാചീനമായ ഈ വിശ്വാസവും അതനുസരിച്ചുള്ള ജീവിതസമ്പ്രദായവും ലോകത്തിന്റെ എല്ലാ ഭാഗത്തും ജീവിക്കുന്ന ആദിവാസികളിൽ ഇന്നും കാണാം. കുലത്തിനു പുറത്ത് കുലാംഗങ്ങളെല്ലാം കുലചിഹ്നത്തിനാധാരമായ ജന്തുവിന്റെയോ സസ്യത്തിന്റെയോ പേരിൽ അറിയപ്പെടും. മോർഗൻ 1877-ൽ പ്രസിദ്ധപ്പെടുത്തിയ *Ancient Society* എന്ന

ഗ്രന്ഥത്തിന്റെ ആമുഖത്തിൽ ഇങ്ങനെ എഴുതി: “ആദിമ അമേരിക്കയിലെമ്പാടും കുലത്തിന്റെ പേരായി സ്വീകരിച്ചത് ഏതെങ്കിലും മൃഗത്തിന്റെയോ മറ്റേതെങ്കിലും വസ്തുവിന്റെ പേരാണ്; ഒരിക്കലും മനുഷ്യരുടെ പേര് സ്വീകരിച്ചിട്ടില്ല. സാമൂഹ്യജീവിതത്തിന്റെ പ്രാരംഭഘട്ടത്തിൽ കുലത്തിന്റെ സ്വത്വം മാത്രമേ ഉണ്ടായിരുന്നുള്ളു” (എംഗൽസിന് *The Origin of Family, Private Property and the State* എന്ന ഗ്രന്ഥം രചിക്കാൻ പ്രചോദനമായത് മോർഗന്റെ *Ancient Society* ആയിരുന്നു. കാൾ മാർക്സാണ് ആ ഗ്രന്ഥം ആദ്യം വായിച്ചത്. പുസ്തകത്തെക്കുറിച്ച് അദ്ദേഹം എഴുതിവച്ചിരുന്ന കുറിപ്പ് മാർക്സിന്റെ മരണശേഷം എംഗൽസ് കാണുകയുണ്ടായി). അമേരിക്കയിലെ ആദിവാസികുലങ്ങൾ പക്ഷിമൃഗാദികളുടെ പേരുകൾ സ്വീകരിച്ചതിന് നിരവധി ഉദാഹരണങ്ങൾ മോർഗൻ ചൂണ്ടിക്കാണിച്ചു. സെനിക്ക തടാകത്തിനു ചുറ്റും അധിവസിച്ചിരുന്ന സെനിക്ക ഗോത്രത്തിലെ കുലങ്ങളുടെ പേരുകൾ കരടി, ചെന്നായ, നീർന്നായ, ആമ, മാൻ, കൊക്ക്, കഴുകൻ എന്നിങ്ങനെയായിരുന്നു. ഏതെങ്കിലും മൃഗത്തെയോ വൃക്ഷത്തെയോ കുലചിഹ്നമാക്കുന്ന സമ്പ്രദായത്തെ മോർഗൻ ടോട്ടമിസം (Totemism) എന്നാണ് വിളിച്ചത്. അമേരിക്കയിലെതന്നെ ഒജീബ്വ ഗോത്രത്തിന്റെ ഭാഷയിലെ ഒരു പദത്തിൽ നിന്നാണ് ടോട്ടം എന്ന പദം രൂപപ്പെടുത്തിയത്. ഒജിബ്വ ഗോത്രക്കാർ ഉച്ചരിച്ചത് ‘ദൊദൈം’ എന്നാണ്. ഒരു കുലത്തിന്റെ അടയാളം അഥവാ ഉപകരണം എന്നാണ് ദൊദൈം എന്ന ശബ്ദത്തിലൂടെ അവർ അർത്ഥമാക്കിയത്. കുലത്തിന്റെ ഉത്ഭവമൂലമായ മൃഗത്തിന്റെയോ വൃക്ഷത്തിന്റെയോ രൂപംകൊത്തിയ തടിക്കഷണമോ കല്ലോ ആണ് കുലത്തിന്റെ ടോട്ടം. ചെന്നായ എന്നു പേരുള്ള കുലത്തിന്റെ ടോട്ടം നിർമ്മിക്കുന്നത് ചെന്നായയുടെ രൂപം തടിയിലോ കല്ലിലോ കൊത്തിയുണ്ടാക്കിയാണ്. മോർഗന്റെ പുസ്തകം പ്രസിദ്ധീകരിച്ചതിനുശേഷം ആസ്ട്രേലിയയിലും ഏഷ്യയിലും ഉള്ള നിരവധി ഗോത്രവർഗ്ഗങ്ങളിൽ ടോട്ടമിസം നിലവിലുള്ളതായി പല നരവംശശാസ്ത്രജ്ഞരും കണ്ടെത്തി.

കുലത്തിലെ ഓരോ അംഗവും താൻ കുലത്തിന്റെ ടോട്ടമായ ജന്തുവിൽനിന്നോ വൃക്ഷത്തിൽ നിന്നോ ഉണ്ടായതാണെന്നും താനും അതിന്റെ ഇനം (species) തന്നെയാണെന്നും വിശ്വസിക്കുന്നു. ഉദാഹരണമായി പട്ടി ടോട്ടമായ കുലത്തിലെ അംഗം താൻ പട്ടിയിൽ നിന്നുണ്ടായതാണെന്നും താനും പട്ടിയുടെ ജനുസ്സിൽപ്പെട്ടതാണെന്നും വിശ്വസിക്കുന്നു. ടോട്ടം സമ്പ്രദായത്തിൽ അംഗങ്ങളുടെ ഉത്ഭവത്തെക്കുറിച്ചും ജനുസ്സിനെക്കുറിച്ചും ഉള്ള വിശ്വാസങ്ങളോടൊപ്പം സമൂഹത്തിലെ എല്ലാ അംഗങ്ങൾക്കും ബാധകമായ ചില വിലക്കുകളും (Taboo) ഉണ്ടായിരുന്നു. ടോട്ടം മൃഗത്തെ കൊല്ലാനും മാംസം ഭക്ഷിക്കാനും പാടില്ല. ടോട്ടം വൃക്ഷം മുറിക്കാൻ പാടില്ല. ചില ഗോത്രങ്ങൾ ടോട്ടം മൃഗത്തെ ആചാരപൂർവ്വം കൊന്നു മാംസം പാകംചെയ്ത് ഭയഭക്തിബഹുമാനങ്ങളോടെ കൂടിയിരുന്നു ഭക്ഷിക്കുന്ന ആചാരം അനുഷ്ഠിച്ചിരുന്നു. ഒരു ടോട്ടത്തിൽ നിന്ന്

ഉത്ഭവിച്ചവരായതുകൊണ്ട് കുലാംഗങ്ങൾ പരസ്പരം വിവാഹം ചെയ്യാനോ ലൈംഗികബന്ധം പുലർത്താനോ പാടില്ല. സാമൂഹ്യജീവിതത്തിന്റെ പരിണാമത്തിൽ ഗോത്രകുടുംബങ്ങൾ (consanguineous family) എന്ന ഘട്ടം പിന്നിട്ടതിനുശേഷമാണ് കുലവ്യവസ്ഥ (Totemism) നിലവിൽ വന്നത്. മനുഷ്യസമൂഹം വളരെയധികം പുരോഗമിച്ചതിനു ശേഷവും കുലവ്യവസ്ഥയിലെ പല വിലക്കുകളുടെയും ശേഷിപ്പുകൾ സമൂഹങ്ങളിൽ നിലനിൽക്കുന്നതു കാണാം. ടോട്ടമിസത്തിലെ വിലക്കാണ് (Taboo) മനുഷ്യസമൂഹത്തിന്റെ ആദ്യനിയമം. ടാബു എന്ന പദം ശാന്തമഹാസമുദ്രത്തിലെ ദ്വീപരാഷ്ട്രങ്ങളിലൊന്നായ ടോംഗയിലെ ജനങ്ങൾ സംസാരിക്കുന്ന ഭാഷയിലെ ടപു എന്ന പദത്തിൽ നിന്നാണ് രൂപപ്പെട്ടത്. ടപു എന്നാൽ വിലക്കപ്പെട്ടതെന്നും മനുഷ്യൻ സമീപിക്കാനോ പ്രാപിക്കാനോ പാടില്ലാത്ത പവിത്രവും ഉന്നതവുമായ ഒന്ന് എന്ന അർത്ഥമുണ്ട്. പിൽക്കാലത്ത് മതങ്ങൾ രൂപപ്പെട്ടപ്പോൾ ടപുവിന്റെ സ്ഥാനത്ത് ദൈവങ്ങളെ സങ്കൽപ്പിച്ചു.

മതങ്ങളുടെ ആദിരൂപങ്ങളിലൊന്നായ കുലവ്യവസ്ഥ (Totemism) ഉത്ഭവിച്ചതിനെക്കുറിച്ച് മനഃശാസ്ത്രപരമായ വിശദീകരണം ആദ്യം നൽകിയത് മനോവിശകലനത്തിന്റെ (Psycho analysis) ഉപജ്ഞാതാവായ സിഗ്മണ്ട് ഫ്രോയിഡ് (Sigmund Freud 1856-1939) ആണ്. ഈ വിഷയത്തെക്കുറിച്ച് അദ്ദേഹം പലപ്പോഴായി രചിച്ച പ്രബന്ധങ്ങൾ സമാഹരിച്ച് 1913-ൽ *Totem and Taboo* എന്ന പേരിൽ ഗ്രന്ഥരൂപത്തിൽ പ്രസിദ്ധീകരിച്ചു. ടോട്ടം വ്യവസ്ഥയിലെ പ്രധാന വിലക്ക് ഒരു കുലത്തിലെ അംഗങ്ങൾ തമ്മിൽ ലൈംഗികബന്ധം പാടില്ലെന്നാണ്. ആദിമമനുഷ്യന്റെ അഗമ്യഗമനം (incest) നടത്താനുള്ള ആഗ്രഹത്തിനു നേരെയുള്ള ഭയമാണ് ഒരു കുലത്തിലെ അംഗങ്ങൾ തമ്മിൽ ലൈംഗികവേഴ്ച പാടില്ലെന്ന് സാമൂഹ്യമായ വിലക്കേർപ്പെടുത്തിയതിനു പിന്നിൽ. വിലക്ക് ലംഘിച്ചാൽ കഠിനശിക്ഷ (ചില ഗോത്രങ്ങളിൽ മരണശിക്ഷ) നൽകുന്ന കുലവ്യവസ്ഥ നിലവിൽ വന്നതിനും കാരണം അഗമ്യഗമനവാഞ്ഛയോടുള്ള ഭയമായിരുന്നു. കുലവ്യവസ്ഥയ്ക്ക് മുമ്പ് കുടുംബാംഗങ്ങൾ തമ്മിൽ ലൈംഗികവേഴ്ചയിൽ ഏർപ്പെടുന്ന ഗോത്രകുടുംബങ്ങൾ (consanguineous family) ആയിരുന്നല്ലോ. പിൽക്കാലത്ത് അങ്ങനെയുള്ള ലൈംഗികബന്ധങ്ങൾ സുഗമമായ കുടുംബജീവിതത്തിനും സാമൂഹ്യജീവിതത്തിനും ഗുണകരമല്ലെന്ന് മനുഷ്യന് തോന്നിയതിന്റെ അടിസ്ഥാനത്തിലായിരിക്കണം കുടുംബാംഗങ്ങളും കുലാംഗങ്ങളും തമ്മിലുള്ള ലൈംഗികവേഴ്ച വിലക്കിയത്. സമൂഹം വിലക്കേർപ്പെടുത്തിയെങ്കിലും വ്യക്തികളുടെ അഗമ്യഗമനവാഞ്ഛ തുടർന്നു.

ഇന്ത്യയിലേക്ക് കുടിയേറിയ ആര്യവംശത്തിൽ ടോട്ടമിസം നിലനിന്നിരുന്നതിന്റെ തെളിവുകൾ വേദസംഹിതകളിലും ഉപനിഷത്തുക്കളിലും ഉണ്ടെന്ന് പല പണ്ഡിതന്മാരുടെയും രചനകൾ ഉദ്ധരിച്ചുകൊണ്ട് ദേബീപ്രസാദ് ചതോപാധ്യായ സമർത്ഥിക്കുന്നു. സംസ്കൃതഭാഷയുടെ ചരി

ത്രമെഴുതിയ മക്ഡോണെൽ (Arthur Anthony Macdonell 1854-1930) ഇങ്ങനെ എഴുതി: "ടോട്ടമിസത്തിന്റെ, അതായത് കുലമോ ഗോത്രമോ മൃഗങ്ങളിൽ നിന്നോ സസ്യങ്ങളിൽനിന്നോ ഉത്ഭവിച്ചവരാണെന്നുള്ള വിശ്വാസത്തിന്റെ ശേഷിപ്പുകൾ *ഋഗ്വേദ*ത്തിലുണ്ട്." ജർമ്മൻ പണ്ഡിതൻ ഒൾഡൻബർഗും (Hermann Oldenberg 1854-1920) ഇതേ അഭിപ്രായ ക്കാരനായിരുന്നു. വേദസംഹിതകളിലും ഉപനിഷത്തുക്കളിലും കാണുന്ന പക്ഷിമൃഗാദികളെക്കുറിച്ചുള്ള പരാമർശങ്ങൾ ആര്യവംശത്തിൽ നിലവി ലുണ്ടായിരുന്ന ടോട്ടമിസത്തിന്റെ തെളിവുകളാണെന്ന് അദ്ദേഹം സമർത്ഥിക്കുന്നു. മൃഗങ്ങളുടെ പേരുകൾ കൊണ്ട് മനുഷ്യരെ സൂചിപ്പി ക്കുന്നത് വേദോപനിഷത്തുകളിലെ പരിഹാസപ്രയോഗങ്ങളാണെന്നാണ് കീത്തിന്റെയും (Arthur Berriedale Keith 1879-1944) മറ്റു ചില പാശ്ചാത്യ പണ്ഡിതന്മാരുടെയും വാദം. ഛാന്ദോഗ്യോപനിഷത്തിന്റെ ഒന്നാമധ്യായ ത്തിൽ പട്ടികൾ മന്ത്രോച്ചാരണം നടത്തുന്ന രംഗം വിവരിക്കുന്നുണ്ട്. ഹ്യൂമിന്റെ ഇംഗ്ലീഷ് വിവർത്തനത്തിൽ നിന്നും (*Thirteen Principal Upanishads* by Robert E Hume) ആ ഭാഗം *ലോകായത* എന്ന ഗ്രന്ഥ ത്തിൽ ദേബീപ്രസാദ് ചതോപാധ്യായ ഉദ്ധരിക്കുന്നുണ്ട്. അതിന്റെ മല യാളരൂപം താഴെ കൊടുക്കുന്നു:

> അടുത്തതായി പട്ടികളുടെ ഉദ്ഗീഥമാണ്. ബാക ദാൽഭ്യൻ - അല്ലെ ങ്കിൽ ഗ്ലാവ മൈത്രേയൻ - വേദപഠനത്തിനായി പുറപ്പെടുന്നു. അയാളുടെ മുമ്പിൽ ഒരു വെളുത്തപട്ടി പ്രത്യക്ഷപ്പെട്ടു. അതിനു ചുറ്റും മറ്റു പട്ടികൾ കൂടിയിട്ടു പറഞ്ഞു: "മഹാത്മാവേ, പാട്ടുപാടി ഞങ്ങൾക്ക് ഭക്ഷണം നേടിത്തരിക. സത്യമായും ഞങ്ങൾക്ക് വിശ ക്കുന്നു." അപ്പോൾ അയാൾ (വെളുത്ത പട്ടി) അവരോട് പറഞ്ഞു: "നാളെ രാവിലെ ഇവിടെ ഇതേ സ്ഥാനത്ത് എന്റെ മുമ്പിൽ വരിക." ബാക ദാൽഭ്യൻ - അല്ലെങ്കിൽ ഗ്ലാവ മൈത്രേയൻ - അതെല്ലാം നോക്കിനിന്നു. എന്നിട്ട് (പുരോഹിതർ) ബഹിസ്പവ മാന സ്തോത്രം ചൊല്ലുമ്പോൾ പരസ്പരം കൈകോർത്ത് തെന്നി നീങ്ങുന്നതുപോലെ അവരും തെന്നി നീങ്ങി. എന്നിട്ടവർ (പട്ടി കൾ) നിലത്തിരുന്ന് മന്ത്രോച്ചാരണം ആരംഭിച്ചു. ഓം! ഞങ്ങൾ അന്നം തിന്നുമാറാകട്ടെ. ഓം! വെള്ളം കുടിക്കുമാറാകട്ടെ. ഓം! ദേവ, വരുണ, പ്രജാപതി, സാവിത്രി! ഞങ്ങൾക്കു ഭക്ഷണം ലഭി ക്കുമാറാകണേ! അന്നങ്ങൾക്കു നാഥനായവനേ ഇവിടെ അന്നം ലഭിക്കുമാറാകണേ! അന്നം ലഭിക്കുമാറാകണേ! ഓം!

ഈ ഭാഗത്തെക്കുറിച്ച് അദ്ദേഹത്തിന്റെ വിശദീകരണം ഇങ്ങനെയാണ്:

> പട്ടികൾ പുരോഹിതന്മാർ ചെയ്യാറുള്ളതുപോലെ സാമവേദമന്ത്രോ ച്ചാരണം നടത്തുന്നതാണ് പ്രതിപാദനവിഷയം. ഈ സംഭവ ത്തിന്റെ വെറും വിവരണമല്ല ഉദ്ദേശ്യം. ബാക ദാൽഭ്യൻ എന്ന

വ്യക്തി നോക്കിനിൽക്കെയാണിത് നടക്കുന്നത്. ഈ വ്യക്തിയുടെ വീക്ഷണം എന്തായിരുന്നുവെന്ന സൂചന പാഠത്തിലുണ്ട്. അയാളെ വിശേഷിപ്പിച്ചിരിക്കുന്നത് 'സ്വാദ്ധ്യായം ഉദവ്രജൻ' എന്നാണ്. വ്യാകരണ നിയമമനുസരിച്ച് ഈ പദങ്ങളുടെ ശരിയായ അർത്ഥം വിവർത്തനത്തിൽ ഉപയോഗിച്ചതുപോലെ വേദപഠനത്തിനായി പുറപ്പെട്ടവൻ എന്നല്ല വേദപഠനം ഉപേക്ഷിച്ചവൻ എന്നാണ്. പരമ്പരാഗതമായ എല്ലാ വ്യാഖ്യാനങ്ങളും 'വേദപഠനം ഉപേക്ഷിച്ചവൻ' എന്ന് അർത്ഥം കൊടുക്കുന്നതിനെതിരാണെങ്കിലും അത്തരമൊരു അർത്ഥകൽപ്പന അക്ഷരാർത്ഥത്തിനു പിന്നാലെ പോകുന്നില്ല എന്നതിലുപരി മറ്റൊരു പ്രയോജനം കൂടിയുണ്ട്. ആ വ്യക്തിയുടെ രണ്ടാമത്തെ പേരിന്റെ അർത്ഥം ഗ്രഹിക്കാൻ അത് നമ്മെ സഹായിക്കുന്നു. 'ഗ്ലാവ' പദത്തിന്റെ അർത്ഥം അതൃപ്തൻ എന്നാണ്. പ്രകടമായും വേദങ്ങളോട് അതൃപ്തി തോന്നുന്ന ഒരു വ്യക്തി വേദപഠനം ഉപേക്ഷിക്കും. ഗ്ലാവ മൈത്രേയൻ എന്നത് അതൃപ്തനായ മൈത്രേയൻ എന്ന് വിവർത്തനം ചെയ്യുന്നതിന് എന്തെങ്കിലും സാങ്കേതിക തടസ്സമുണ്ടോ എന്ന കാര്യം ഒട്ടുംതന്നെ അവഗണിക്കരുത് (Debiprasad Chattopadhyaya - *Lokayata - A Study in Ancient Indian Materialism* - pp 77,78).

ബാക ദാൽഭ്യൻ വേദപഠനത്തിനു പുറപ്പെട്ടവനാണെന്നുള്ള പണ്ഡിതന്മാരുടെ വാദങ്ങളും ഗ്രന്ഥകാരൻ അവതരിപ്പിക്കുന്നുണ്ട്. രണ്ടായാലും ബാക ദാൽഭ്യന്റെ മുമ്പിൽ ഓംകാരത്തോടെ ആരംഭിക്കുന്ന മന്ത്രോച്ചാരണം നടത്തുന്നത് വൈദികമന്ത്രങ്ങളുടെ ശക്തിയും മന്ത്രോച്ചാരണത്തിന്റെ പ്രാധാന്യവും അയാൾക്ക് മനസ്സിലാക്കിക്കൊടുക്കാനാണെന്ന് ദേബീപ്രസാദ് ചതോപാധ്യായ സമർത്ഥിക്കുന്നു. പക്ഷേ പട്ടികളെക്കൊണ്ട് മന്ത്രോച്ചാരണം നടത്തിച്ച് മന്ത്രത്തിന്റെ ശക്തി വെളിപ്പെടുത്തിക്കൊടുക്കാൻ ശ്രമിച്ചത് പുരോഹിതന്മാരോടും യാഗകർമ്മങ്ങളോടുമുള്ള ഋഷികളുടെ പരിഹാസം പ്രകടിപ്പിക്കാനായിരുന്നുവെന്ന പണ്ഡിതന്മാരുടെ തെറ്റായ വ്യാഖ്യാനത്തിനു കാരണക്കാരൻ ശങ്കരാചാര്യരാണെന്നാണ് അദ്ദേഹത്തിന്റെ അഭിപ്രായം. ഉപനിഷത്തുകൾ പരമമായ ജ്ഞാനത്തെമാത്രം ദ്യോതിപ്പിക്കുന്നുവെന്നും കർമ്മത്തെ (യാഗയജ്ഞങ്ങളെ) തിരസ്കരിക്കുന്നുവെന്നുമാണ് ശങ്കരഭാഷ്യം.

ദേവന്മാർ പട്ടികളുടെ രൂപത്തിലാണ് പ്രത്യക്ഷപ്പെട്ടതെന്ന ശങ്കരാചാര്യരുടെ വ്യാഖ്യാനം ആധുനിക പണ്ഡിതന്മാർ മുഖവിലയ്ക്കെടുക്കുകയും നായ്ക്കൾക്ക് വാലുകൾ വച്ചുപിടിപ്പിക്കുകയും ചെയ്തു. *ഛാന്ദോഗ്യോപനിഷത്തിൽ* നായ്ക്കൾക്ക് വാലുള്ളതായി പറയുന്നില്ലെന്ന് ദേബീപ്രസാദ് ചതോപാധ്യായ ചൂണ്ടിക്കാട്ടുന്നു. ഉപനിഷത്തിലെ 'പട്ടികൾക്ക്' ആദിശങ്കരനു ശേഷമുള്ള പണ്ഡിതന്മാർ വച്ചുപിടിപ്പിച്ച വാല് മാക്സ്മുള്ളറുടെ *Sacred Books of the East* ലൂടെ സർവ്വേപ്പള്ളി രാധാകൃഷ്ണന്റെ *Indian Philosophy*യിൽ വന്നെത്തിയ കാര്യവും അദ്ദേഹം

സൂചിപ്പിക്കുന്നു. വാല് സുകുമാർ അഴീക്കോടിന്റെ *തത്ത്വമസി*യിലും എത്തിയിട്ടുണ്ട്.

"അടുത്ത രംഗത്തിൽ കുറെ നായ്ക്കൾ പ്രവേശിക്കുന്നു. തലവ നായ ഒരു വെള്ളനായയുടെ മുമ്പിൽച്ചെന്ന് നായ്ക്കൾ കൂട്ടമായി അപേ ക്ഷിക്കുകയുണ്ടായി, "ഞങ്ങൾക്ക് വിശക്കുന്നു, പാട്ടുപാടി ഞങ്ങൾക്ക് ഭക്ഷണം നേടിത്തരിക" എന്ന്. പിറ്റേന്ന് കാലത്ത്, രണ്ടു ബ്രാഹ്മണർ (ബാകദാൽഭ്യനും ഗ്ലാവ മൈത്രേയനും) കണ്ടുനിൽക്കെ, വെള്ള നായയും കൂട്ടുകാരും, മുമ്പിലുള്ള നായയുടെ വാല് പിന്നിലുള്ളത് കടിച്ചുപിടിച്ച്, എല്ലാംകൂടി വട്ടത്തിൽ ചുറ്റി മോങ്ങിക്കൊണ്ടിരുന്നു - യാഗച്ചടങ്ങിന്റെ മട്ടിൽ, ഇതായിരുന്നുവത്രെ മോങ്ങലിന്റെ അർത്ഥം: "ഓം, ഞങ്ങൾ അന്നം തിന്നുമാറാകട്ടെ! ഓം, വെള്ളം കുടിക്കുമാറാകട്ടെ! വരുണനും പ്രജാപ തിയും സവിതാവും ഞങ്ങൾക്ക് അന്നം തരട്ടെ. അന്നങ്ങൾക്കെല്ലാം നാഥ നായുള്ളവനേ, ഞങ്ങൾക്ക് അന്നം തന്നാലും, അന്നം തന്നാലും!" (*തത്ത്വമസി* - ഡോ: സുകുമാർ അഴീക്കോട് - കറന്റ് ബുക്സ്, തൃശൂർ പുറം 268)

വാലില്ലാത്ത പട്ടികളാണ് മന്ത്രോച്ചാരണം ചെയ്തത് എന്നാണ് ഉപ നിഷദ്സൂക്തങ്ങളിൽ നിന്നും അനുവാചകന് ഗ്രഹിക്കാൻ കഴിയുന്നത്. യഥാർത്ഥത്തിൽ മന്ത്രോച്ചാരണം നടത്തിയത് കുറെ മനുഷ്യരായിരുന്നു വെന്ന് സ്പഷ്ടമാണ്. അവർ പട്ടികൾ എന്നാണറിയപ്പെട്ടത്. അതായത് തങ്ങൾ പട്ടിയിൽ നിന്നുത്ഭവിച്ചവരാണെന്ന് വിശ്വസിച്ചവരും പട്ടികൾ എന്നറിയപ്പെട്ടിരുന്നവരുമായ മനുഷ്യർ. പുരാതനമായ ഒരു കൃതിയിൽ വിവരിച്ച കാര്യത്തെ ആധുനിക മനുഷ്യന്റെ വീക്ഷണത്തിലൂടെ മാത്രം നോക്കിക്കണ്ടാലുണ്ടാകുന്ന തെറ്റാണ് പണ്ഡിതന്മാർക്ക് പറ്റിയത്. ലോക ത്തിലെ ആദിമജനതകൾക്കിടയിൽ നിലവിലുണ്ടായിരുന്ന ടോട്ടമിസം അഥവാ കുലചിഹ്നവ്യവസ്ഥ തന്നെയായിരുന്നു ആദിമ ആര്യഗോത്ര ങ്ങൾക്കുമുണ്ടായിരുന്നതെന്ന് വേദോപനിഷത്തുകളിലെ മേൽപ്പറഞ്ഞ തരത്തിലുള്ള പരാമർശങ്ങൾ വ്യക്തമാക്കുന്നു.

കുലചിഹ്നവ്യവസ്ഥ ആദിമമനുഷ്യന്റെ പ്രകൃതിയുമായുള്ള അഭേ ദ്യബന്ധമാണ് പ്രകടമാക്കുന്നത്. കുലവ്യവസ്ഥയുടെ മറ്റൊരു സവിശേ ഷത വർഗരാഹിത്യമാണ്. ഉത്തുംഗതയിൽ നിന്നുകൊണ്ട് കുലത്തെ കാത്തു രക്ഷിക്കുന്നതും കുലചിഹ്നത്താൽ സൂചിപ്പിക്കപ്പെടുന്നതുമായ മൂലകാരണമല്ലാതെ ഭരണാധികാരിയോ മേൽനോട്ടക്കാരനോ ഉണ്ടായി രുന്നില്ല. കുലത്തിലെ അംഗങ്ങളെല്ലാം സമന്മാരായിരുന്നു. കുലത്തിനു പൊതുസ്വത്തല്ലാതെ വ്യക്തികൾക്ക് സ്വകാര്യസ്വത്തില്ലായിരുന്നു. ഈ കുലവ്യവസ്ഥയെയാണ് മാർക്സും എംഗൽസും പ്രാകൃത കമ്യൂണിസം എന്നുവിളിച്ചത്. സമൂഹം വർഗരഹിതമായിരുന്ന അവസ്ഥയിൽ മനു ഷ്യന്റെ മതം കുലവ്യവസ്ഥയോ സമാനമായ സംവിധാനമോ മാത്രമാ യിരുന്നു.

നരവംശശാസ്ത്രജ്ഞൻ എഡ്വാർഡ് ടൈലറുടെ (Edward Burnett Tylor 1832-1917) അഭിപ്രായത്തിൽ മതങ്ങളുടെ ആദിമരൂപം ആത്മവാദം

(animism) ആണ്. ജീവനുള്ളതും ജീവനില്ലാത്തതുമായ എല്ലാ വസ്തുക്കൾക്കും ആത്മാവ് (spirit) ഉണ്ടെന്നുള്ള വിശ്വാസമാണ് ആത്മവാദം അഥവാ ജഡാത്മവാദം. ആത്മവാദമാണ് മനുഷ്യന്റെ ഏറ്റവും ആദ്യത്തെ മതം അഥവാ മതങ്ങളുടെ ആദിരൂപം. ഇതിന് പുരാതനശിലായുഗത്തോളം പഴക്കമുണ്ട്. മനുഷ്യന്റെ ഉറക്കം, സ്വപ്നം, മരണം തുടങ്ങിയ പ്രതിഭാസങ്ങൾക്ക് വിശദീകരണമെന്ന നിലയിലാണ് ആദിമമനുഷ്യൻ ആത്മവാദത്തിലെത്തിയതെന്നാണ് ടൈലറുടെ അഭിപ്രായം. ഉറങ്ങിക്കിടക്കുന്ന മനുഷ്യനും മരിച്ചുകിടക്കുന്ന മനുഷ്യനും തമ്മിലുള്ള വ്യത്യാസം മനസ്സിലാക്കുക ആദിമമനുഷ്യന് ദുഷ്കരമായിരുന്നു. ഉറങ്ങിക്കിടക്കുന്ന മനുഷ്യൻ വീണ്ടും എഴുന്നേൽക്കുന്നതുപോലെ മരിച്ചുകിടക്കുന്ന മനുഷ്യനും വീണ്ടും എഴുന്നേൽക്കുമെന്ന മാന്ത്രികചിന്തയിൽ നിന്നാണ് ആത്മവാദം ഉടലെടുത്തത്. ഉറങ്ങിക്കിടക്കുന്ന മനുഷ്യനെ ഉണർത്തുന്നതുപോലുള്ള 'ശക്തി' മരിച്ചുകിടക്കുന്ന മനുഷ്യനിലുമുണ്ടെന്ന് ആദിമമനുഷ്യൻ ധരിച്ചു. ഉറങ്ങിക്കിടക്കുന്ന മനുഷ്യനെ എഴുന്നേൽപ്പിക്കുന്ന ശക്തിയെപ്പോലൊരു ശക്തി മരിച്ചുകിടക്കുന്ന മനുഷ്യനിലും പ്രവർത്തിക്കുന്നുണ്ടെന്ന വിശ്വാസം മനസ്സിൽ ജനിക്കാൻ കാരണം മനുഷ്യന്റെ മാന്ത്രികചിന്തയാണ്. മരിച്ചുകിടക്കുന്ന മനുഷ്യനിലുള്ളതുപോലൊരു ശക്തി മറ്റു ജഡവസ്തുക്കളിലുമുണ്ടെന്ന വിശ്വാസത്തിനും കാരണം മാന്ത്രികചിന്തയാണ്. മനുഷ്യന്റെ ഇത്തരം മാന്ത്രികചിന്തയിൽ നിന്നാണ് ആത്മവാദം ഉത്ഭവിച്ചത്.

മാന്ത്രികചിന്ത (Magical Thinking)

മനഃശാസ്ത്രത്തിൽ മാന്ത്രികചിന്ത (magical thinking) ഊഹത്തെ മാത്രം അടിസ്ഥാനമാക്കിയുള്ള കാര്യകാരണവിചാരമാണ്. എന്തെങ്കിലും കാര്യത്തിന്റെയോ സംഭവത്തിന്റെയോ കാരണം ഇന്നതായിരിക്കുമെന്ന് യാതൊരു തെളിവുമില്ലാതെ ഊഹിക്കുകയും അതുതന്നെയാണെന്ന് വിശ്വസിക്കുകയും ചെയ്യുന്നു. അതുപോലെ ഇന്നതു ചെയ്താൽ ഇന്നതു സംഭവിക്കുമെന്നും വിശ്വസിക്കുന്നു. തന്റെ ചില വിശേഷപ്പെട്ട ചിന്തകളിലൂടെയും പ്രവൃത്തികളിലൂടെയും ബാഹ്യയാഥാർത്ഥ്യങ്ങളെ നിയന്ത്രിക്കാൻ കഴിയുമെന്ന മനുഷ്യന്റെ മിഥ്യാധാരണകളാണ് മാന്ത്രികചിന്തയുടെ ഉറവിടം. യാഥാർത്ഥ്യങ്ങളുമായി ബന്ധമില്ലാത്ത കാര്യകാരണചിന്തകളെ അടിസ്ഥാനപ്പെടുത്തിയുള്ള പ്രവൃത്തികൾ കാലക്രമത്തിൽ മതപരമായ കർമ്മങ്ങളായിത്തീർന്നു. മാന്ത്രികചിന്ത മതത്തിനോട് അടുത്തുനിൽക്കുന്നതിനേക്കാൾ കൂടുതൽ അടുത്തുനിൽക്കുന്നത് ശാസ്ത്രത്തോടാണെന്ന് സ്കോട്ടിഷ് നരവംശശാസ്ത്രജ്ഞൻ ജെയിംസ് ഫ്രേസർ (James George Frazer 1854-1941) തന്റെ വിശ്വവിഖ്യാതമായ *The Golden Bough* (1890) എന്ന ഗ്രന്ഥത്തിൽ എഴുതിയിട്ടുണ്ട്. പോളിഷ് നരവംശശാസ്ത്രജ്ഞനായ മലിനോവ്സ്കിക്കും (Bronislaw Kasper Malinowski 1884 - 1942) ഇതേ അഭിപ്രായം തന്നെയായിരുന്നു. കാര്യ

കാരണബന്ധത്തിന്റെ അടിസ്ഥാനത്തിലുള്ള മനുഷ്യന്റെ ചിന്ത തന്നെയാണ് പിൽക്കാലത്ത് ശാസ്ത്രീയ ചിന്തയായി വളർന്നത്. എന്നാൽ കാര്യങ്ങളുടെ കാരണങ്ങൾ ഊഹത്തിന്റെ അടിസ്ഥാനത്തിൽ നിർണ്ണയിച്ചാണ് മതങ്ങളുടെ വിശ്വാസപ്രമാണങ്ങൾ രൂപപ്പെടുത്തിയത്. മതത്തിന്റെയും ശാസ്ത്രത്തിന്റെയും ഉത്ഭവം ആദിമമനുഷ്യന്റെ മാന്ത്രിക ചിന്തയിൽ നിന്നാണ്.

ഫ്രേസറുടെ അഭിപ്രായത്തിൽ മാന്ത്രികചിന്ത രണ്ട് നിയമങ്ങൾ അനുസരിക്കുന്നുണ്ട്. ഒന്ന് സാദൃശ്യത്തിന്റെ നിയമമാണ്. കാരണവും കാര്യവും സാദൃശ്യത്താൽ ബന്ധപ്പെട്ടിരിക്കുന്നു എന്ന് വിശ്വസിക്കുന്നു. രണ്ടാമത്തേത് സാംക്രമികതയുടെ നിയമമാണ്. ഒരിക്കൽ ചേർന്നിരുന്ന രണ്ട് വസ്തുക്കൾ വേർപെട്ട് ദൂരെയായാലും അവതമ്മിലുള്ള ബന്ധം തുടരുന്നു എന്ന് വിശ്വസിക്കുന്നു. മതകർമ്മങ്ങളുടെ അനുഷ്ഠാനങ്ങളും ആഭിചാരകർമ്മങ്ങളും മാന്ത്രികചിന്തയിലൂടെ ഊഹിച്ചെടുക്കുന്നു. ബ്രിട്ടീഷ് നരവംശശാസ്ത്രജ്ഞൻ എഡ്വാർഡ് ഇവാൻസ് പ്രിച്ചാർഡ് (Edward Evans Pritchard 1902-1973) ആഫ്രിക്കയിലെ ജനങ്ങളുടെ മത വിശ്വാസങ്ങളെക്കുറിച്ച് പഠിച്ച് എഴുതിയ *Witchcraft, Magic and Oracles Among the Azande* എന്ന ഗ്രന്ഥത്തിൽ ഒരു സംഭവം വിവരിക്കുന്നുണ്ട്. ഒരിക്കൽ ഒരാളുടെ വീട് ഗൃഹനാഥൻ അകത്തുള്ളപ്പോൾ പെട്ടെന്ന് ഇടിഞ്ഞുവീണു. അന്വേഷണത്തിൽ തൂണുകൾ ചിതലെടുത്തിരുന്നതുകൊണ്ടാണ് പെട്ടെന്നു വീണതെന്ന് മനസ്സിലായി. എങ്കിലും ഗൃഹനാഥനെതിരെ മറ്റാരോ ആഭിചാരകർമ്മം ചെയ്തതുകൊണ്ടാണ് അയാൾ അകത്തുള്ളപ്പോൾതന്നെ വീട് വീഴാൻ ഇടയായതെന്നായിരുന്നു ഗ്രാമവാസികളുടെ ഒന്നടങ്കമുള്ള വിശ്വാസം. യാദൃച്ഛിക സംഭവങ്ങളുടെ കാരണങ്ങളെക്കുറിച്ച് മനുഷ്യൻ മാന്ത്രികചിന്തയിലൂടെ പല നിഗമനങ്ങളിലും എത്തിച്ചേരുന്ന പതിവ് ആധുനികയുഗത്തിലും തുടരുകയാണ്. എല്ലാ കാര്യങ്ങളുടെയും കാരണം കണ്ടെത്തുക എന്നത് മനുഷ്യമനസ്സിന്റെ സവിശേഷരീതിയാണ്. കാരണം കണ്ടെത്താനായില്ലെങ്കിൽ മനസ്സ് അസ്വസ്ഥമായിരിക്കും. യാഥാർത്ഥ്യങ്ങളെ അടിസ്ഥാനമാക്കിയുള്ള കാരണങ്ങൾ കണ്ടെത്താൻ കഴിഞ്ഞില്ലെങ്കിൽ മാന്ത്രികചിന്തയുടെ അടിസ്ഥാനത്തിൽ സാദൃശ്യത്തിന്റെ നിയമവും സാംക്രമികതയുടെ നിയമവും ഉപയോഗിച്ച് കാരണം കണ്ടെത്തുന്നു.

മാന്ത്രികചിന്ത ലോകത്തിന്റെ എല്ലാ ഭാഗത്തും എല്ലാ യുഗങ്ങളിലും മനുഷ്യരിൽ ഉണ്ടായിരുന്നതിന് തെളിവുണ്ട്. ഈ തെളിവിന്റെ അടിസ്ഥാനത്തിൽ മനുഷ്യന്റെ മനോവ്യാപാരത്തിന്റെ അവിഭാജ്യഘടകമാണെന്ന നിഗമനത്തിലാണ് ആധുനികരായ ജ്ഞാനഗോചരതാ മനഃശാസ്ത്രജ്ഞന്മാർ (Cognitive Psychologists) എത്തിച്ചേർന്നിരിക്കുന്നത്. ഇത് മനുഷ്യന്റെ നിലനിൽപ്പിന് ആവശ്യമായ ഒന്നാണെന്നാണ് ആധുനിക മനഃശാസ്ത്രസിദ്ധാന്തം. മനുഷ്യന്റെ മസ്തിഷ്കത്തിന് മാതൃകകളെ (patterns) താരതമ്യം ചെയ്ത് വ്യത്യാസം തിരിച്ചറിയാനുള്ള കഴിവ് മറ്റേതു

മൃഗത്തിന്റെ മസ്തിഷ്കത്തിനുള്ളതിനേക്കാൾ കൂടുതലാണെന്ന് പല പരീക്ഷണങ്ങളും തെളിയിച്ചിട്ടുണ്ട്. പക്ഷേ, സംവേദനം ചെയ്യപ്പെട്ട മാതൃകയും യാഥാർത്ഥ്യവും തമ്മിൽ എന്തെങ്കിലും വ്യത്യാസമുണ്ടോ എന്ന് സംവേദനം ചെയ്ത അതേ നിമിഷത്തിൽ തന്നെ അറിയാനുള്ള കഴിവ് മനുഷ്യനില്ല. ഈ കഴിവില്ലായ്മ പരിണാമപരമായി മനുഷ്യന്റെ അതിജീവനത്തിന് ആവശ്യമാണെന്നാണ് പരിണാമാധിഷ്ഠിത മനഃശാസ്ത്രജ്ഞരുടെ (evolutionary psychologists) അഭിപ്രായം. കാട്ടിലെ പുൽമേട്ടിലൂടെ സഞ്ചരിക്കുന്ന ഒരു മനുഷ്യൻ നീണ്ടുവളർന്നു നിൽക്കുന്ന പുല്ലുകളുടെ മറവിൽ ഒരു പുലി പതിയിരിപ്പുള്ളത് കാണുന്നുവെന്ന് സങ്കൽപ്പിക്കുക. സംവേദനം ചെയ്യപ്പെട്ട ആ ദൃശ്യമാതൃക യഥാർത്ഥത്തിൽ പുലി പതുങ്ങിയിരിക്കുന്നതിന്റെ തന്നെയാണോ എന്ന് പരിശോധിച്ചറിയുവാൻ കാത്തുനിൽക്കുന്നതിനേക്കാൾ ജീവൻ രക്ഷിക്കാൻ ഉതകുന്നത്, അത് യഥാർത്ഥത്തിൽ പുലി പതുങ്ങിയിരിക്കുന്നതിന്റെ മാതൃകയാണെന്ന് വിശ്വസിച്ചുകൊണ്ട് ഓടുന്നതായിരിക്കുമല്ലോ. ആദിമമനുഷ്യൻ കാട്ടിലെ ഒരു പഴം തിന്നപ്പോൾ വിഷബാധയുണ്ടായെന്ന് സങ്കൽപ്പിക്കുക. ആ പഴത്തിന്റെ ഏകദേശ രൂപമാതൃകയിലുള്ള മറ്റൊന്ന് കണ്ടാലുടനെ അതും വിഷമയമാണെന്ന് വിശ്വസിച്ച് പഴം തിന്നാതെ ഉപേക്ഷിക്കുന്നു. രണ്ടാമതു കണ്ട പഴം വിഷമയമല്ലായിരിക്കാം. സാദൃശ്യം മൂലം രണ്ടും അപകടകരമാണെന്ന് വിശ്വസിക്കുന്നതാണ് മാന്ത്രികചിന്തയുടെ അടിസ്ഥാനത്തിലുള്ള വിശ്വാസം.

മാന്ത്രികചിന്ത ആദിമമനുഷ്യനിൽ മാത്രമല്ല ആധുനികമനുഷ്യരിലെ പ്രതിഭാശാലികളിൽ (genius) പോലുമുണ്ട്. ശാസ്ത്രജ്ഞരുടെ മാന്ത്രികചിന്ത ശാസ്ത്രപരീക്ഷണങ്ങളെ ബാധിക്കാറുണ്ടെന്ന് മനഃശാസ്ത്ര പരീക്ഷണങ്ങൾ തെളിയിച്ചിട്ടുണ്ട്. ശാസ്ത്രജ്ഞന്റെ മനസ്സിൽ രൂപംകൊള്ളുന്ന സിദ്ധാന്തം ശരിയാണോ തെറ്റാണോ എന്ന് നിഷ്പക്ഷതയോടെ പരീക്ഷിച്ചുനോക്കാൻ കഴിയാതെ വരുന്നു. തന്റെ മനസ്സിൽ രൂപംകൊണ്ട സിദ്ധാന്തം ശരിയാണെന്ന് തെളിയിക്കാനുള്ള പരീക്ഷണങ്ങളായിരിക്കും ശാസ്ത്രജ്ഞർ ആവിഷ്കരിക്കുക. ഇതാണ് സിദ്ധാന്തപക്ഷപാതം (hypothesis bias). സാധാരണ മനുഷ്യരാകട്ടെ സ്വന്തം മനസ്സിലുള്ള ധാരണകൾക്കും വിശ്വാസങ്ങൾക്കും എതിരായ തെളിവുകൾ നിരത്തിയാൽ പോലും അവ ഉപേക്ഷിക്കാൻ വിമുഖരാണ്. സ്ഥിതിവിവരക്കണക്കിന്റെ ശാസ്ത്രീയവശങ്ങളെക്കുറിച്ച് ഒന്നുമറിയാത്ത സാധാരണക്കാർ സ്ഥിതിവിവരക്കണക്കുകൾ കണ്ട് പല തെറ്റായ നിഗമനങ്ങളിലും എത്തിച്ചേരുന്നത് മാന്ത്രികചിന്തയുടെ അടിസ്ഥാനത്തിലാണ്. ഉദാഹരണത്തിന് ഒരു പ്രത്യേക സ്ഥലത്ത് ഏറ്റവും കൂടുതൽ അപകടങ്ങൾ സംഭവിച്ച ദിവസം ദുർദ്ദിനമാണെന്നു പറയാൻ അപകടങ്ങളുടെ കണക്കുകൾ ഉദ്ധരിക്കാമല്ലോ. അത് ഒരു പ്രത്യേക ദിവസം 'മോശം ദിവസ'മാണെന്ന വിശ്വാസത്തിന് കാരണമായേക്കാം. ഒബ്സസ്സീവ് കമ്പൽസീവ് ഡിസോർഡർ, സ്കിറ്റ്സോഫ്രീനിയ തുടങ്ങിയ മനോരോഗങ്ങളിൽ

മാന്ത്രികചിന്ത കൂടുതലാവുന്നു. കുട്ടികളിൽ മാന്ത്രികചിന്ത സാധാരണയായിത്തന്നെ കൂടുതലാണ്. ചില ചികിത്സാസമ്പ്രദായങ്ങൾ മാന്ത്രികചിന്തയുടെ അടിസ്ഥാനത്തിലാണ് വികസിപ്പിച്ചിട്ടുള്ളത്.

നരവംശശാസ്ത്രജ്ഞൻ ഫിലിപ്സ് സ്റ്റീവൻസിന്റെ അഭിപ്രായമനുസരിച്ച്, മാന്ത്രികചിന്ത എന്ന മാനസിക പ്രക്രിയയിൽ ഭൗതികപ്രതിഭാസങ്ങൾക്കതീതമായ ഒരു ശക്തിയാൽ എല്ലാം പരസ്പരബന്ധിതമാണ് എന്ന വിശ്വാസം ഉൾപ്പെടെ പല ഘടകങ്ങളുമുണ്ട്. പ്രതിരൂപങ്ങളായി സങ്കൽപ്പിക്കപ്പെടുന്ന വസ്തുക്കൾക്ക് ചില വിശേഷശക്തികളുണ്ടെന്ന് മാന്ത്രികചിന്ത സങ്കൽപ്പിക്കുന്നു. പ്രതിരൂപവും യഥാർത്ഥരൂപവും തമ്മിൽ ബന്ധപ്പെട്ടിരിക്കുന്നുവെന്നും അവയ്ക്കിടയിൽ രണ്ടിനെയും ബന്ധിപ്പിച്ചിരിക്കുന്ന ഒരു വിശേഷ ശക്തിയുണ്ടെന്നും ഉള്ള വിശ്വാസം ലോകത്തിലെ ബഹുഭൂരിപക്ഷം ജനതകൾക്കുമുണ്ടെന്നാണ് ഫിലിപ്പ് സ്റ്റീവൻസൻസ് പറയുന്നത്. പുണ്യാളന്മാരുടെ രൂപങ്ങളും തിരുശേഷിപ്പുകളും മനുഷ്യർക്ക് ശക്തിപകരുമെന്ന വിശ്വാസത്തിന്റെ അടിസ്ഥാനം മാന്ത്രികചിന്തയാണ്. അന്ധവിശ്വാസങ്ങളുടെ മാത്രമല്ല മതവിശ്വാസങ്ങളുടെയും അടിസ്ഥാനം മനുഷ്യമനസ്സിന്റെ മാന്ത്രികചിന്താപ്രവണതകളാണ്.

5

മനുഷ്യർ മരിക്കുമ്പോൾ ദൈവങ്ങളാകുന്നു

മതങ്ങളുടെ ഉത്ഭവത്തെക്കുറിച്ച് രണ്ടു സിദ്ധാന്തങ്ങളുണ്ട്. പൂർവ്വികരെ ആരാധിക്കുന്ന സമ്പ്രദായത്തിൽ നിന്നാണ് മതമുണ്ടായതെന്ന് ഒരു കൂട്ടർ വാദിക്കുമ്പോൾ പ്രകൃതിശക്തികളോടുള്ള ഭയഭക്തിബഹുമാനങ്ങളിൽ നിന്നാണ് മതം ഉണ്ടായതെന്ന് മറ്റൊരു കൂട്ടർ സമർത്ഥിക്കുന്നു. മതത്തിന് പ്രായോഗികവും ആശയപരവുമായ രണ്ടു തലങ്ങളുണ്ടെന്ന് ഒന്നാമധ്യായത്തിൽ സൂചിപ്പിച്ചല്ലോ. ദൈവങ്ങളുടെയും മതങ്ങളുടെയും ഉത്ഭവം സംബന്ധിച്ചുള്ള രണ്ടഭിപ്രായങ്ങൾ യഥാർത്ഥത്തിൽ വിരൽ ചൂണ്ടുന്നത് ആശയതലത്തിൽ മാത്രമുള്ള വിശ്വാസപ്രമാണങ്ങളുടെയും പ്രായോഗികതലത്തിലുള്ള ഉപാസനാക്രമങ്ങളുടെയും ഉത്ഭവം സംബന്ധിച്ചുള്ള അഭിപ്രായങ്ങളാണ്. അതുകൊണ്ട് രണ്ടു സിദ്ധാന്തങ്ങളും മതങ്ങളുടെ ഉത്ഭവത്തിൽ പ്രസക്തമാണ്.

മനുഷ്യൻ മരിച്ചാലും ജീവിതം അവസാനിക്കുന്നില്ല, മറ്റൊരു രൂപത്തിൽ ജീവിതം തുടരുന്നു എന്ന ധാരണയിൽ നിന്നാണ് ദൈവങ്ങളുടെ ആദിരൂപം ഉണ്ടായത്. മരിച്ചതിനുശേഷം അദൃശ്യരായി ജീവിതം തുടരുന്നവരെ ആദരിക്കുകയും ബഹുമാനിക്കുകയും ചെയ്യുന്ന പ്രവർത്തനങ്ങളിൽ നിന്നാണ് മതാചാരങ്ങളും ഉപാസനാക്രമങ്ങളും വികസിച്ചത്. മരിച്ചിട്ടും ജീവിതം തുടരുന്നവരെക്കുറിച്ചുള്ള ഭാവനകളിൽ നിന്നാണ് പുരാവൃത്തങ്ങളും സംഘടിതമതങ്ങളുടെ ദൈവശാസ്ത്രങ്ങളും ഉണ്ടായത്. പത്തൊമ്പതാം നൂറ്റാണ്ടിൽ ലോകത്തിന്റെ എല്ലാ ഭാഗങ്ങളിലും മിഷണറി പ്രവർത്തനങ്ങൾ നടത്തിയ പാതിരി ഡഫ് മക്ഡൊണാൾഡ് ആഫ്രിക്കയിലെ തന്റെ അനുഭവങ്ങൾ വിവരിക്കുന്ന ഗ്രന്ഥമാണ് *Africanus*. അതിലദ്ദേഹം എഴുതി:

> മനുഷ്യന്റെ മരണത്തിനുശേഷം ആത്മാവ് (spirit) എന്ന് അവർ വിളിക്കുന്ന എന്തോ ഒന്ന് ഉണ്ടെന്ന് എല്ലാ ഗോത്രങ്ങളും ഒരു

പോലെ വിശ്വസിക്കുന്നു. മരണസമയത്ത് ആത്മാവ് ശരീരത്തെ ഉപേക്ഷിക്കുന്നുവെന്നാണവർ പറയുന്നത്. മരിച്ചവരുടെ ആത്മാവ് എന്നെങ്കിലും മരിക്കുമോ എന്ന് ചോദിച്ചപ്പോൾ ചീത്ത ആത്മാക്കൾ കൊല്ലപ്പെടാനുള്ള സാധ്യത ഉണ്ടെന്നായിരുന്നു ചിലരുടെ മറുപടി. എന്നാൽ ചിലർ പറഞ്ഞത് ആത്മാക്കൾ ഒരിക്കലും മരിക്കുന്നില്ലെന്നാണ്. കുംബാമഗോത്രക്കാർ പറഞ്ഞത് അവർക്കറിഞ്ഞുകൂടെന്നാണ്. കാരണം അവർ ആത്മാക്കളുടെ ലോകത്ത് പോയിട്ടില്ലത്രേ. ആരാണ് അവരുടെ ദൈവം എന്നു ചോദിച്ചപ്പോൾ 'മുലുംഗ്വ' ആണെന്ന് പറഞ്ഞു. എന്നാൽ മരിച്ചവരുടെ ആത്മാക്കളെയും അവർ മുലുംഗ്വ എന്നു തന്നെയാണ് വിളിക്കാറ്. എവിടെയാണ് മുലുംഗ്വ വസിക്കുന്നതെന്ന ചോദ്യത്തിനു വ്യക്തമായ മറുപടിയില്ലായിരുന്നു. മരിച്ച ആളിനെ മറവുചെയ്ത പരിസരത്തുതന്നെ മുലുംഗ്വ വസിക്കും എന്നായിരുന്നു ചിലരുടെ മറുപടി. ഗോത്രാംഗങ്ങൾ മുലുംഗ്വയോട് പല ആവശ്യങ്ങളും ഉന്നയിക്കാറുണ്ട്. ഒരാളുടെ മുലുംഗ്വ വസിക്കുന്നത് അയാൾ ജീവിച്ചിരുന്നപ്പോൾ താമസിച്ചിരുന്ന വീടിനു മുമ്പിൽ നിൽക്കുന്ന വലിയ മരത്തിലാണെന്നായിരുന്നു അയാളുടെ ബന്ധുക്കൾ പറഞ്ഞത്. പലപ്പോഴും മരിച്ച ആളിന്റെ മുലുംഗ്വയുടെ വിശപ്പകറ്റാൻ ഭക്ഷണപാനീയങ്ങൾ അയാൾ ജീവിച്ചിരുന്നപ്പോൾ കിടന്നിരുന്ന കട്ടിലിനടിയിൽ വച്ചുകൊടുക്കാറുണ്ടായിരുന്നു. ഗോത്രത്തിന്റെ തലവനായിരുന്ന ആളിന്റെ മുലുംഗ്വ തൊട്ടടുത്തുള്ള കുന്നിലാണ് വസിക്കുന്നതെന്ന് ഗോത്രക്കാർ പറഞ്ഞു (*The Evolution of the Idea of God* page. 18,19).

വൃക്ഷങ്ങൾ, മലകൾ, സൂര്യൻ, ചന്ദ്രൻ തുടങ്ങിയ പ്രാകൃതികഘടകങ്ങളെ മനുഷ്യൻ ആരാധിച്ചു തുടങ്ങിയതെങ്ങനെയെന്നതിന്റെ സൂചനയും മക്ഡൊണാൾഡിന്റെ വിവരണത്തിലുണ്ട്. ഇംഗ്ലീഷ് തത്വചിന്തകനായ ഹെർബർട്ട് സ്പെൻസറും ലോകത്തിന്റെ വിവിധ ഭാഗങ്ങളിലുള്ള ജനങ്ങൾ മരിച്ചവരുടെ ആത്മാക്കളെ ആരാധിക്കുന്നതിനെക്കുറിച്ച് വിശദീകരിച്ചിട്ടുണ്ട്. നരവംശശാസ്ത്രജ്ഞരുടെ വിവരണങ്ങൾ ഒരു കാര്യം അസന്ദിഗ്ദ്ധമായി തെളിയിക്കുന്നു: മരിച്ചവരുടെ ആത്മാക്കളാണ് കാലാന്തരത്തിൽ ദൈവങ്ങളായി പരിണമിക്കുന്നത്.

ആദിമമനുഷ്യരുടെ മരണാനന്തരജീവിതത്തെക്കുറിച്ചുള്ള ധാരണകൾ മൂന്നു ഘട്ടങ്ങളിലൂടെ പരിണമിച്ചാണ് വിവിധ മതങ്ങളുടെ വിശ്വാസപ്രമാണങ്ങളുടെ രൂപത്തിലായതെന്ന് ഗ്രാന്റ് അല്ലൻ സമർത്ഥിക്കുന്നു. ആദ്യഘട്ടത്തിൽ അതായത് പുരാതനശിലായുഗത്തിന്റെ ആരംഭത്തിൽ മരണം എന്താണെന്ന് മനുഷ്യൻ ശരിയാംവണ്ണം മനസ്സിലാക്കിയിരുന്നില്ലെന്ന് വേണം അനുമാനിക്കാൻ. മനുഷ്യന്റെ ശരീരത്തിൽ നിന്നും ജീവൻ നഷ്ടപ്പെട്ടാലും ശരീരത്തോടുകൂടിയുള്ള ജീവിതം തുടരുന്നുവെന്നായിരുന്നു ധാരണ. ചില വാനരന്മാർ കൈക്കുഞ്ഞിന്റെ ജീവൻ പോയാലും അത് മനസ്സിലാക്കാതെ ചത്ത കുഞ്ഞിനെയും നെഞ്ചിലേറ്റിക്കൊണ്ട്

സഞ്ചരിക്കാറുണ്ട്. മരണവും ജീവിതവും തമ്മിലുള്ള വ്യത്യാസത്തെക്കുറിച്ചുള്ള തിരിച്ചറിവ് മനുഷ്യനും അത്രമാത്രമേ ഉണ്ടായിരുന്നുള്ളു. മരിച്ചുപോയ മനുഷ്യന്റെ ശരീരം ചീഞ്ഞഴുകിയും ദ്രവിച്ചും ഇല്ലാതാകുന്നത് നിരീക്ഷിച്ച മനുഷ്യൻ മരണത്തോടെ ശരീരത്തോടെയുള്ള ജീവിതം അവസാനിച്ചുവെന്ന് ക്രമേണ മനസ്സിലാക്കി. ശരീരം ഇല്ലാത്ത മനുഷ്യർ അശരീരികളായി, അദൃശ്യരായി ജീവിതം തുടരുന്നുണ്ടെന്നുള്ള ധാരണയുണ്ടായിരുന്നു. ഇതാണ് മരണാനന്തരജീവിതത്തെക്കുറിച്ചുള്ള വിശ്വാസത്തിന്റെ രണ്ടാം ഘട്ടം. ജീവിതം അനന്തമായി തുടരണമെന്ന മനുഷ്യന്റെ ആഗ്രഹമാണ് മരണാനന്തരജീവിതം ഉണ്ടെന്നുള്ള വിശ്വാസത്തിന്റെ അടിസ്ഥാനം. മരണാനന്തര ജീവിതസങ്കൽപ്പനത്തിന്റെ മൂന്നാംഘട്ടം മനുഷ്യന്റെ ആത്മാവും ശരീരവും ഭിന്നങ്ങളായ സ്വത്വങ്ങളാണെന്നും ആത്മാവ് അനശ്വരമാണെന്നും ഉള്ള വിശ്വാസമാണ്.

പുരാതനമനുഷ്യർ മൃതശരീരങ്ങൾ കൈകാര്യം ചെയ്തിരുന്ന രീതികളിലേക്ക് വെളിച്ചംവീശുന്ന നിരവധി തെളിവുകൾ പുരാവസ്തുഗവേഷണങ്ങളിൽനിന്നു ലഭിച്ചിട്ടുണ്ട്. ശവശരീരം കൈകാര്യം ചെയ്യുന്ന രീതികളിൽ നിന്നാണ് മരണാനന്തരജീവിതത്തെക്കുറിച്ചുള്ള മനുഷ്യന്റെ വിശ്വാസങ്ങളുടെ പരിണാമം മനസ്സിലാക്കിയത്. മരിച്ചാലും ശരീരത്തോടുകൂടി ജീവിതം തുടരുന്നു എന്ന ധാരണയുണ്ടായിരുന്ന ഘട്ടത്തിൽ മൃതശരീരം അതേപടി സൂക്ഷിക്കുക പതിവായിരുന്നു. ലോകത്തിന്റെ ചില ഭാഗങ്ങളിൽ മൃതശരീരം ഉണക്കിസൂക്ഷിക്കുന്ന പതിവും (mummification) നിലവിൽ വന്നു. തെക്കേ അമേരിക്കയിലെ പെറുവിലും ഈജിപ്തിലും ഈ സമ്പ്രദായം നിലവിലുണ്ടായിരുന്നു. ഭരണാധികാരികളുടെ ശവങ്ങൾ ഒരിക്കലും നശിക്കാതിരിക്കാൻ രാസപ്രയോഗങ്ങൾ ചെയ്തു സൂക്ഷിക്കുകയും ശവകുടീരങ്ങൾക്കു മുകളിൽ വലിയ എടുപ്പുകൾ (പിരമിഡുകൾ) പണിയുകയും ചെയ്തു. ഈ സമ്പ്രദായത്തിന്റെ ഏറ്റവും ലളിതമായ രീതി ഒരാൾ താമസിച്ചിരുന്ന വീട്ടിൽ തന്നെ മൃതശരീരവും സൂക്ഷിക്കലാണ്. പല ആദിവാസി സമൂഹങ്ങളിലും ഈ സമ്പ്രദായം ആധുനികയുഗത്തിൽ പോലും നിലനിൽക്കുന്നുണ്ട്. ന്യൂ ഗിനിയിലെ ഒരു സ്ത്രീ മരിച്ച ഭർത്താവിന്റെ മൃതശരീരം സ്വന്തം കുടിലിൽതന്നെ സൂക്ഷിക്കുകയും ഇടയ്ക്ക് അതിനെ സന്ദർശിച്ച് ചുംബിക്കുകയും ഭക്ഷണപാനീയങ്ങൾ നൽകുകയും ചെയ്തത് ഗ്രാന്റ് അല്ലെൻ വിവരിക്കുന്നുണ്ട് (*The Evolution of the Idea of God*. page 34). ആസ്ട്രേലിയയിലെയും ആൻഡമാൻ നിക്കോബാർ ദ്വീപുകളിലെയും ആദിവാസികൾ ശവശരീരങ്ങൾ ഒരു മഞ്ചത്തിന്മേൽവച്ചാണ് കുടിലിൽ സൂക്ഷിക്കാറ്. ശാന്തസമുദ്രത്തിലെ ചില ദ്വീപുകളിലുള്ളവർ ശവശരീരം വൃക്ഷത്തിന്മേൽ സൂക്ഷിക്കാറുണ്ട്. അമേരിക്കയിലെ റെഡ് ഇന്ത്യാക്കാർ മൃതശരീരങ്ങൾ ഉയർന്ന പീഠത്തിന്മേലാണ് സൂക്ഷിക്കുന്നതെന്ന് ഹെർബർട്ട് സ്പെൻസർ *Principles of Sociology* എന്ന ഗ്രന്ഥത്തിൽ ചൂണ്ടിക്കാട്ടുന്നു.

മരണത്തോടെ ശരീരത്തിന്റെ ജീവിതം അവസാനിച്ചുവെന്ന് കാലക്രമേണ മനസ്സിലാക്കിയ മനുഷ്യൻ ശരീരത്തിൽ ഒരു ആത്മാവ് കുടി

കൊണ്ടിരുന്നുവെന്നും ആ ആത്മാവ് തുടർന്ന് ജീവിക്കുന്നുവെന്നും വിശ്വസിക്കാൻ തുടങ്ങി. ഈ ഘട്ടത്തിലാണ് മൃതശരീരം മറവുചെയ്യാൻ തുടങ്ങിയത്. മൃതശരീരങ്ങൾ ഗുഹകളിലും നന്നങ്ങാടികളിലും സൂക്ഷിക്കുന്ന പതിവ് മറവുചെയ്യൽ സമ്പ്രദായത്തിന്റെ മുന്നോടിയാണ്. മണ്ണിൽ കുഴിച്ചിടുന്ന രീതി നിലവിൽ വന്നതോടൊപ്പം മരണാനന്തരം അദൃശ്യരായി ജീവിതം തുടരുന്ന ആത്മാവുകൾക്ക് ആഹാരവും വെള്ളവും കുഴിമാടങ്ങൾക്കരികിൽവച്ചു കൊടുക്കുന്ന സമ്പ്രദായവും ഉണ്ടായി. മരിച്ച ആളിനെ തിരിച്ചറിയാൻ കുഴിമാടങ്ങളിൽ സ്മാരകശിലകളോ സ്തൂപങ്ങളോ സ്ഥാപിക്കുമായിരുന്നു. മരിച്ച ആൾ പിന്നീടെപ്പോഴെങ്കിലും പഴയ ശരീരത്തോടൊപ്പം ഉയിർത്തെഴുന്നേൽക്കുന്നു എന്ന വിശ്വാസം ചില സമൂഹങ്ങളിലുണ്ടായിരുന്നു. സെമിറ്റിക് മതങ്ങൾ ഈ വിശ്വാസം ഇപ്പോഴും നിലനിറുത്തുന്നുണ്ട്. മരണത്തോടെ ശരീരം നഷ്ടപ്പെട്ട ആത്മാവ് ശരീരമില്ലാതെ അനന്തകാലം ജീവിക്കുമെന്ന വിശ്വാസമാണ് ചില സമൂഹങ്ങളിലുള്ളത്. ആത്മാവിന്റെ അനശ്വരതയിലും പുനർജ്ജന്മത്തിലും (ഉയിർത്തെഴുന്നേൽപ്പല്ല) വിശ്വസിക്കുന്നവർ ശവശരീരം കത്തിച്ചു ചാമ്പലാക്കി നദികളിലും ജലാശയങ്ങളിലും ഒഴുക്കുന്ന സമ്പ്രദായം സ്വീകരിച്ചു.

മരിച്ചവരുടെ ആത്മാവുകൾ എങ്ങനെയൊക്കെയാണ് ദൈവങ്ങളായി വളരുന്നതെന്ന് ഹെർബർട്ട് സ്പെൻസർ *പ്രിൻസിപ്പിൾസ് ഓഫ് സോഷ്യോളജി*യിൽ വിവരിക്കുന്നുണ്ട്. മരിച്ചാലും ശരീരത്തോടെ ജീവിതം തുടരുന്നുവെന്ന് ധരിച്ച ഘട്ടത്തിൽ ദൈവങ്ങൾ ഉണ്ടായിരുന്നില്ല. മരിച്ച ആളിനെ ആദരിക്കുന്ന ചില ചടങ്ങുകൾ നടത്തിയിരുന്നെങ്കിലും മരിച്ചയാൾക്ക് ഉയർന്ന സ്ഥാനങ്ങളൊന്നും കൽപ്പിച്ചിരുന്നില്ല. മരിച്ച ആളുടെ ആത്മാവ് ജീവിതം തുടരുന്നുവെന്ന് വിശ്വസിച്ച ഘട്ടത്തിൽ അദൃശ്യരായ ആത്മാക്കളെ ആദരിക്കുന്ന ചടങ്ങുകൾ നടത്തി. ഗോത്രത്തലവന്മാരുടെയും കുലപതികളുടെയും ആത്മാക്കൾ ഗോത്രത്തിലെ അല്ലെങ്കിൽ കുലത്തിലെ എല്ലാവരുടെയും ആദരങ്ങൾക്കു പാത്രമായി. വർഗ്ഗവിഭജനം സമൂഹത്തിലുണ്ടായപ്പോൾ അധികാരസ്ഥാനങ്ങളുണ്ടായി. അധികാരസ്ഥാനങ്ങളിലുണ്ടായിരുന്നവർ മരിച്ചപ്പോൾ അവരുടെ ആത്മാക്കൾ തുടർന്നും അധികാരം കൈയാളുമെന്ന് കരുതി ഭയപ്പെടുകയും പ്രീതിപ്പെടുത്താൻ ശ്രമിക്കുകയും ചെയ്തു. ഈ ആത്മാക്കളാണ് പിന്നീട് ദൈവങ്ങളായി വളർന്നത്. ദൈവത്തിന്റെ സ്വാധീനമേഖലയും ഗോത്രത്തലവന്റെയോ രാജാവിന്റെയോ അധികാരാതിർത്തിയും ഒന്നായിരുന്നു. നാഗരികതകൾ വികസിക്കുകയും സാമ്രാജ്യങ്ങൾ സ്ഥാപിക്കുകയും ചെയ്തപ്പോൾ ദൈവങ്ങളുടെ സ്വാധീനമേഖലകളും മഹത്വങ്ങളും വർധിച്ചു. ഈ ഘട്ടത്തിലൊന്നും സർവ്വശക്തനും സർവ്വവ്യാപിയും പ്രപഞ്ചസ്രഷ്ടാവും ആയ ദൈവം ഉണ്ടായിരുന്നില്ല. ഗ്രീക്ക്, റോമൻ, അസ്സിറിയൻ, ബാബിലോണിയൻ, ഈജിപ്ഷ്യൻ നാഗരികതകൾക്കുപോലും മനുഷ്യന്റെ അധികാരപരിധിക്കു പുറത്ത് അധികാരം പ്രയോഗിക്കുന്ന ഈശ്വരന്മാർ ഉണ്ടായിരുന്നില്ല. ഏകദൈവവിശ്വാസം രൂപപ്പെട്ടതോടെയാണ് സർവ്വ

ശക്തനും സർവ്വജ്ഞാനിയും സർവ്വവ്യാപിയും പ്രപഞ്ചസ്രഷ്ടാവും നിയന്താവുമായ ദൈവം എന്ന സങ്കൽപ്പം മനുഷ്യന്റെ മനസ്സിൽ ഉദിച്ചത്.

ദൈവങ്ങളുടെ പാർപ്പിടങ്ങളായ ദേവാലയങ്ങൾ രൂപപ്പെട്ടതും പല വിധത്തിലാണ്. മിക്കവാറും മതങ്ങളുടെ ദേവാലയങ്ങൾ ജഡം മറവുചെയ്ത കുഴിമാടങ്ങളിൽ നിന്നാണുയർന്നുവന്നതെന്ന് ഹെർബർട്ട് സ്പെൻസർ അഭിപ്രായപ്പെട്ടു. ലോകം മുഴുവൻ സഞ്ചരിച്ച് എല്ലാ മതങ്ങളുടെയും ദേവാലയങ്ങളെക്കുറിച്ച് പഠനം നടത്തിയ നരവംശശാസ്ത്രജ്ഞൻ വില്യം സിംപ്സണിന്റെയും അഭിപ്രായം ഇതുതന്നെയാണ്. ശവശരീരങ്ങൾ സൂക്ഷിച്ച ഗുഹകളാണ് ആദ്യകാല ക്ഷേത്രങ്ങൾ. ശ്രീലങ്കയിലെ വെദ്ദഗോത്രക്കാരുടെ ഗുഹാക്ഷേത്രങ്ങൾ ഇപ്പോഴും സജീവമാണ്. പുരാവസ്തുഗവേഷകർ കണ്ടെത്തിയ ഗുഹാചിത്രങ്ങൾ ആദ്യകാല ക്ഷേത്രാലങ്കാരങ്ങളാണ്. ഗുഹാക്ഷേത്രങ്ങളുടെ അലങ്കാരത്തിനായി ചിത്രങ്ങൾ രചിക്കുകയും കൊത്തുപണികൾ ചെയ്യുകയും ചെയ്തു. ഇന്ത്യയിലെ എല്ലോറയും അജന്തയും കാലത്തെ അതിജീവിച്ചു നിൽക്കുന്നു.

ഇടയ്ക്കൽ ഗുഹയിലെ കൊത്തുപണി

ചില ഗോത്രങ്ങളിൽ പ്രധാനികൾ മരിക്കുമ്പോൾ താമസിച്ചിരുന്ന ഭവനത്തിൽ തന്നെ മൃതദേഹം സൂക്ഷിക്കുകയും മറ്റുള്ളവർ താമസം മാറ്റുകയും ചെയ്തിരുന്നു. മൃതദേഹമിരിക്കുന്ന ഭവനം ക്രമേണ ആരാധനാലയമായി മാറുന്നു. പ്രകൃതിദത്തമായ ഗുഹകളിലും ചെറുഭവനങ്ങളിലും നിന്നാരംഭിച്ച് രാജ്യങ്ങളും സാമ്രാജ്യങ്ങളും വളർന്നതനുസരിച്ച് ക്ഷേത്രങ്ങളും വളരുകയാണുണ്ടായത്. ലിപിയുടെ കണ്ടുപിടുത്തവും ചിത്ര, ശിൽപ്പകലകളുടെ വളർച്ചയും ക്ഷേത്രങ്ങളുടെ വളർച്ചയുമായി ബന്ധപ്പെട്ടാണ് സംഭവിച്ചത്. ഈജിപ്തിലെയും പെറുവിലെയും പിരമിഡുകൾ ക്ഷേത്രങ്ങൾകൂടി ആയിരുന്നു. രാജാവ് ദൈവമാണെന്ന വിശ്വാസം ഉണ്ടായതോടെ പിരമിഡുകളുടെ വലിപ്പവും പ്രാധാന്യവും വർധിച്ചു. രാജാവ് ജീവിച്ചിരിക്കുമ്പോൾതന്നെ സ്വന്തം മൃതദേഹം സൂക്ഷിക്കാനുള്ള പിരമിഡ് പണിയുകയും അലങ്കരിക്കുകയും ചെയ്യുന്ന സമ്പ്രദായം ഈജിപ്തിലുണ്ടായിരുന്നു. ക്ഷേത്രങ്ങളുടെ പകിട്ടും വലിപ്പവും ആരാധകരെ കൂടുതൽ ആകർഷിക്കുകയും അവരുടെ വിശ്വാസം ദൃഢീകരിക്കുകയും ചെയ്യും. രാജാക്കന്മാരുടെ ശക്തിയും രാജ്യങ്ങളുടെ വിസ്തൃതിയും വർധിക്കുന്നതനുസരിച്ച് ക്ഷേത്രങ്ങളുടെ വലിപ്പവും വർധിച്ചു. സാമ്രാജ്യങ്ങൾ തകർന്നപ്പോൾ ക്ഷേത്രങ്ങളും തകർന്നു. പൗരാണിക നാഗരികതകൾ കെട്ടിപ്പൊക്കിയ ആരാധനാലയങ്ങൾ ചരിത്രാവശിഷ്ടങ്ങളായി.

ക്ഷേത്രങ്ങളുടെ ഉത്ഭവംപോലെതന്നെ ദൈവങ്ങളുടെ പ്രതിരൂപങ്ങളായ വിഗ്രഹങ്ങൾ രംഗപ്രവേശം ചെയ്തതും ഭിന്നമാർഗ്ഗങ്ങളിലൂടെയാണ്. മനുഷ്യന്റെ കലാവിരുതുകൾ വികസിച്ചിട്ടില്ലാതിരുന്നപ്പോൾ അന്തരിച്ച ഗോത്രത്തലവന്റെയും രാജാവിന്റെയും സ്മരണ രണ്ടോ മൂന്നോ തലമുറകൾ മാത്രമേ നീണ്ടുനിന്നുള്ളൂ. പരേതന്റെ ശരീരം ഉണക്കിസൂക്ഷിക്കാൻ തുടങ്ങിയപ്പോൾ അയാളെക്കുറിച്ചുള്ള ഓർമ്മകൾ കൂടുതൽ കാലം നിലനിന്നു. ഈജിപ്തിൽ രാജാവ് ദൈവമാണെന്ന് വിശ്വസിക്കാൻ തുടങ്ങിയതും രാജാക്കന്മാരുടെ ശവശരീരങ്ങൾ ഉണക്കിസൂക്ഷിക്കാൻ തുടങ്ങിയതും ആദ്യകാല സാമ്രാജ്യത്തിന്റെ ഘട്ടത്തിൽ (Early Empire Period) ആണ്. അന്നത്തെ രാജാക്കന്മാരുടെ മമ്മികളുടെ ആരാധന സാമ്രാജ്യത്വത്തിന്റെ അവസാനഘട്ടമായ ടോളമി രാജവംശത്തിന്റെ കാലംവരെ നീണ്ടുനിന്നു. ഈജിപ്തിലും പെറുവിലും ദൈവങ്ങളുടെ വിഗ്രഹങ്ങൾ ഉണ്ടാക്കേണ്ട ആവശ്യം ഉണ്ടായില്ല. ഉണക്കിയ ശവശരീരങ്ങൾ തന്നെയായിരുന്നു ആരാധനാമൂർത്തികൾ. ശവം ഉണക്കി സൂക്ഷിക്കുന്ന പതിവില്ലാതിരുന്ന സമൂഹങ്ങളിൽ പരേതന്റെ സ്മരണ നിലനിർത്താനായി അയാളുടെ രൂപത്തോട് സാദൃശ്യമുള്ള രൂപങ്ങൾ നിർമ്മിച്ച് ആരാധന നടത്തി. പരേതന്റെ ആത്മാവ് ആ രൂപത്തിലേക്ക് പ്രവേശിക്കുമെന്ന മാന്ത്രികചിന്തയായിരുന്നു ആരാധനാവിഗ്രഹങ്ങളുടെ ഉത്ഭവത്തിനു പിന്നിൽ. പ്രകൃതിശക്തികൾക്ക് മനുഷ്യത്വം ആരോപിക്കാൻ (Anthropomorphism) തുടങ്ങിയപ്പോൾ മനുഷ്യരുടെ രൂപങ്ങളിൽ പ്രപഞ്ചഘടകങ്ങളുടെയും പ്രകൃതിശക്തികളുടെയും രൂപങ്ങൾ നിർമ്മിക്കാൻ തുടങ്ങി. പൂർവ്വികരുടെ ആത്മാവുകൾ മനുഷ്യാരോപിത പ്രകൃതിശക്തികളുമായി താദാത്മ്യം പ്രാപിക്കുന്നതായും വിശ്വസിച്ചു. ഈജിപ്തിലെ ഭരണാധികാരി (ഫറോവ) സൂര്യദേവന്റെ പ്രതിരൂപമാണെന്നായിരുന്നു വിശ്വാസം. ഇത്തരത്തിലുള്ള വിശ്വാസത്തിന്റെ അടിസ്ഥാനത്തിലാണ് ഗ്രീസ്, റോം, ബാബിലോണിയ (ഇന്നത്തെ ഇറാക്ക്), ഹാരപ്പ, മോഹൻജദാരോ (സിന്ധുതടം) തുടങ്ങിയ സംസ്കാരങ്ങളുടെ വലിയ വിഗ്രഹങ്ങളും കളിമൺ മുദ്രകളും (terracotta seals) രൂപപ്പെടുത്തിയത്. വിഗ്രഹങ്ങളുടെ ആദിരൂപങ്ങളാണ് ഗ്രീസിലെ ഹെർമിസ് ദേവന്റെ രൂപമായ ഹെർമെയും (Hermae) എഫിസസിലെ ആർട്ടെമിസും. പുരാണേതിഹാസങ്ങൾ വളർന്നപ്പോൾ അതിലെ കഥാപാത്രങ്ങളുടെ രൂപങ്ങളും

ഗ്രീസിലെ ഹെർമേ

നിർമ്മിക്കാൻ തുടങ്ങി. അരൂപികളായ ദൈവങ്ങളെയും ആത്മാക്കളെയും പ്രതിമകളിലേക്കും ചില വസ്തുക്കളിലേക്കും ആവാഹിക്കാൻ കഴിയുമെന്ന മാന്ത്രികചിന്ത തന്നെയാണ് ആധുനിക സമൂഹങ്ങളിലും വിഗ്രഹാരാധനയുടെ അടിസ്ഥാനം. വിഗ്രഹങ്ങൾ പ്രതിഷ്ഠിക്കാനും വിഗ്രഹങ്ങളിലേക്ക് ദേവീദേവന്മാരെ ആവാഹിക്കാനും പുരോഹിതന്മാർ വേണം. ആദ്യത്തെ പുരോഹിതൻ മരിച്ച ആളിന്റെ അനന്തരാവകാശികളിൽ ഒരാളായിരുന്നു. ഇയാളാണ് മരിച്ച ബന്ധുവിന് കുടിക്കാൻ മദ്യവും ഭക്ഷിക്കാൻ ആഹാരവും നൽകിയത്. വല്ലപ്പോഴുമൊക്കെ മാംസം ഭക്ഷിക്കാനും രക്തം കുടിക്കാനും മൃഗങ്ങളെ കൊന്നതും (ബലികർമ്മം) അയാൾ തന്നെ. പിൽക്കാലത്ത് പുരോഹിതനും ഭരണാധികാരിയും ഒരാൾ തന്നെയാകുന്ന സമ്പ്രദായവും ലോകത്തിന്റെ വിവിധഭാഗങ്ങളിൽ നിലവിൽ വന്നു. ഫ്രേസർ *The Golden Bough* എന്ന ഗ്രന്ഥത്തിൽ എഴുതി: "രാജകീയാധികാരങ്ങളും പൗരോഹിത്യ ചുമതലകളും സംയോജിപ്പിക്കുന്നത് പുരാതന ഗ്രീസിലും റോമിലും സാധാരണമായിരുന്നു. ഇറ്റലിയിലെ പല നഗരങ്ങളിലും റോമിലും യാജ്ഞിക രാജാവ് അഥവാ യജ്ഞ കർമ്മങ്ങൾ ചെയ്യുന്ന രാജാവ് (Rex Sacrificulus or Rex Sacrorum) എന്ന പേരിലറിയപ്പെട്ടിരുന്ന പുരോഹിതന്മാരുണ്ടായിരുന്നു. അദ്ദേഹത്തിന്റെ പത്നി യജ്ഞകർമ്മങ്ങളുടെ രാജ്ഞി എന്ന പേരിലും അറിയപ്പെട്ടു. റിപ്പബ്ലിക്കായിരുന്ന ഏഥൻസിൽ രാഷ്ട്രത്തിന്റെ രണ്ടാം മജിസ്ട്രേറ്റിനെ രാജാവ് എന്നാണ് വിളിച്ചിരുന്നത്. അദ്ദേഹത്തിന്റെ പത്നി രാജ്ഞി എന്നും അറിയപ്പെട്ടു. മതാചാരച്ചടങ്ങുകൾക്ക് നേതൃത്വം കൊടുക്കലായിരുന്നു രണ്ടുപേരുടെയും ജോലി. മറ്റു ഗ്രീക്ക് നഗരരാഷ്ട്രങ്ങളിലും രാജാവ് എന്ന സ്ഥാനപ്പേരുള്ള പുരോഹിതന്മാരുണ്ടായിരുന്നു. റോമിൽ ഒരു രാജാവിനെ സ്ഥാനഭ്രഷ്ടനാക്കിയാൽ ആദ്യം ഒരു യാജ്ഞിക രാജാവിനെ നിയമിക്കുന്നു. കാരണം പുതുതായി നിയമിക്കുന്ന രാജാവിനെ അഭിഷേകം ചെയ്യേണ്ടത് ഇദ്ദേഹമാണ്." ലോകത്തിന്റെ വിവിധഭാഗങ്ങളിൽ രാജാധികാരവും പൗരോഹിത്യവും ഒരാളിൽ കേന്ദ്രിതമാകുന്നതിന്റെ ഉദാഹരണങ്ങൾ ഫ്രേസർ വിവരിക്കുന്നുണ്ട്.

എഫീസസിലെ ആർട്ടെമിസ്

ലിപി കണ്ടുപിടിക്കാൻ മുൻകൈയെടുത്തത് പുരോഹിതന്മാരായിരുന്നു. ഈ വസ്തുത വെളിവായത് ഈജിപ്തിലെയും സുമേറിയയിലെയും പുരാതനമതങ്ങളെക്കുറിച്ചുള്ള പഠനങ്ങളിൽ നിന്നാണ്. രാജാവും ദൈവവുമായിരുന്ന ആൾ മരിക്കുമ്പോൾ പുരോഹിതന് അയാളുമായി

ആശയവിനിമയം നടത്താനാണ് ചിത്രലിപികൾ ഉപയോഗിച്ചത്. പുരോഹിതന്മാർ വേദങ്ങളുടെ സൂക്ഷിപ്പുകാരും വ്യാഖ്യാതാക്കളുമായതിന്റെ തുടക്കം ഇവിടെയാണ്. പ്രശസ്ത ചരിത്രകാരൻ ഡോ. കെ എൻ പണിക്കർ എഴുതി:

പുരോഹിത രാജശിൽപ്പം

> നിലവിലുള്ള ആചാരങ്ങളെയും അനുഷ്ഠാനങ്ങളെയും വിശദീകരിക്കാനും പുതിയവയെ സൃഷ്ടിക്കാനുമുള്ള അധികാരം അവരുടെ കൈകളിലായിരുന്നു. മതവ്യവസ്ഥയെ സൃഷ്ടിച്ചതും നിയന്ത്രിച്ചതും അവരായിരുന്നുവെന്നർത്ഥം. ഫ്യൂഡൽവർഗ്ഗത്തിന്റെ അധികാരം നിലനിർത്താനും പുരോഹിതവർഗ്ഗത്തിന്റെ താൽപ്പര്യം സംരക്ഷിക്കാനുമുള്ള ഉപകരണമായി അവർ മതവ്യവസ്ഥയെ വാർത്തെടുത്തു. മതവിശ്വാസികൾ മതവ്യവസ്ഥയുടെ സംരക്ഷകരായ പുരോഹിതന്മാരുടെ ആജ്ഞാനുവർത്തികളായി മതാചാരങ്ങളെയും അനുഷ്ഠാനങ്ങളെയും അവരുടെ ജീവിതത്തിന്റെ ഭാഗമാക്കി (മതത്തിന്റെ സ്വഭാവ പരിണാമം - *ദേശാഭിമാനി*, ജനുവരി 26, 2008).

ആദിമസമൂഹങ്ങളിൽ ഗോത്രത്തലവന്മാരും രാജാക്കന്മാരും മരിച്ചപ്പോൾ അവരുടെ ആത്മാക്കളെ ആരാധിക്കുകയും ആദരിക്കുകയും ചെയ്തതിനൊപ്പം അവരുടെ അധികാരത്തിന്റെ അടയാളം കൂടിയായിരുന്ന കുലചിഹ്നത്തിന്റെയും ആരാധനാമൂർത്തിയാക്കി. കുലചിഹ്നത്തിനാധാരമായ മൃഗത്തെ പവിത്രമൃഗമായി കരുതി ആരാധിച്ചു. പുരാതന ഈജിപ്തിൽ കാള, പശു, തവള, സർപ്പം മുതലായ നിരവധി ജന്തുക്കളെയും മൃഗങ്ങളെയും ദൈവങ്ങളായി ആരാധിച്ചിരുന്നു. പുരാതന ഗ്രീസിൽ കുതിരയുടെ ഉടലും മനുഷ്യന്റെ ശിരസ്സുമുള്ള ദൈവങ്ങളുണ്ടായിരുന്നു. ഇസ്രയേൽ ഗോത്രങ്ങളുടെ കാളപൂജ ഈജിപ്തുകാരിൽനിന്നു സ്വായത്തമാക്കിയതാണെന്ന് പണ്ഡിതന്മാർ അഭിപ്രായപ്പെടുന്നു. ഇസ്രായേൽ ഗോത്രങ്ങളെ ഈജിപ്തിന്റെ അടിമത്തത്തിൽനിന്നും മോചിപ്പിച്ചു കൊണ്ടുവന്ന മോസസ് യഹോവയിൽ നിന്നും 'കൽപ്പന'കൾ സ്വീകരിക്കാൻ സീനായിമലയിൽ കഴിച്ചുകൂട്ടിയ നാളുകളിൽ ഇസ്രായേല്യർ കാളപൂജ നടത്തിയതറിഞ്ഞ് കോപിഷ്ഠനായെന്നാണ് *ബൈബിളി*ലെ കഥ. ആധുനിക മനുഷ്യൻ ഇന്നും ആരാധിക്കുന്ന ഒരു കുലചിഹ്നദൈവമാണ് (Totem God) ആനയുടെ തലയും മനുഷ്യന്റെ ഉടലുമുള്ള ഗണപതി.

6

കൃഷിയിൽ നിന്നു മതങ്ങൾ ഉണ്ടാകുന്നു

മനുഷ്യൻ കൃഷിചെയ്യാൻ തുടങ്ങിയപ്പോൾ മാന്ത്രികചിന്തകൾ വിപുലപ്പെടുകയും മനസ്സിൽ രൂഢമൂലമാകുകയും ചെയ്തു. വിത്തുകൾ മുളയ്ക്കുന്നതെങ്ങനെ? ധാന്യങ്ങളും ഫലങ്ങളുമുണ്ടാകുന്നതെങ്ങനെ? ഈ ചോദ്യങ്ങളുടെ ഉത്തരം കാണാൻ മാന്ത്രികചിന്തകളാണ് സഹായിച്ചത്. സ്ത്രീകൾ ഗർഭംധരിച്ച് പ്രസവിക്കുന്നതും കുഞ്ഞുങ്ങൾ വളരുന്നതും സസ്യങ്ങളും വൃക്ഷങ്ങളും മുളച്ചുവളർന്ന് ധാന്യങ്ങളും ഫലങ്ങളും ഉണ്ടാകുന്നതും തമ്മിലുള്ള സാദൃശ്യം ആദിമമനസ്സിന് ബോധ്യപ്പെട്ടു. സ്ത്രീകൾ ഗർഭംധരിച്ചു പ്രസവിക്കുന്നതിനു കാരണക്കാരായ അദൃശ്യശക്തികൾ തന്നെയാണ് മണ്ണിൽനിന്നു വിത്തുകൾ മുളപ്പിക്കുന്നതും ധാന്യങ്ങളും ഫലങ്ങളും ഉണ്ടാക്കുന്നതും എന്ന് മാന്ത്രികചിന്തയിലൂടെ ആദിമമനുഷ്യൻ "പഠിച്ചു". കാർഷികോൽപ്പാദനത്തിനു പിന്നിൽ പ്രവർത്തിക്കുന്ന അദൃശ്യശക്തികളെ പ്രീതിപ്പെടുത്തിയതിനുശേഷം മാത്രമേ കൃഷിപ്പണികൾ തുടങ്ങാവൂ എന്ന് മനുഷ്യനു തോന്നി. അനുഷ്ഠാനങ്ങൾ നിർവ്വഹിക്കാതെ കൃഷിപ്പണികൾ ആരംഭിച്ചാൽ വിത്തുകൾ മുളയ്ക്കുകയോ വിളവുകൾ ഉണ്ടാവുകയോ ചെയ്യുകയില്ലെന്ന് മനുഷ്യൻ ഭയപ്പെട്ടു.

ലോകത്തിലെ വിവിധ രാജ്യങ്ങളിലെ ആദിവാസികളെക്കുറിച്ച് പഠനം നടത്തിയ ഫ്രഞ്ച് നരവംശശാസ്ത്രജ്ഞൻ റോബർട്ട് ബ്രിഫോൾറ്റ് (Robert Briffault 1876-1948) *The Mothers* എന്ന ഗ്രന്ഥത്തിൽ അമേരിക്കയിലെ ആദിവാസികളുടെ കാർഷികാചാരാനുഷ്ഠാനങ്ങളുടെ നിരവധി ഉദാഹരണങ്ങൾ അവതരിപ്പിക്കുന്നുണ്ട്. കുടിയേറ്റക്കാരായ യൂറോപ്യർ കർമ്മങ്ങളൊന്നും അനുഷ്ഠിക്കാതെ കൃഷിപ്പണി തുടങ്ങുന്നതുകണ്ട് അക്കാലത്തെ ഗോത്രജനത ഞെട്ടിപ്പോയതിനെക്കുറിച്ച് ആദിവാസിമു

പ്പന്മാർ വിവരിച്ചത് ബ്രിഫോൾട്ട് ഗ്രന്ഥത്തിൽ ചേർത്തിട്ടുണ്ട്. ആദിവാസികളുടെ പല അന്ധവിശ്വാസങ്ങളും ഉപേക്ഷിക്കാൻ മിഷണറിമാരുടെ ഉപദേശങ്ങളെക്കാൾ കൂടുതൽ അവരെ സഹായിച്ചത് യൂറോപ്യന്മാരുടെ അനുഷ്ഠാനരഹിതമായ കൃഷിപ്പണികളായിരുന്നുവെന്ന് അദ്ദേഹം ചൂണ്ടിക്കാണിക്കുന്നു.

ഭൂമിയുടെ ഉർവ്വരതയും സ്ത്രീയുടെ പ്രത്യുൽപ്പാദനശേഷിയും സാദൃശ്യത്താൽ പരസ്പരം ബന്ധപ്പെട്ടവയാണെന്നതായിരുന്നു ആദിമ ജനതയുടെ വിശ്വാസം. വിളഭൂമി സ്ത്രീയെപ്പോലെയാണ്. വിളഭൂമിയുടെ 'ഗർഭധാരണത്തിനും പ്രസവത്തിനും' കാരണക്കാരായ അദൃശ്യശക്തികളെ പ്രീതിപ്പെടുത്താൻ സ്ത്രീകളുടെ കൂട്ടായ നൃത്തം, സ്ത്രീകൾ നടത്തുന്ന ബലികർമ്മങ്ങൾ തുടങ്ങി പല ഉർവ്വരതാരാധനാചടങ്ങുകളും പിന്തുടർന്നിരുന്നു. ചില അനുഷ്ഠാനങ്ങൾ കാലക്രമത്തിൽ ഗ്രാമോത്സവങ്ങളായും ദേശീയോത്സവങ്ങളായും വളർന്നു. ഉർവ്വരതാരാധനയിൽ (fertility cult) നിന്നുത്ഭവിച്ച ആചാരങ്ങളും ആരാധനാക്രമങ്ങളും ഉത്സവങ്ങളും ഇന്ത്യയിലും ലോകത്തിന്റെ വിവിധഭാഗങ്ങളിലുമുള്ള ആദിവാസികളുടെ ഇടയിൽ ഇന്നും നിലനിൽക്കുന്നു. ആധുനികമനുഷ്യരുടെ പല ഉത്സവങ്ങളുടെയും വേരുകൾ ഉർവ്വരതാരാധനകളിലാണ് കിടക്കുന്നത്.

അമേരിക്കയിലെ ആദിവാസിമൂപ്പനും ക്രൈസ്തവ പുരോഹിതനും തമ്മിൽ നടന്ന സംഭാഷണത്തെക്കുറിച്ച് നരവംശശാസ്ത്രജ്ഞനായ ഫ്രേസർ *The Golden Bough* എന്ന ഗ്രന്ഥത്തിൽ വിവരിക്കുന്നുണ്ട്. കൈക്കുഞ്ഞുങ്ങളെ നെഞ്ചിൽതൂക്കിയ സ്ത്രീകളെക്കൊണ്ട് നിലം ഉഴുവിക്കുന്നതും വിത്ത് വിതപ്പിക്കുന്നതും കണ്ട് മനംനൊന്ത പാതിരി എന്തിനാണ് സ്ത്രീകളോടിത്ര ക്രൂരത കാണിക്കുന്നതെന്ന് ആദിവാസിമൂപ്പനോടു ചോദിച്ചു. വിത്ത് മുളപ്പിക്കുന്ന വിദ്യ സ്ത്രീകൾക്കേ അറിയൂ എന്നായിരുന്നു മൂപ്പന്റെ മറുപടി. സ്ത്രീയുടെ ശരീരത്തിൽ നിക്ഷേപിക്കുന്ന ജീവന്റെ വിത്തും വിളഭൂമിയിൽ വിതയ്ക്കുന്ന വിളയുടെ വിത്തും ഒരുപോലെയാണെന്നും രണ്ടിനെയും മുളപ്പിക്കാൻ സ്ത്രീകൾക്കേ കഴിയൂ എന്നും ആദിവാസിമൂപ്പൻ പാതിരിയോട് വിശദീകരിച്ചു. മനുഷ്യന്റെ പ്രജനനവും കാർഷികോൽപ്പാദനവും സമാനമാണെന്ന ധാരണയിലാണ് ആദിവാസിമൂപ്പൻ വിശദീകരണം നൽകിയത്. വിളഭൂമിയുടെയും സ്ത്രീയുടെയും ഉർവ്വരത സമാനമായതുകൊണ്ട് രണ്ടിനും പിന്നിൽ ഒരേ അദൃശ്യശക്തികളാണ് പ്രവർത്തിക്കുന്നതെന്ന മാന്ത്രികചിന്തയിൽ നിന്നാണ് ഉർവ്വരതാരാധന ഉണ്ടായത്.

ഗർഭധാരണത്തിനു ശേഷിയുള്ള സ്ത്രീകളുടെ സാന്നിധ്യം വിളവ് വർധിപ്പിക്കുമെന്ന് വിശ്വസിച്ചവർ സ്വാഭാവികമായും സ്ത്രീകളുടെ വന്ധ്യതയും ഭൂമിയുടെ ഊഷരതയും പരസ്പരം ബന്ധപ്പെട്ടിരിക്കുന്നുവെന്നും വിശ്വസിച്ചു. ഈ വിശ്വാസങ്ങളുടെ ശേഷിപ്പുകൾ ആധുനികസമൂഹങ്ങളിലുമുണ്ട്. ഫ്രേസർ തന്റെ നിരീക്ഷണങ്ങൾ ഇങ്ങനെ സംഗ്ര

ഹിക്കുന്നു: "സന്താനലബ്ധയായ സ്ത്രീ സസ്യങ്ങളെ ഫലവത്താക്കുന്നു. വന്ധ്യയായ സ്ത്രീ ഭൂമിയെ ഊഷരവും സസ്യങ്ങളെ ഫലവിഹീനങ്ങളും ആക്കുന്നു. ഇതായിരുന്നു ലോകത്തെമ്പാടുമുള്ള ആദിമജനതകളുടെ വിശ്വാസം" (*The Golden Bough* page 29). സ്ത്രീയുടെ സന്താനലബ്ധിയും ഭൂമിയുടെ ഫലസമൃദ്ധിയും ഒരേ കാരണത്താലുണ്ടാകുന്ന സമാനകാര്യങ്ങളാണെന്ന് അവർ വിശ്വസിച്ചു. ഈ വിശ്വാസം മാന്ത്രിക ചിന്തയുടെ 'സാദൃശ്യത്തിന്റെ തത്ത്വം' അനുസരിച്ചാണ് മനുഷ്യന്റെ മനസ്സിൽ ഉടലെടുക്കുന്നത്. സാദൃശ്യമുള്ള കാര്യങ്ങൾ ഒരേ കാരണത്താലുണ്ടാകുന്നു എന്ന ധാരണയാണ് മാന്ത്രികചിന്തയുടെ സാദൃശ്യത്തിന്റെ നിയമം.

കൃഷി ആരംഭിച്ച കാലത്ത് വിത്തുകൾ മുളയ്ക്കുന്നതെങ്ങനെയെന്നും ഫലങ്ങളും ധാന്യങ്ങളും ഉണ്ടാകുന്നതെങ്ങനെയെന്നും മനുഷ്യന് അറിഞ്ഞുകൂടായിരുന്നെന്ന് പറഞ്ഞല്ലോ. അതുപോലെതന്നെ ആദ്യകാലത്ത് സ്ത്രീകൾ ഗർഭം ധരിക്കുന്നതും പ്രസവിക്കുന്നതും എങ്ങനെയാണെന്നും അറിഞ്ഞുകൂടായിരുന്നു. സ്ത്രീകൾ ഗർഭം ധരിക്കുന്നതും പ്രസവിക്കുന്നതും സ്ത്രീയും പുരുഷനും ലൈംഗികവേഴ്ചയിലേർപ്പെടുന്നതിന്റെ ഫലമായാണെന്ന കാര്യംപോലും ആദിമമനുഷ്യൻ മനസ്സിലാക്കിയത് അനേകം വർഷങ്ങൾ നീണ്ടുനിന്ന നിരീക്ഷണങ്ങളിലൂടെയാണ് (Debiprasad Chattopadyaya in *Lokayata* Page 289). ഈ തിരിച്ചറിവുണ്ടായപ്പോൾ കൃഷിയുടെ അഭിവൃദ്ധിക്കായി മനുഷ്യന്റെ ലൈംഗികവേഴ്ചകളെ അനുസ്മരിക്കുന്ന ആചാരമുറകൾ അനുഷ്ഠിക്കാൻ തുടങ്ങി. തിരിച്ച്, സ്ത്രീയുടെ വന്ധ്യത മാറ്റാൻ, ലോകത്തിന്റെ പല ഭാഗത്തും, കൃഷിയുമായി ബന്ധപ്പെട്ട ചില കർമ്മങ്ങൾ ചെയ്തു. മഴ പെയ്യുമ്പോഴാണല്ലോ വിത്തുകൾ മുളയ്ക്കുന്നത്. വന്ധ്യയായ സ്ത്രീ നഗ്നയായി മഴനനഞ്ഞാൽ ഗർഭിണിയാകുമെന്ന വിശ്വാസം പല ആദിവാസികൾക്കുമുണ്ട്. മഴവെള്ളം മാത്രമല്ല കിണറ്റിലെയും കുളത്തിലെയും ആറ്റിലെയും ജലം ഗർഭധാരണത്തെ സഹായിക്കുമെന്നും വിശ്വസിച്ചു. പഞ്ചാബിൽ വന്ധ്യത മാറ്റാൻ സ്ത്രീയെ ഒരു പീഠത്തിലിരുത്തി കിണറ്റിലേക്കിറക്കുന്നു. സ്ത്രീ പീഠത്തിലിരുന്ന് വസ്ത്രങ്ങൾ മാറ്റി കുളിക്കുന്നു. അതിനുശേഷം സ്ത്രീയെ പീഠത്തോടൊപ്പം മുകളിലേക്ക് കയറ്റുന്നു. ഈ കർമ്മം ചെയ്യാൻ നിർവ്വാഹമില്ലാത്ത ഇടങ്ങളിൽ സ്ത്രീയെ മരച്ചുവട്ടിലിരുത്തി കുളിപ്പിക്കുന്നു. ഇതുമായി ബന്ധപ്പെട്ട മറ്റൊരു മാന്ത്രികചിന്തയാണ് സന്താനലബ്ധയായ സ്ത്രീക്ക് മഴയെ ആവാഹിക്കാൻ കഴിയുമെന്ന വിശ്വാസം. വരൾച്ചയുടെ കാലങ്ങളിൽ കന്യകകളെയും പ്രസവിച്ച സ്ത്രീകളെയും നഗ്നരാക്കി പാടത്ത് നൃത്തം ചെയ്യിച്ച സംഭവങ്ങൾ ഇന്ത്യയിലും ലോകത്തിന്റെ പലഭാഗങ്ങളിലും നടന്നത് നരവംശശാസ്ത്രജ്ഞർ രേഖപ്പെടുത്തിയിട്ടുണ്ട്. ഫ്രേസർ ഇങ്ങനെ എഴുതുന്നു: "ജോർജ്ജിയയുടെ കോക്കേഷ്യൻ പ്രവിശ്യയിൽ വരൾച്ച വളരെക്കാലം നീണ്ടുനിന്നു. മഴ ലഭിക്കാനായി കന്യകകളുടെ കഴുത്തിൽ കലപ്പകെട്ടി അവരെക്കൊണ്ട്

നിലം ഉഴുവിപ്പിച്ചു. കലപ്പ പിടിച്ചത് ഒരു ക്രൈസ്തവപുരോഹിതനാണ്. ജനങ്ങൾ പ്രാർത്ഥിക്കുകയും കരയുകയും ചെയ്തുകൊണ്ടിരുന്നു" (*The Golden Bough* page 71). പ്രാർത്ഥനയും പുരോഹിതനും ക്രിസ്തുമതത്തിന്റെ സംഭാവനകളാണ്. മതങ്ങൾ ആവിർഭവിക്കുന്നതിനുമുമ്പ് പ്രാർത്ഥനയും പുരോഹിതനും ഇല്ലാത്ത ഇത്തരം കർമ്മങ്ങൾ ആദിമജനതകൾ നടത്തിയിരുന്നു. സ്ത്രീയിലെ പ്രകൃതിദത്തമായ ഉർവ്വരതയുടെ ഊർജ്ജം ഭൂമിക്കു പകർന്നുകൊടുക്കുന്നതിനാണ് ഇത്തരം ആചാരങ്ങൾ അനുഷ്ഠിച്ചിരുന്നത്. മതങ്ങൾ എത്രതന്നെ സ്വാധീനം ചെലുത്തിയാലും മാന്ത്രികചിന്തകളുടെ അടിസ്ഥാനത്തിലുള്ള ആദിമമായ ആചാരാനുഷ്ഠാനങ്ങൾ ഉപേക്ഷിക്കാൻ മനുഷ്യമനസ്സ് അനുവദിക്കുകയില്ല. മാന്ത്രികചിന്ത മനുഷ്യമനസ്സിന്റെ സ്വതഃസിദ്ധമായ പ്രവണതയാണ്. ഭൂമിയുടെ ഫലഭൂയിഷ്ഠതയും സ്ത്രീയുടെ ഉർവ്വരതയും പരസ്പരം ബന്ധപ്പെട്ടതാണെന്ന മാന്ത്രികചിന്തയിൽ നിന്നാണ് അമ്മദൈവങ്ങൾ ഉത്ഭവിച്ചത്. ലോകത്തിന്റെ വിവിധഭാഗങ്ങളിൽ ആദിമജനതകൾ ആരാധിച്ചിരുന്ന അമ്മദൈവങ്ങളുടെ വിവരങ്ങൾ *The Mothers* എന്ന ഗ്രന്ഥത്തിൽ ഫ്രഞ്ച് നരവംശശാസ്ത്രജ്ഞനായ റോബർട്ട് ബ്രിഫോൾറ്റ് വിവരിച്ചിട്ടുണ്ട്. അദ്ദേഹം എഴുതി: "ആദ്യമായി മണ്ണിൽ പണിയെടുക്കാൻ തുടങ്ങിയത് സ്ത്രീകളായിരുന്നു. അതുകൊണ്ടുതന്നെ മണ്ണിന്റെ ഉർവ്വരതയുമായി സ്ത്രീകളെ ബന്ധപ്പെടുത്തുന്ന കാർഷിക മാന്ത്രികക്രിയകൾക്ക് (agricultural magic) ചരിത്രാതീതകാലത്തെ പഴക്കമുണ്ട് (Robert Briffault, *The Mothers* Vol.iii P.117). ഇന്ത്യയിലെ അമ്മദൈവങ്ങളുടെ വിവരണമുള്ള ഗ്രന്ഥമാണ് നരേന്ദ്രനാഥ് ഭട്ടാചാര്യയുടെ *The Indian Mother Goddess* (Manohar Publications). ദുർഗ്ഗയുടെയും പാർവ്വതിയുടെയും മറ്റൊരുപേര് ശാകംഭരി എന്നാണ്. സസ്യങ്ങളെ ഉൾക്കൊള്ളുന്നവൾ എന്നും സസ്യങ്ങളെ പോഷിപ്പിക്കുന്നവൾ എന്നുമാണ് അർത്ഥം. *മാർക്കണ്ഡേയപുരാണ*ത്തിലെ *ദേവീമാഹാത്മ്യം* എന്ന ഖണ്ഡത്തിൽ ദേവി ഇങ്ങനെ പ്രഖ്യാപിക്കുന്നു: "അല്ലയോ ദേവതകളേ! വർഷപാതത്തിൽ എന്നിൽ നിന്നുത്ഭവിക്കുന്ന സസ്യങ്ങളെ മുഴുവൻ പരിപോഷിപ്പിച്ച് ലോകത്തെ മുഴുവൻ സമൃദ്ധമാക്കും. അങ്ങനെ ഞാൻ ശാകംഭരിയെന്ന് ഭൂമിയിൽ പ്രശസ്തി നേടും." *ദേവീമഹാത്മ്യ*ത്തിലെ ഈ വരികളിൽ പ്രതിധ്വനിക്കുന്നത് മനുഷ്യന്റെ കാർഷിക മാന്ത്രിക ചിന്തകളാണ്. കൃഷിപ്പണികൾ ചെയ്യാനാരംഭിച്ചത് സ്ത്രീകൾ ആയിരുന്നുവെന്ന് എല്ലാ നരവംശശാസ്ത്രജ്ഞരും സമ്മതിക്കുന്നുണ്ട്. പുരുഷന്മാർ വേട്ടയ്ക്കു പോകുമ്പോൾ വീട്ടിലിരിക്കുന്ന സ്ത്രീകൾ നേരമ്പോക്കിനായി തുടങ്ങിയതല്ല ഇത്. സ്ത്രീകൾക്കു മാത്രമേ പ്രജനനശേഷിയുള്ളുവെന്നും പ്രജനനശേഷിയുള്ളവർ കൃഷി ചെയ്താലേ വിളവുണ്ടാകൂ എന്നും മനുഷ്യർ പൊതുവെ ധരിച്ചതിന്റെ ഫലമായാണ് സ്ത്രീകൾ കൃഷിപ്പണി ആരംഭിച്ചത്. കൃഷിപ്പണികൾ തുടങ്ങുന്നതിനു മുന്നോടിയായി പ്രജനനത്തിനു കാരണക്കാരായ അദൃശ്യശക്തികളെ പ്രീതിപ്പെടുത്തുന്ന കർമ്മങ്ങൾ

ചെയ്തതും അല്ലെങ്കിൽ അതിനു നേതൃത്വം കൊടുത്തതും സ്ത്രീകളായിരുന്നു. കാരണം ആ അദൃശ്യശക്തികളെ സ്ത്രീകൾക്കേ അടുത്തറിയാവൂ എന്നായിരുന്നു ധാരണ. ഈ വിശ്വാസത്തിൽ നിന്നാണ് താന്ത്രികമതത്തിന്റെ (താന്ത്രികശാസ്ത്രം) ഉത്ഭവം.

താന്ത്രികാനുഷ്ഠാനങ്ങളുടെ ആധാരം പ്രകൃതി തത്വങ്ങളാണ്. പ്രകൃതി എന്നാൽ സ്ത്രീ എന്നാണ് താന്ത്രികശാസ്ത്രത്തിൽ സാരം. പ്രാരംഭഘട്ടത്തിൽ താന്ത്രികകർമ്മങ്ങൾ അനുഷ്ഠിച്ചിരുന്നത് സ്ത്രീകളായിരുന്നു. ബ്രിഫോൾട്ട് എഴുതി: "കൃഷിഭൂമിയുടെ ഉർവ്വരത ഉറപ്പാക്കാൻ അനുഷ്ഠിച്ചിരുന്ന മാന്ത്രികമോ മതപരമോ ആയ എല്ലാ ചടങ്ങുകളും അനുഷ്ഠിച്ചിരുന്നത് കൃഷിപ്പണികൾ ചെയ്തിരുന്ന സ്ത്രീകൾ തന്നെയായിരുന്നു" (*The Mothers* Vol.III P.3). അദ്ദേഹം ലോകത്തിന്റെ വിവിധ ഭാഗങ്ങളിലെ ആദിവാസികളുടെ ജീവിതരീതികൾ പഠിച്ചതിനു ശേഷം എഴുതിയതാണിത്. മഴ കുറവായ പ്രദേശങ്ങളിലെ അനുഷ്ഠാനങ്ങളിലധികവും മഴ പെയ്യിക്കാനുദ്ദേശിച്ചുള്ളവയായിരുന്നു. ബ്രിഫോൾട്ട് എഴുതി: "പുരാതനകാലത്ത് യൂറോപ്പിലെ പുരോഹിതർക്കും പൂജാരികൾക്കും ഉണ്ടായിരുന്ന മഴപെയ്യിക്കാനുള്ള കഴിവുകളുടെ വിവരണത്തിൽ മധ്യകാല ദുർമന്ത്രവാദിനികളെ (witches) കുറിച്ചുള്ള വിവരണങ്ങളിൽ കാണുന്നുണ്ട്" (*The Mothers* Vol.III P.515). പുരാതന ഗ്രീസിലും കൃഷിയുമായി ബന്ധപ്പെട്ട പൂജാകർമ്മങ്ങൾ അനുഷ്ഠിച്ചിരുന്നത് പൂജാരിണികളും മന്ത്രവാദിനികളുമായിരുന്നു. ബാബിലോണിയ, അസ്സിറിയ, ഈജിപ്ത് എന്നീ പുരാതന നാഗരികതകളിലും കാർഷികാനുഷ്ഠാനങ്ങളിൽ മുൻകൈ സ്ത്രീകൾക്കായിരുന്നു. അസ്സിറിയൻ ലിഖിതങ്ങളിൽ പുരോഹിതകളെ അമ്മമാർ എന്നാണ് വിശേഷിപ്പിച്ചിട്ടുള്ളത്. മധ്യധരണ്യാഴിയുടെ ആഫ്രിക്കൻ തീരത്ത് പുരാതന ഫിനീഷ്യർ സ്ഥാപിച്ച കാർത്തേജിൽ ദേവിയോടുള്ള പ്രാർത്ഥനകളിൽ സ്ത്രീകളായിരുന്നു ഇടനിലക്കാരായി പ്രവർത്തിച്ചത്. ഈജിപ്തിൽ മഹാറാണി തന്നെയായിരുന്നു പ്രധാന പുരോഹിത. പുരാതന ചൈനയിൽ മാന്ത്രികവിദ്യകളെല്ലാം ചെയ്തിരുന്നത് സ്ത്രീകളായിരുന്നുവെന്ന് നീഥാം എന്ന നരവംശശാസ്ത്രജ്ഞൻ പറയുന്നു. (J Needham - *Science and Civilization in Ancient China* Vol.II P.134) അദ്ദേഹം എഴുതി: "ചൈനയിലെ മന്ത്രവാദിനികൾ 'വൂ' എന്ന പേരിലാണറിയപ്പെട്ടിരുന്നത്. രണ്ടുതരം 'വൂ'കൾ ഉണ്ടായിരുന്നു. കൃഷിയുമായി ബന്ധപ്പെട്ട കർമ്മങ്ങൾ അനുഷ്ഠിക്കുന്നവരും മറ്റു കർമ്മങ്ങൾ നിർവ്വഹിക്കുന്നവരും. ആദ്യത്തെ കൂട്ടരെല്ലാംതന്നെ സ്ത്രീകളായിരുന്നു. മറ്റു പൂജാകർമ്മങ്ങൾ അനുഷ്ഠിക്കുന്ന 'വൂ'കളിൽ പുരുഷന്മാരും ഉണ്ടായിരുന്നു." ലോകത്തിന്റെ എല്ലാ ഭാഗങ്ങളിലും പുരാതനകാലത്ത് കൃഷിയുമായി ബന്ധപ്പെട്ട പൂജകളും കർമ്മങ്ങളും അനുഷ്ഠിച്ചിരുന്നത് സ്ത്രീകളായിരുന്നു. പിൽക്കാലത്ത് സമൂഹത്തിൽ വന്ന വർഗ്ഗവിഭജനത്തിന്റെ ഫലമായി പുരുഷമേധാവിത്വം നിലവിൽ വന്നപ്പോൾ അനുഷ്ഠാനകർമ്മങ്ങൾ നിർവ്വഹിക്കാനുള്ള ചുമ

തല പുരുഷന്മാർ സ്ത്രീകളിൽനിന്നും പിടിച്ചുവാങ്ങുകയാണ് ചെയ്തത്. പക്ഷേ കൃഷിയുമായി ബന്ധപ്പെട്ട പൂജകൾ ചെയ്യാൻ പുരുഷന്മാരായ പുരോഹിതർക്ക് സാധ്യമല്ലെന്നായിരുന്നു വിശ്വാസം. പൂജാരികൾ താൽക്കാലികമായി സ്ത്രൈണഭാവം കൈവരിച്ചാലേ കാർഷികാഭിവൃദ്ധിക്കുവേണ്ടി ചെയ്യുന്ന പൂജകൾ സഫലമാകുകയുള്ളുവെന്ന് അവർ കരുതി. സ്ത്രീക്കു മാത്രമെ ശക്തിയെ പ്രീതിപ്പെടുത്താൻ കഴിയൂ. താന്ത്രികമതത്തിന്റെ ഒരു ശാഖയായ വാമാചാരം യഥാർത്ഥത്തിൽ പുരുഷന് സ്ത്രീയായി പരിണമിക്കാനുള്ള മാർഗ്ഗമാണ്. 'പഞ്ചമകാരം' എന്നറിയപ്പെടുന്ന പഞ്ചതത്വങ്ങൾ (മദ്യം, മത്സ്യം, മാംസം, മുദ്ര, മൈഥുനം) ആചരിക്കലും ഖപുഷ്പത്തെയും (ആകാശകുസുമം), കുലസ്ത്രീയെയും പൂജിക്കലുമാണ് വാമാചാരം. വാമാചാരം എന്നാൽ ഇടതുമാർഗ്ഗത്തിലൂടെയുള്ള ഗമനം എന്നാണ്. വാമം എന്നാൽ സ്ത്രീയെന്നും കാമം എന്നും അർത്ഥമുണ്ട്. സ്ത്രീയുടെ ആചാരം അഥവാ സ്ത്രീയാകാനുള്ള ആചാരമാണ് വാമാചാരം. ദേബീപ്രസാദ് ചതോപാധ്യായ വിശദീകരിക്കുന്നു:

> ലൈംഗികത ദ്യോതിപ്പിക്കുന്ന പല അനുഷ്ഠാനങ്ങളെക്കുറിച്ച് വൈദികസാഹിത്യത്തിലും നമുക്ക് കാണാൻ കഴിയും. പക്ഷേ അവ താന്ത്രികമതത്തിലെ വിശദീകരണങ്ങളിൽ നിന്നും വ്യത്യസ്തമാണ്. കാലിവളർത്തൽ മുഖ്യതൊഴിലായി സ്വീകരിച്ചിരുന്നതും പിതൃദായവും പുരുഷമേധാവിത്വവും തുടക്കം മുതലേ നിലനിന്നിരുന്നതുമായ ഒരു ജനവിഭാഗത്തിന്റെ സാഹിത്യമാണ് വേദങ്ങൾ. അതിൽ കാണുന്ന അനുഷ്ഠാനങ്ങളിൽ സ്ത്രീകൾക്ക് യാതൊരു പ്രാധാന്യവുമില്ല. എന്നാൽ താന്ത്രികമതത്തിൽ സ്ത്രീകൾക്കാണ് പ്രാധാന്യം. സ്ത്രീ ശക്തിയാണ്. ഈ ശക്തിയെ പ്രീതിപ്പെടുത്താൻ സ്ത്രീക്കേ കഴിയൂ എന്നായിരുന്നു കൃഷിയിലേർപ്പെട്ട ആദിമജനതകളുടെ വിശ്വാസം. സമൂഹത്തിൽ പുരുഷമേധാവിത്വം സ്ഥാപിതമായപ്പോൾ 'ശക്തി'യെ പ്രീതിപ്പെടുത്താൻ കർമ്മങ്ങൾ അനുഷ്ഠിക്കാൻ പുരുഷന്മാർക്ക് താൽക്കാലികമായെങ്കിലും സ്ത്രീത്വം സ്വീകരിക്കേണ്ടിവന്നു. അതിനുള്ള മാർഗ്ഗമാണ് വാമാചാരം. എന്നാൽ താന്ത്രികമതത്തിലെ ഒരു ശാഖ മാത്രമാണ് വാമാചാരം എന്നു വാദിച്ചേക്കാം. ശരിയാണ്; വാമാചാരം മാത്രമാണ് താന്ത്രികമതം എന്നു പറയാനാവില്ല. വാമാചാരത്തിനു കടകവിരുദ്ധമായ മറ്റൊന്നുണ്ട്. അതാണ് ദക്ഷിണാചാരം. പക്ഷേ, വാമാചാരത്തിന്റെ വിശകലനത്തിലൂടെ മാത്രമേ നമുക്ക് താന്ത്രികമതത്തിന്റെ ഉത്ഭവത്തെക്കുറിച്ച് മനസ്സിലാക്കാൻ കഴിയൂ. കാരണം ദക്ഷിണാചാരം പിൽക്കാലത്ത് കൂട്ടിച്ചേർത്തതാണ്. അതിലെ കൃത്രിമത്വവും ഉപരിപ്ലവതയും അതിനു തെളിവാണ്. ഒരാൾക്ക് ഒരേസമയം ദക്ഷിണാചാരതാന്ത്രികനും വൈദികമാർഗ്ഗം സ്വീകരിച്ചവനുമാകാൻ കഴിയും. എന്നാൽ വാമാചാരിക്ക് വൈദികമാർഗ്ഗം സ്വീകരിക്കാനാവില്ല. രണ്ടാമതായി, ചില താന്ത്രികഗ്ര

ന്ഥങ്ങൾ തന്നെ വാമാചാരത്തിനാണ് പ്രാധാന്യമെന്ന് പ്രഖ്യാപിക്കുന്നുമുണ്ട് (Debiprasad Chattopadhyaya - *Lokayata* - page 278, 279).

താന്ത്രികമതത്തിലെ ഉപനയനത്തിനു വലിയ പ്രാധാന്യമുണ്ട്. ഉപനയനമില്ലാതെ ഒരാൾക്ക് താന്ത്രികാചാരങ്ങൾ അനുഷ്ഠിക്കാനാവില്ല. ഗ്രന്ഥങ്ങളിൽ കാണുന്ന താന്ത്രികവിദ്യകൾ മാത്രമല്ല, ഗൂഢമായ ചില വിദ്യകളും 'അറിവുകളും' ഉപനയനത്തിനുശേഷം ഗുരു ശിഷ്യന് കൈമാറുന്നുണ്ട്. ഉപനയനം കഴിയാത്ത ഒരാൾക്ക് ഈ രഹസ്യങ്ങൾ കൈമാറാറില്ല. താന്ത്രികമതത്തിലെ ഒരു പ്രധാന കർമ്മമാണ് യോഗസാധന. പുരുഷനിലെ സ്ത്രീയെ ഉത്തേജിപ്പിക്കാനുള്ള മാർഗ്ഗമാണ് യഥാർത്ഥത്തിൽ യോഗസാധന. പുരുഷന്റെ സ്വത്വവും ബോധവും സ്ത്രീയുടേതാക്കി മാറ്റണം. അതാണ് യോഗസാധനകൊണ്ടുദ്ദേശിച്ചിട്ടുള്ളത്. യോഗസാധനയുടെ സിദ്ധാന്തമനുസരിച്ച് മനുഷ്യന്റെ സുഷുമ്നയ്ക്ക് സമാന്തരമായി ഇരുവശങ്ങളിലും രണ്ടു നാഡികൾ ഉണ്ട്. ഈ നാഡികൾ താഴെ അരക്കെട്ടു മുതൽ മുകളിൽ മസ്തിഷ്കം വരെ നീണ്ടതാണ്. സുഷുമ്നയുടെ അകത്ത് വജ്രാഖ്യം എന്ന പേരിൽ മറ്റൊരു നാഡിയുമുണ്ട്. സുഷുമ്നയുടെ ഏഴു സ്ഥാനങ്ങളിലായി ഏഴു പത്മങ്ങൾ (താമരപ്പൂക്കൾ) സ്ഥിതിചെയ്യുന്നു. താന്ത്രികശാസ്ത്രത്തിൽ താമരപ്പൂവ് എപ്പോഴും യോനിയുടെ പ്രതീകമാണ്. താന്ത്രികബുദ്ധമതത്തിൽ വജ്രം അഥവാ മണി പുരുഷലിംഗവും പത്മം യോനിയുമാണ്. താന്ത്രികബുദ്ധമതത്തിലെ പ്രാർത്ഥന 'ഓ! മണി പത്മേ ഹും!' (ലിംഗം യോനിയിലാകണേ!) എന്നാണ്. പുരുഷന്റെ സുഷുമ്നയിൽ സ്ഥിതിചെയ്യുന്ന ഏഴു പത്മങ്ങൾ പുരുഷനിലെ ഏഴു സ്ത്രീഭാവങ്ങളാണ്. ഏഴു പത്മങ്ങളിൽ ഏഴു 'ശക്തി'കൾ കുടികൊള്ളുന്നുവെന്നാണ് സങ്കൽപ്പം. ഏഴു പത്മങ്ങൾ ചിത്രീകരിച്ചിട്ടുള്ളത് ഏഴു തരത്തിലാണെങ്കിലും ഏഴിന്റെയും മധ്യത്തിൽ യോനിയെ ചിത്രീകരിക്കുന്ന ത്രികോണമുദ്രയുണ്ടായിരിക്കും. നട്ടെല്ലിന്റെ ഏറ്റവും താഴെ, മൂലാധാരത്തിൽ സർപ്പത്തെപ്പോലെ ചുരുണ്ടുകിടക്കുന്ന ശക്തിയാണ് കുണ്ഡലിനി. മഹാമായയായ ദുർഗ്ഗയ്ക്കും കുണ്ഡലിനി എന്നു പേരുണ്ട്. സുഷുമ്നയുടെ മുകളറ്റത്ത് സഹസ്രദളപത്മം (ആയിരം ഇതളുള്ള താമര) ആണ് അത്. മസ്തിഷ്കമാണെന്നാണ് വ്യാഖ്യാനം. താന്ത്രികൻ യോഗസാധനയിലൂടെ കീഴറ്റത്തുള്ള കുണ്ഡലിനിയെ ഉണർത്തി ഉത്തേജിപ്പിച്ച് മുകളറ്റത്തുള്ള സഹസ്രപത്മത്തിലെത്തിക്കുന്നു. തന്ത്രശാസ്ത്രത്തിലെ ഈ വിവരണങ്ങൾക്ക് ആധുനിക മനുഷ്യശരീരശാസ്ത്രവുമായി യാതൊരു ബന്ധവുമില്ല.

ശ്രീചക്രം

താന്ത്രികമതത്തിലെ യന്ത്രങ്ങൾ സ്ത്രീയുടെ പ്രജനനശേഷിയും കൃഷിയുടെ ഫലഭൂയിഷ്ഠതയും തമ്മിൽ ബന്ധപ്പെട്ടിരിക്കുന്നു എന്ന മാന്ത്രികചിന്തയിൽനിന്ന് ഉത്ഭവിച്ചതാണ്. പ്രപഞ്ചശക്തികളെയും ദേവമൂർത്തികളെയും പ്രതീകാത്മകമായി ചിത്രീകരിച്ചിരിക്കുന്നതും മന്ത്രാക്ഷരങ്ങളും മറ്റും ചേർത്തിരിക്കുന്നതുമായ രേഖാചിത്രങ്ങളാണ് യന്ത്രങ്ങൾ. യഥാർത്ഥത്തിൽ സ്ത്രീയുടെ ജനനേന്ദ്രിയത്തിന്റെ പ്രതീകാത്മകചിത്രങ്ങളാണ് യന്ത്രങ്ങളെന്ന് പല പണ്ഡിതന്മാരും വെളിപ്പെടുത്തിയിട്ടുണ്ട്. മഹാരാഷ്ട്രയിലെ പണ്ഡിതനായ രാമകൃഷ്ണ ഗോപാൽ ഭണ്ഡാർകർ (1837-1925) 1913-ൽ പ്രസിദ്ധപ്പെടുത്തിയ തന്റെ വിഖ്യാതമായ *Vaishnavisam, Saivaism and Minor Religions* എന്ന ഗ്രന്ഥത്തിൽ താന്ത്രികയന്ത്രമായ ശ്രീചക്രത്തെക്കുറിച്ച് ഇങ്ങനെയെഴുതി: "ഒന്നിനുമീതെ മറ്റൊന്ന് എന്ന ക്രമത്തിൽ സ്ത്രീഅവയവങ്ങൾ ചിത്രീകരിച്ചതാണ് ശ്രീചക്രം." എല്ലാ യന്ത്രങ്ങളും യോനിയുടെ ചിത്രീകരണങ്ങളാണ്. ഒന്നുകിൽ ത്രികോണാകൃതിയിൽ അല്ലെങ്കിൽ പത്മത്തിന്റെ ആകൃതിയിൽ അതുമല്ലെങ്കിൽ രണ്ടുംചേർന്ന രൂപത്തിലാണ് ചിത്രീകരണം. എല്ലാ യന്ത്രത്തിലും നാലുചുറ്റും പടർന്ന ലതയുടെ ചിത്രമുണ്ട്. ഇതാണ് മനുഷ്യന്റെ ആഗ്രഹങ്ങൾ സാധിക്കുന്ന കൽപ്പലത. സ്ത്രീയുടെ യോനിയിൽ നിന്നാണ് കൽപ്പലതയുടെ ഉത്ഭവമെന്നാണ് ചിത്രീകരണത്തിന്റെ സാരം.

അമ്മദൈവരൂപങ്ങൾ

ആദിമജനതകൾ നിർമ്മിച്ച അമ്മദൈവങ്ങളുടെ വിഗ്രഹങ്ങളിൽ മുലകൾക്കും യോനിക്കും പ്രാധാന്യം കൊടുത്തിട്ടുള്ളത് ശ്രദ്ധേയമാണ്. കൃഷിയുമായി ബന്ധപ്പെട്ട മാന്ത്രികചിന്തകളാണ് ഇത്തരത്തിലുള്ള ചിത്രീകരണങ്ങൾക്കു പിന്നിലും. ചിത്രങ്ങളിലും ശിൽപ്പങ്ങളിലും

ഒരു കാര്യത്തിന്റെ പ്രാധാന്യം വ്യക്തമാക്കാൻ അത് വലുതായിക്കാണിക്കുകയോ ആവർത്തിക്കുകയോ കേന്ദ്രസ്ഥാനത്ത് ചിത്രീകരിക്കുകയോ ചെയ്യുക എന്നതാണ് പുരാതനമനുഷ്യന്റെ കലാതത്ത്വം.

തന്ത്രശാസ്ത്രത്തിലെ ആരാധ്യവസ്തുക്കളിലൊന്നായ ഖപുഷ്പം (ആകാശകുസുമം) സ്ത്രീയുടെ ആർത്തവരക്തമാണ്. ഇതും കാർഷികമായ മാന്ത്രികചിന്തയിൽ നിന്നുരുത്തിരിഞ്ഞതാണ്. സ്ത്രീകൾ ആർത്തവരക്തം ഒഴുക്കുന്നത് പ്രജനനത്തിനു മുന്നോടിയായിട്ടാണെന്നായിരുന്നു ആദിമമനുഷ്യന്റെ ധാരണ. സ്വാഭാവികമായും രക്തവും രക്തത്തിന്റെ പ്രതീകമായ ചെഞ്ചായവും ഭൂമിയുടെ ഉർവ്വരത വർധിപ്പിക്കുമെന്ന് അവർ വിശ്വസിച്ചു. ആദിവാസികളായ ഭീലുകൾ ഉഴുതുമറിച്ച മണ്ണിൽ വിത്തു വിതയ്ക്കുന്നതിനുമുമ്പ് പാടത്തിന്റെ വരമ്പത്ത് ഒരു കല്ല് നാട്ടി അതിൽ കുങ്കുമം ചാർത്തുന്നു. വിളവിന്റെ സമൃദ്ധി ഉറപ്പുവരുത്താനാണിത്. നരവംശശാസ്ത്രജ്ഞനായ ജി തോംസന്റെ നിരീക്ഷണം ഇങ്ങനെയാണ്: "ഈ ആശയങ്ങൾ സാർവ്വലൗകികമാണ്. സ്ത്രീയുടെ ഋതുകാലത്തെക്കുറിച്ചും ആർത്തവരക്തത്തെക്കുറിച്ചും ഉള്ള ധാരണകൾ പോലെ സാർവ്വജനീനവും ഏകതാനവും സാർവ്വലൗകികവുമായ ആശയങ്ങൾ മനുഷ്യന്റെ ജീവിതചക്രവുമായി ബന്ധപ്പെട്ട മറ്റൊരു കാര്യത്തെക്കുറിച്ചും ഉണ്ടായിട്ടില്ല" (G Thomson - *Studies in Ancient Greek Society Vol. I* page 205). ആർത്തവരക്തത്തിൽ നിന്നാണ് പുതുജീവൻ ഉത്ഭവിക്കുന്നതെന്ന് ആദിമ മനുഷ്യർ വിശ്വസിച്ചു. ആർത്തവം ഉണ്ടാകാത്തതുകൊണ്ട് ഗർഭാശയത്തിൽ കെട്ടിനിൽക്കുന്ന രക്തമാണ് പിന്നീട് ഗർഭസ്ഥശിശുവായി വളരുന്നതെന്ന് പുരാതന പ്രകൃതിനിരീക്ഷകനായ അരിസ്റ്റോട്ടിലും പ്ലിനിയും വിശ്വസിച്ചിരുന്ന കാര്യവും തോംസൺ ചൂണ്ടിക്കാണിക്കുന്നുണ്ട്. പൊതുവർഷം ഏഴാം നൂറ്റാണ്ടിൽ ജീവിച്ച ഇസ്ലാം മതസ്ഥാപകൻ മുഹമ്മദിന്റെ നിരീക്ഷണവും അങ്ങനെതന്നെയായിരുന്നു. മനുഷ്യനെ രക്തപിണ്ഡത്തിൽനിന്നും സൃഷ്ടിച്ചു എന്ന *ഖുർ ആൻ* വചനം ഈ സന്ദർഭത്തിൽ ശ്രദ്ധേയമാണ്.

താന്ത്രികന്മാർ പൂജയ്ക്കുപയോഗിക്കുന്ന പഞ്ചമകാരത്തിലെ അഞ്ച് അക്ഷരങ്ങളിലൂടെ അഭിവ്യഞ്ജിക്കപ്പെടുന്നത് യഥാർത്ഥവസ്തുക്കളല്ലെന്നും തന്ത്രശാസ്ത്രപരമായ അർത്ഥം വ്യാവഹാരികാർത്ഥമല്ലെന്നും വ്യാഖ്യാനമുണ്ട്. സാമൂഹ്യജീവിതത്തിന്റെ ആധുനികമാനദണ്ഡങ്ങൾ വച്ചാണ് ഇത്തരമൊരു വ്യാഖ്യാനം നൽകിയത്. മത്സ്യവും മാംസവും പൂജാദ്രവ്യങ്ങളായി അംഗീകരിച്ചാൽ പോലും മദ്യസേവയും മൈഥുനക്രിയയും എങ്ങനെ പൂജാകർമ്മങ്ങളായി അംഗീകരിക്കുമെന്നാണ് ചിലരുടെ ചോദ്യം. ഇന്ത്യയിലെ ഒറാവോൺ, ബൈഗ തുടങ്ങിയ പല ആദിവാസികളും വിത്തു വിതയ്ക്കുന്നതിനുമുമ്പ് നെല്ലിൽനിന്നുണ്ടാക്കിയ മദ്യം സേവിക്കുകയും പാടത്ത് തളിക്കുകയും ചെയ്യുന്നു. കൃഷിഭൂമിയിൽ ആചാരപൂർവ്വം മദ്യം തളിച്ച് അതിർത്തി നിശ്ചയിക്കുന്നത് മദ്യം കഴിച്ച് ലഹരിയിലായ പൂജാരിയാണ്. മദ്യം കഴിച്ച് ലഹരിയിലായാലേ ദേവത

കളെ ആവാഹിക്കാൻ കഴിയുകയുള്ളുവെന്നാണ് അവരുടെ വിശ്വാസം. ഝാർഖണ്ഡിലെ ഗോണ്ഡുകൾ മഹുവ മരത്തിന്റെ പൂക്കൾ വാറ്റിയെടുക്കുന്ന മഹുവമദ്യം കഴിച്ചതിനുശേഷമാണ് കൃഷിപ്പണികൾ ആരംഭിക്കുക. മഹുവമരത്തെ അവർ പവിത്രവൃക്ഷമായി കരുതുന്നു. സസ്യങ്ങളിൽ നിന്നുണ്ടാക്കുന്ന മദ്യം സസ്യങ്ങളുടെ രക്തമാണെന്നായിരുന്നു ആദിമ ജനതയുടെ വിശ്വാസം. അതുകൊണ്ട് സസ്യങ്ങളുടെ വർധനവിന് മദ്യസേവയും മദ്യം തളിച്ചുള്ള പൂജാകർമ്മങ്ങളും ആവശ്യമാണെന്നായിരുന്നു അവരുടെ വിശ്വാസം. ഈ മാന്ത്രികചിന്തയാണ് മദ്യത്തെ താന്ത്രികമതത്തിലെ പൂജാദ്രവ്യമാക്കിയത്. മൈഥുനവും കാർഷികമായ മാന്ത്രികചിന്തയുടെ ഫലമായാണ് താന്ത്രികമതത്തിലെ അനുഷ്ഠാനങ്ങളിലൊന്നായത്. മനുഷ്യരുടെ മൈഥുനം സസ്യങ്ങളുടെ പ്രജനനത്തെ സഹായിക്കുമെന്നായിരുന്നു വിശ്വാസം. സ്ത്രീകളുടെ ഗർഭധാരണത്തിനു കാരണം സ്ത്രീപുരുഷസംയോഗമാണെന്ന് മനസ്സിലാക്കിയതോടെയാണ് മൈഥുനം വിളവ് വർധിപ്പിക്കുമെന്ന മാന്ത്രികചിന്ത മനുഷ്യന്റെ മനസ്സിൽ ഉടലെടുത്തത്. മനുഷ്യന്റെ ജ്ഞാനം വർധിച്ചതിന്റെ തെളിവുകൂടിയാണ് കൃഷിപ്പണികളുമായുള്ള മൈഥുനബന്ധം. ലോകത്തിന്റെ പലഭാഗത്തുമുള്ള ആദിവാസികൾ കൃഷിയും മൈഥുനവുമായി ബന്ധപ്പെടുത്തി കാർഷികാചാരങ്ങൾക്ക് രൂപംകൊടുത്തതിന്റെ നിരവധി ഉദാഹരണങ്ങൾ നരവംശശാസ്ത്രജ്ഞർ ചൂണ്ടിക്കാണിച്ചിട്ടുണ്ട്. മധ്യഅമേരിക്കയിലെ പൈപെൽ ഇന്ത്യക്കാർ വിത്തുവിതയ്ക്കുന്നതിന് ഒരാഴ്ചമുമ്പ് ലൈംഗികവേഴ്ചകൾ നിറുത്തുന്നു. പാടത്ത് വിത്തുവിതയ്ക്കുന്നതിന്റെ തലേന്ന് രാത്രി വികാരാവേശത്തോടെ വേഴ്ചയിലേർപ്പെടാനാണിത്. ജാവയിലെ (ഇന്തോനേഷ്യ) ആദിവാസികൾ നെല്ല് പൂക്കുന്ന സമയത്ത് നെൽപ്പാടങ്ങളിൽ പോയി മൈഥുനക്രിയകൾ നടത്തുന്നു. ആദിമജനതകളുടെ ആചാരാനുഷ്ഠാനങ്ങൾ ആധുനികസമൂഹങ്ങളിൽ തങ്ങിനിൽക്കുന്നതും ഫ്രേസർ വിവരിക്കുന്നുണ്ട്. ജർമ്മനിയിലെ ഗ്രാമങ്ങളിൽ കൊയ്ത്തു സമയത്ത് സ്ത്രീകളും പുരുഷന്മാരും പാടത്ത് പരസ്പരം പുണർന്നുകിടന്നുകൊണ്ട് ഉരുളുന്നു. ഉക്രെയിനിൽ നവദമ്പതികൾ ഉഴുതുമറിച്ച പാടത്ത് ആലിംഗനബദ്ധരായി കിടന്നുരുളുന്നു (*Golden Bough* P.135-137).

കാലികളെ വളർത്തി നാടോടിജീവിതം നയിച്ചിരുന്ന ആദിമജനതകളിലും മനുഷ്യരുടെ മൈഥുനം മൃഗങ്ങളുടെ പ്രജനനം വർധിപ്പിക്കുമെന്ന മാന്ത്രികചിന്തകളുണ്ടായിരുന്നു. അതുകൊണ്ടാണ് വൈദികസാഹിത്യത്തിൽ കാമാചാരങ്ങളെക്കുറിച്ചുള്ള പരാമർശങ്ങൾ സുലഭമായത്. താന്ത്രികമതത്തിലെ പഞ്ചമകാരത്തിൽപ്പെട്ട മൈഥുനത്തിന്റെ ഉത്ഭവവും ആദിമജനതകളുടെ കാർഷികമായ മാന്ത്രികചിന്തകളാണ്.

മനുഷ്യന്റെ കാർഷികജീവിതത്തിൽ നിന്നുത്ഭവിച്ച താന്ത്രികമതം ഇന്ന് തനതുരൂപത്തിൽ നിലനിൽക്കുന്നില്ല. എന്നാൽ ഹിന്ദുമതത്തിലും ബുദ്ധമതത്തിലും അതിന്റെ പല അംശങ്ങളും കാണാം. താന്ത്രികമതത്തിലെ പല വിശ്വാസങ്ങളും ആചാരങ്ങളും ഇന്ത്യയിലെ പല ജനവിഭാ

ഗങ്ങളിലും ഇന്നും സജീവമായി നിലനിൽക്കുന്നുണ്ട്. താന്ത്രികാചാരങ്ങളുടെ തനത് രൂപങ്ങൾ കാണുന്നത് ഹിന്ദുമതത്തിലെ താഴ്ന്ന ജാതികളിലാണ്. പ്രകൃതിശക്തികൾക്കുപരിയായി മറ്റൊരു 'ദൈവികശക്തി' ഉണ്ടെന്ന വിശ്വാസം താന്ത്രികമതത്തിലില്ലായിരുന്നു. കാർഷികമാന്ത്രികചിന്തകളിൽ നിന്നുതന്നെയാണ് താന്ത്രികമതത്തിലെ പ്രപഞ്ചോൽപ്പത്തി സിദ്ധാന്തവും രൂപപ്പെട്ടത്. മനുഷ്യന്റെ ശരീരവും പ്രപഞ്ചവും അടിസ്ഥാനയാഥാർത്ഥ്യത്തിന്റെ രണ്ടു രൂപങ്ങളാണെന്നാണ് താന്ത്രിക ചിന്ത. പ്രപഞ്ചരഹസ്യങ്ങളറിയാൻ ശരീരത്തിന്റെ രഹസ്യങ്ങളറിഞ്ഞാൽ മതിയെന്നും പ്രപഞ്ചോൽപ്പത്തി ശരീരോൽപ്പത്തിപോലെയാണെന്നും ആണ് താന്ത്രിക വിശ്വാസം. ഈ പ്രപഞ്ചോൽപ്പത്തിസിദ്ധാന്തമാണ് താന്ത്രികമതത്തിലെ 'ദേഹതത്വം'. മനുഷ്യശരീരവും പ്രപഞ്ചവും ഭൗതികവസ്തുക്കൾ മാത്രമടങ്ങുന്നതാണ്. തന്ത്രശാസ്ത്രത്തിലെ മനുഷ്യശരീരവിവരണങ്ങളാണ് യഥാർത്ഥത്തിൽ ആധുനിക ശരീരശാസ്ത്രത്തിനു (anatomy) മുന്നോടിയായത്. ചരിത്രപണ്ഡിതൻ ബ്രിജേന്ദ്രനാഥ് സിയാൽ എഴുതി: "ചരകനും സുശ്രുതനും (അരിസ്റ്റോട്ടിലിനെപ്പോലെ) വിചാരിച്ചിരുന്നത് ബോധത്തിന്റെ സ്ഥാനം ഹൃദയത്തിലാണെന്നായിരുന്നു. എന്നാൽ താന്ത്രികശാസ്ത്രത്തിൽ ബോധത്തിന്റെ സ്ഥാനം മസ്തിഷ്കത്തിലേക്കു മാറ്റി. ശവശരീരങ്ങൾ മുറിച്ച് ശരീരശാസ്ത്രപഠനത്തിനു തുടക്കം കുറിച്ച ഗാലനും അങ്ങനെതന്നെയാണ് കരുതിയത്!" (B N Seal - *Positive Science of Ancient Hindus* - p. 218).

മനുഷ്യശരീരം ഉത്ഭവിക്കുന്നത് സ്ത്രീ പ്രസവിക്കുമ്പോഴാണല്ലോ. അതുപോലെതന്നെയാണ് പ്രപഞ്ചവും ഉത്ഭവിക്കുന്നതെന്ന് താന്ത്രിക മതം അനുശാസിക്കുന്നു. പ്രപഞ്ചത്തെ സൃഷ്ടിച്ചത് കാമം ആണ്. ഭൂമി വാമോത്ഭവയാണ്. സ്ത്രീ പ്രസവിച്ചത് എന്നാണ് വാക്കുകളുടെ അർത്ഥം. താന്ത്രികമതവിശ്വാസങ്ങൾ ശൈവ, വൈഷ്ണവ മതങ്ങളിലേക്ക് സംക്രമിച്ചതിന്റെ തെളിവുകളാണ് ഹിന്ദുക്ഷേത്രങ്ങളിലെ നഗ്നശിൽപ്പങ്ങളും മൈഥുനക്രിയയുടെ ചിത്രീകരണങ്ങളും. താന്ത്രികമതത്തിലെ പ്രപഞ്ചോൽപ്പത്തിസിദ്ധാന്തം ലോകത്തിന്റെ പല ഭാഗത്തുമുള്ള ആദിമജനതകൾക്കുമുണ്ടായിരുന്നു. ചൈനയിലെ താവോമതത്തിലെ പ്രപഞ്ചോൽപ്പത്തിസിദ്ധാന്തം താന്ത്രികമതത്തിലേതിനോട് സാമ്യമുള്ളതാണെന്ന് പുരാതന ചൈനയിലെ ശാസ്ത്രത്തെയും സംസ്കാരത്തെയും കുറിച്ച് പഠനങ്ങൾ നടത്തിയ ബ്രിട്ടീഷ് ബയോകെമിസ്റ്റ് ജെ നീഥാം (Joseph Terence Montgomery Needham 1940–1995) തന്റെ *Science and Civilization in China* എന്ന ഗ്രന്ഥത്തിൽ പറയുന്നു. ഹിന്ദുമതത്തിനും ബുദ്ധമതത്തിനും ഇടയിലുള്ള ഒരു മതമായിട്ടാണ് നീഥാം താന്ത്രികമതത്തെ കണ്ടിരുന്നത്. ഭാരതത്തിലെ പുരുഷ/പ്രകൃതി സങ്കൽപ്പങ്ങൾക്ക് തുല്യമായി ചൈനയിൽ യാങ്, യിൻ തത്വങ്ങളാണ്. യാങ് പുരുഷനും യിൻ സ്ത്രീയുമാണ്. യാങ് പുരുഷൻ മാത്രമല്ല; പ്രകാശമുള്ളതും വരണ്ടതും കാഠിന്യമേറിയതും കർമ്മനിരതവുമാണ്. യിൻ

സ്ത്രൈണവും ഇരുണ്ടതും മൃദുവും ഈർപ്പമുള്ളതും അകർമ്മണ്യതയുമാണ്. താന്ത്രികമതത്തെപ്പോലെ താവോയിസവും സ്ത്രീശക്തിയോടാണ് ആഭിമുഖ്യം കാണിച്ചത്. നീഥാമിന്റെ അഭിപ്രായത്തിൽ, വെങ്കലയുഗപ്പിറവിയോടെ സമൂഹത്തിൽ നിലവിൽവന്ന വർഗ്ഗവിഭജനത്തിനുമുമ്പ്, കാർഷികജീവിതത്തിന്റെ പ്രാരംഭഘട്ടത്തിലാണ് ഇന്ത്യയിലെ താന്ത്രികമതത്തെപ്പോലെ ചൈനയിലെ താവോമതവും രൂപപ്പെട്ടതും. മനുഷ്യന് അമരത്വം നേടാൻ ആറുകാര്യങ്ങളാണ് താവോമതം നിർദ്ദേശിക്കുന്നത്. (1) ശ്വസനക്രിയകൾ (2) സൂര്യപ്രകാശസ്നാനം (3) കായികാഭ്യാസങ്ങൾ (4) മൈഥുനക്രിയകൾ (5) രാസദ്രവ്യ സേവ (6) ഭക്ഷണം ഇവയാണ് ആറു കാര്യങ്ങൾ. ഇവയ്ക്ക് താന്ത്രികമതത്തിലെ യോഗസാധനയുമായുള്ള സാദൃശ്യം പ്രകടമാണല്ലോ. ഇന്ത്യയിലെ താന്ത്രികമതവും ചൈനയിലെ താവോമതവും കാർഷികജീവിതവുമായി ബന്ധപ്പെട്ട മാന്ത്രികചിന്തകളിൽ നിന്നു രൂപപ്പെട്ടവയാണ്.

7

ഏകദൈവ മതങ്ങൾ

ജൂതമതം

സെമിറ്റിക് വംശത്തിന് ഏകദൈവവിശ്വാസത്തോട് ആഭിമുഖ്യമുള്ള സവിശേഷമായ മനോഘടനയുള്ളതുകൊണ്ടാണ് ജൂതമതം ഏകദൈവവിശ്വാസം സ്വീകരിച്ചതെന്ന് ചിലർക്ക് അഭിപ്രായമുണ്ട് (*The Evolution of the Idea of God* - page 143). ലോകത്ത് ആദ്യമായി ഏകദൈവവിശ്വാസം സ്വീകരിച്ചത് ജൂതരാണെന്ന ധാരണയും ചിലർക്കുണ്ട്. സവിശേഷമായ മാനസിക ഘടനയുള്ളതുകൊണ്ടോ ഏതെങ്കിലും പ്രവാചകന്റെ ഉദ്ബോധനത്തിന്റെ ഫലമായോ അല്ല ചില ജനവിഭാഗങ്ങൾ ഏകദൈവവിശ്വാസം സ്വീകരിക്കുന്നത്. ജീവിതസാഹചര്യങ്ങളും രാഷ്ട്രീയ സാമൂഹ്യാവസ്ഥകളുമാണ് അവരെ അതിനു പ്രേരിപ്പിക്കുന്നത്. *ദൂറിംഗിനെതിരെ* (*Anti Duhring*) എന്ന ഗ്രന്ഥത്തിൽ കാൾ മാർക്സ് എഴുതി:

> (വിശ്വാസത്തിന്റെ) പരിണാമം കുറേക്കൂടി മുന്നേറിയ ഒരു ഘട്ടത്തിൽ അനേകം ദൈവങ്ങളുടെ പ്രാകൃതികവും സാമൂഹികവുമായ ധർമ്മങ്ങൾ എല്ലാം ഒരു സർവ്വശക്തനായ ദൈവത്തിലേക്ക്, കേവലമനുഷ്യന്റെ പ്രതിബിംബമായ മനുഷ്യനിലേക്ക് മാറ്റപ്പെടുന്നു. ഏകദൈവവിശ്വാസത്തിന്റെ ഉത്ഭവം അങ്ങനെയാണ് (Karl Marx and Frederic Engels : *On Religion* - page 128).

ജൂതർ ഏകദൈവവിശ്വാസത്തിലെത്തുന്നതിന് നൂറ്റാണ്ടുകൾക്കു മുമ്പ് പേർഷ്യക്കാർ ഏകദൈവവിശ്വാസത്തിലെത്തി. പേർഷ്യക്കാരുടെ പ്രവാചകൻ സറതൂസ്ത്ര (സൊറാസ്റ്റർ) സ്ഥാപിച്ച മസ്ദാമതത്തിന് (Zorastrianism) ഏകദൈവവിശ്വാസമായിരുന്നു. ചരിത്രകാരന്മാരുടെ അഭിപ്രായത്തിൽ മസ്ദാ മതമാണ് ലോകത്തെ ആദ്യത്തെ ഏകദൈവ

മതം. മസ്ദാമതം സ്ഥാപിച്ചതെപ്പോഴാണെന്ന് കൃത്യമായി പറയുക സാധ്യമല്ല. പൊതുവർഷത്തിന് മുമ്പ് 1500 നും 1200 നും ഇടയിലായിരിക്കാമെന്നാണ് പൊതുവെയുള്ള അഭിപ്രായം. പുരാവസ്തു ഗവേഷണത്തിലും മസ്ദാവേദമായ *അവസ്ത*യും *ഋഗ്വേദ*വും തമ്മിലുള്ള ഭാഷാപരമായ താരതമ്യപഠനത്തിലും നിന്നാണ് ഗവേഷകർ ഈ നിഗമനത്തിലെത്തിയത്. മസ്ദാമതം സ്ഥാപിച്ച പ്രവാചകൻ സറതുസ്ത്ര (സൊറാസ്റ്റർ) നവശിലായുഗത്തെത്തുടർന്നുണ്ടായ വെങ്കലയുഗത്തിലാണ് (Bronze age) ജീവിച്ചിരുന്നതെന്ന് കരുതുന്നു. അക്കാലത്ത് പേർഷ്യക്കാരും പുരാതന സൈന്ധവനാഗരികതയുടെ ഉടമകളെപ്പോലെ ബഹുദൈവാരാധകരായിരുന്നു. അവർ മൃഗബലികളും യാഗങ്ങളും നടത്തിയിരുന്നു. സൊറാസ്റ്റർ അവരെ ഏകദൈവവിശ്വാസത്തിലേക്ക് നയിക്കാനുണ്ടായ സാഹചര്യങ്ങൾ എന്തായിരുന്നുവെന്ന് ഇന്ന് കൃത്യമായി പറയുക സാധ്യമല്ല. ഏതാണ്ട് ആയിരം വർഷത്തോളം കാലം ലോകത്ത് ഏറ്റവും കൂടുതൽ ജനങ്ങൾ വിശ്വസിച്ചിരുന്ന മതമായിരുന്നു മസ്ദാമതം. പൊതുവർഷത്തിന് മുമ്പ് 650 മുതൽ 600 വരെ അത് പേർഷ്യാസാമ്രാജ്യത്തിന്റെ ഔദ്യോഗിക മതമായിരുന്നു. ഇന്നത് ആകെ രണ്ടുലക്ഷത്തോളം വിശ്വാസികൾ മാത്രമുള്ള, ഏറ്റവും ചെറിയ മതങ്ങളിലൊന്നായി ചുരുങ്ങിയിരിക്കുന്നു. അഹുര മസ്ദ (ജ്ഞാനിയായ നാഥൻ) എന്ന ഏകദൈവവിശ്വാസത്തിലാണ് അവർ വിശ്വസിക്കുന്നത് (പേർഷ്യൻ ഭാഷയിലെ അഹുരൻ സംസ്കൃതത്തിലെ അസുരൻ ആണ്!). അഹുര മസ്ദ പ്രവാചകരിലൂടെ സത്യം വെളിപ്പെടുത്തിയെന്നാണ് വിശ്വാസം. പ്രവാചകരുടെ വചനങ്ങൾ ക്രോഡീകരിച്ചതാണ് *അവസ്ത*. ഏറ്റവും ഒടുവിലത്തെ പ്രവാചകനായിരുന്നു സറതുസ്ത്ര (സൊറാസ്റ്റർ). *അവസ്ത*യിലെ പതിനേഴ് വചനങ്ങൾ സറതുസ്ത്രയിലൂടെ വെളിപ്പെടുത്തിയതാണെന്ന് അവർ വിശ്വസിക്കുന്നു. *അവസ്ത*യുടെ ഈ ഭാഗം *ഗാഥ* എന്ന പേരിലാണറിയപ്പെടുന്നത്. ഇന്നത്തെ ജൂത, ക്രൈസ്തവ, ഇസ്ലാം മതങ്ങളിലെ പല വിശ്വാസപ്രമാണങ്ങളും മസ്ദാമതത്തിൽനിന്നും സംക്രമിച്ചവയാണ്.

ഏകദൈവവിശ്വാസം സെമിറ്റിക് വംശത്തിനു മാത്രമല്ല ആര്യന്മാർക്കും ഉണ്ടായിരുന്നുവെന്ന് ആര്യവംശത്തിന്റെ മഹത്വത്തിൽ വിശ്വസിക്കുകയും വേദോപനിഷത്തുകളോട് അന്ധമായ ആരാധനാ മനോഭാവം വച്ചുപുലർത്തുകയും ചെയ്തിരുന്ന ജർമ്മൻ പണ്ഡിതൻ മാക്സ് മുള്ളർ വാദിക്കുന്നു. അദ്ദേഹം എഴുതി:

> തത്വചിന്ത പതുക്കെപ്പതുക്കെ താണ്ടുന്ന ഭീകരമായ മരുഭൂമി ഒരൊറ്റച്ചാട്ടത്തിന് കടക്കുവാൻ കഴിയും. ആര്യവംശത്തെയും സെമിറ്റിക് വർഗ്ഗത്തെയും നാം താരതമ്യപ്പെടുത്തുന്നത് ശരിയല്ല. സെമിറ്റിക് ജനത പലപ്പോഴും ബഹുദേവതാവിശ്വാസത്തിലേക്കു തിരിച്ചുപോയിട്ടുണ്ട്. ഇന്ത്യയിലെ ആര്യന്മാർ പിറന്നുവീണത് ഏകദേവതാവിശ്വാസത്തിലാണ്.

മാക്സ് മുള്ളറുടെ *A History of Ancient Sanskrit Literature*

എന്ന ഗ്രന്ഥത്തിൽനിന്നും സുകുമാർ അഴീക്കോട് *തത്ത്വമസി*യിൽ ചേർത്തതാണ് മുകളിലുദ്ധരിച്ച ഭാഗം. യൂറോപ്പിന്റെ പൊതുബോധത്തിൽ ജൂതവിരോധവും ആര്യവംശമഹിമയും മേധാവിത്വം പുലർത്തിയിരുന്ന കാലഘട്ടത്തിലാണ് മാക്സ് മുള്ളർ ആര്യവംശ പ്രകീർത്തനം ചെയ്തതെന്നോർക്കണം. മാക്സ് മുള്ളറെ വാനോളം പുകഴ്ത്തിയ സുകുമാർ അഴീക്കോടിന് ആര്യന്മാർ ഏകദൈവവിശ്വാസികളായിരുന്നുവെന്ന് പറഞ്ഞത് നിഷേധിക്കേണ്ടിവന്നു. "മാക്സ് മുള്ളർ ഋഷികളുടെ മതം ഏകദൈവവിശ്വാസമാണെന്ന് പ്രസ്താവിച്ചതും മറ്റുമായ പോരായ്മകൾ തൽക്കാലം മറക്കുക" (*തത്ത്വമസി* പുറം 88). ആര്യന്മാരെ പ്രകീർത്തിക്കാനുള്ള വ്യഗ്രതയ്ക്കു പുറമെ ബഹുദൈവവിശ്വാസം അധമവും ഏകദൈവവിശ്വാസം ഉദാത്തവുമാണെന്ന ചിന്തയും മാക്സ് മുള്ളറെ നയിച്ചിരുന്നു. അവനവന്റെ മതവും വിശ്വാസവും മാത്രമാണ് ശരി അല്ലെങ്കിൽ ഏറ്റവും നല്ലത് എന്ന സിദ്ധാന്തപക്ഷപാതവും വിശ്വാസശാഠ്യവും എല്ലാ വിശ്വാസികളുടെയും പൊതുസ്വഭാവമാണ്. ഈ മനോഭാവത്തിന്റെ അടിസ്ഥാനം മാന്ത്രികചിന്തയാണ്. സിദ്ധാന്തപക്ഷപാതത്തെക്കുറിച്ച് (Hypothesis bias) മുമ്പ് ചർച്ചചെയ്തത് ഓർക്കുമല്ലൊ.

സ്വർഗ്ഗവും നരകവും ലോകവുമൊക്കെ സൃഷ്ടിച്ച് പരിപാലിക്കുന്ന ഒരൊറ്റ ദൈവം മാത്രമേയുള്ളുവെന്നും ആ ദൈവം തെരഞ്ഞെടുത്ത ജനതയാണ് തങ്ങളെന്നും ജൂതർ വിശ്വസിക്കുന്നു. ജൂതരുടെ വേദപുസ്തകമായ *തോറ*യുടെ അർത്ഥം നിയമം എന്നാണ്. ഹീബ്രു *ബൈബിളായ തനഖ്*ലെ ആദ്യത്തെ അഞ്ചു പുസ്തകങ്ങളടങ്ങുന്നതാണ് *തോറ. തോറാത്ത് മോഷെ* (*മോശെയുടെ നിയമം*) എന്നാണ് പേര്. ക്രിസ്ത്യൻ *ബൈബിളി*ലെ *പഴയനിയമ*ത്തിലെ *ഉൽപ്പത്തി, പുറപ്പാട്, ലേവ്യപുസ്തകം, സംഖ്യാപുസ്തകം, ആവർത്തന പുസ്തകം* എന്നിവയാണ് *തോറ*യിലെ അഞ്ചുപുസ്തകങ്ങൾ. യഹോവ മോശയോട് നേരിട്ടു പറഞ്ഞ വചനങ്ങളാണ് *തോറ*യിലുള്ളതെന്ന് ജൂതരും ക്രിസ്ത്യാനികളും വിശ്വസിക്കുന്നു. *തോറ*യുടെ ഗ്രീക്ക് പേരാണ് *പെന്റാറ്റ്യൂക്ക്* (അഞ്ച് ഏടുകൾ). ജൂതരുടെ വേദപുസ്തകമായ *ഹീബ്രു ബൈബിൾ* ചെറിയ ഭേദഗതികളോടെ *പഴയനിയമം* എന്ന പേരിൽ ഉൾച്ചേർത്തിരിക്കുകയാണ് ക്രിസ്ത്യാനികളുടെ *ബൈബിൾ.*

ഇന്നത്തെ ജൂതമതം അറിയപ്പെടുന്നത് റബ്ബിനിയത ജൂതമതം (Rabbinical Judaism) എന്നും റബ്ബിമതം (Rubbinism) എന്നുമാണ്. ജൂതമതത്തിന് കത്തോലിക്കാമതത്തിനുള്ളതുപോലെ കേന്ദ്രീകൃതമായ മതാധികാര സ്ഥാപനമോ സംഘടനാരൂപമോ ഇല്ല. ചില വിശ്വാസപ്രമാണങ്ങളും റബ്ബികളുടെ (ഗുരുക്കന്മാർ) ഉപദേശങ്ങളും അനുസരിച്ചാണ് ലോകത്തിന്റെ എല്ലാ ഭാഗത്തുമുള്ള ജൂതസമൂഹങ്ങൾ ജീവിക്കുന്നത്. വിശ്വാസപ്രമാണത്തിൽ ഒന്നാമത്തേത് പ്രപഞ്ചത്തെ സൃഷ്ടിക്കുകയും നിയന്ത്രിക്കുകയും സംരക്ഷിക്കുകയും ചെയ്യുന്ന സർവ്വശക്തനും സർവ്വജ്ഞാനിയും കാരുണ്യവാനും അരൂപിയും ആയ ഒരു ദൈവം ഉണ്ടെന്നുള്ള വിശ്വാസമാണ്. ആര്യന്മാരുടെ ബ്രഹ്മത്തെപ്പോലെ ജൂതരുടെ യഹോവ സർവ്വവ്യാപിയല്ല (Omnipresent). കാരണം അവരുടെ വിശ്വാസപ്രകാരം പ്രപഞ്ചം യഹോവയിൽ നിന്നുത്ഭവിക്കുകയല്ല, യഹോവ സൃഷ്ടിക്കുക

യാണ്. യഹോവ ആകാശവും ഭൂമിയും അതിലുള്ള സകലതും സൃഷ്ടിച്ചതിനുശേഷം ഇസ്രയേൽ സന്തതികളുമായി ഒരു ഉടമ്പടി (Covenant) ചെയ്യുകയും അവർ അനുസരിക്കേണ്ട നിയമങ്ങൾ മോശപ്രവാചകനിലൂടെ വെളിപ്പെടുത്തുകയും ചെയ്തുവെന്നാണ് വിശ്വാസം. ജൂതരുടെ വിശ്വാസപ്രമാണങ്ങൾ നൂറ്റാണ്ടുകളിലൂടെ പല മാറ്റങ്ങൾക്കും വിധേയമായവയാണ്. ഇന്ന് പരക്കെ അംഗീകരിച്ചിട്ടുള്ളത് റബ്ബി മോഷെ ബെൻ മൈമോൺ (റംബാം എന്ന ചുരുക്കപ്പേരിലാണ് വിളിക്കാറ്) രൂപം കൊടുത്ത പതിമൂന്ന് തത്വങ്ങളടങ്ങുന്നതാണ്. മോഷേ ബെൻ മൈമോൺ പൊതുവർഷം 1138-ൽ സ്പെയിനിലെ കോർഡോവിയിലാണ് ജനിച്ചത്. അന്തരിച്ചത് 1204 ൽ ഈജിപ്തിലെ ഫോസ്താത്തിലും. അദ്ദേഹം ഭിഷഗ്വരനും തത്വജ്ഞാനിയും ജൂതരുടെ റബ്ബിയുമായിരുന്നു. ആൻഡലൂസിയ (സ്പെയിൻ), മൊറോക്കൊ, ഈജിപ്ത് എന്നീ രാജ്യങ്ങളിൽ അദ്ദേഹം ജീവിക്കുകയും പ്രവർത്തിക്കുകയും ചെയ്തിട്ടുണ്ട്. അദ്ദേഹമാണ് പതിമൂന്നു വിശ്വാസപ്രമാണങ്ങൾക്ക് രൂപംകൊടുത്തത്. യഹോവയാണ് ലോകം സൃഷ്ടിച്ചത്. യഹോവ ഏകനാണ്. യഹോവയ്ക്ക് ശരീരമില്ല, യഹോവ ആദ്യത്തെയും അവസാനത്തെയുമാണ്. യഹോവയെ മാത്രമേ ആരാധിക്കാവൂ. യഹോവയുടെ എല്ലാ പ്രവാചകരും പറഞ്ഞതെല്ലാം സത്യമാണ്, *തോറ* മുഴുവനും മോശയ്ക്ക് യഹോവ വെളിപ്പെടുത്തിയതാണ്. *തോറ* യഹോവയുടെ മാറ്റമില്ലാത്ത നിയമങ്ങളാണ്, മനുഷ്യരുടെ എല്ലാ പ്രവൃത്തികളും യഹോവ മനസ്സിലാക്കുന്നു. നിയമങ്ങൾ അനുസരിക്കുന്നവർക്ക് പ്രതിഫലവും ലംഘിക്കുന്നവർക്ക് ശിക്ഷയും നൽകുന്നു. മരിച്ചവരെയെല്ലാം പുനരുജ്ജീവിപ്പിക്കും. ഒരു രക്ഷകൻ (Messiah) വരും എന്നിവയാണ് ജൂതർ വിശ്വസിക്കേണ്ട പതിമൂന്ന് കാര്യങ്ങൾ. ഒരു ജൂതൻ വിശ്വസിച്ചാൽ മാത്രം പോര. നിയമങ്ങൾ അനുസരിച്ച് ജീവിക്കുകയും വേണം. ഏറ്റവും പ്രധാനപ്പെട്ടത് ചേലാകർമ്മമാണ്. ചേലാകർമ്മത്തിനു വിധേയനാകാതെ ജൂതനാകുകയില്ല. പ്രാർത്ഥനകളും ശബ്ബത്താചരണവും അനിവാര്യമാണ്. ചുരുക്കത്തിൽ ഏതാനും വിശ്വാസങ്ങൾ മാത്രമല്ല വ്യക്തിജീവിതത്തെ സമഗ്രമായി നിയന്ത്രിക്കുന്ന ഒരു പ്രസ്ഥാനവും ഇസ്രയേൽ രാഷ്ട്രത്തിന്റെ രാഷ്ട്രമതവും (national religion) ആണ് ജൂതമതം.

റബ്ബി മോഷേ ബെൻ മൈമൂൺ

ആദിപിതാവായ ഏബ്രഹാമിന്റെയോ പ്രവാചകനായ മോശയുടെയോ ഉപദേശമനുസരിച്ച് പെട്ടെന്നുണ്ടായതല്ല ജൂതഗോത്രങ്ങളുടെ ഏകദൈവവിശ്വാസം. ജൂതരുടെ ജീവിതസാഹചര്യങ്ങളാണ് അവരെ

ഏകദൈവവിശ്വാസം സ്വീകരിക്കാൻ നിർബന്ധിതരാക്കിയത്. ഏകദൈവവിശ്വാസത്തിലെത്തുന്നതിനുമുമ്പ് ജൂതർ യഹോവ ഉൾപ്പെടെ അനേകം ദൈവങ്ങളിൽ വിശ്വസിച്ചിരുന്നുവെന്നതിനു *വേദഗ്രന്ഥം* തന്നെ സാക്ഷ്യം വഹിക്കുന്നു. പൊതുവർഷത്തിനുമുമ്പ് ആറാം നൂറ്റാണ്ടിൽ ജീവിച്ചിരുന്ന യിരെമ്യാവ് പ്രവാചകന്റെ (Jeremia) പുസ്തകത്തിൽ യഹോവ ഇസ്രയേല്യരെ ഇങ്ങനെ കുറ്റപ്പെടുത്തുന്നു: "അയ്യോ, യഹൂദയേ! നിന്റെ പട്ടണങ്ങളുടെ എണ്ണത്തോളം നിനക്കു ദൈവങ്ങളും ഉണ്ടല്ലോ!" (യിരെമ്യാവ് 2:28) ഇസ്രയേല്യരുടെ ഇടയിൽ നിലനിന്നിരുന്ന വിവിധ വിശ്വാസങ്ങളുടെ സംശ്ലേഷണത്തിലൂടെയാണ് യഹോവ എന്ന ഏകദൈവത്തിൽ വിശ്വസിക്കുന്ന ജൂതമതം രൂപപ്പെട്ടത്.

ആദിമജൂതരുടെ ഇടയിൽ വ്യാപകമായുണ്ടായിരുന്ന സമ്പ്രദായമാണ് റ്റെറാഫിം ആരാധന. കുലങ്ങളുടെയും കുടുംബങ്ങളുടെയും പരദേവതകളായിരുന്നു റ്റെറാഫിം. ജൂതകുടുംബങ്ങളിൽ പ്രതിഷ്ഠിച്ച് ആരാധിച്ചിരുന്ന ചെറുതോ വലുതോ ആയ വിഗ്രഹങ്ങളെയാണ് റ്റെറാഫിം എന്നു വിളിച്ചിരുന്നത്. *ബൈബിൾ പഴയനിയമ*ത്തിന്റെ പലഭാഗത്തും റ്റെറാഫിം ആരാധന പരാമർശിക്കുന്നുണ്ട്. ജൂതരുടെ റ്റെറാഫിം മൺമറഞ്ഞ പൂർവ്വികരെ പ്രതിനിധാനം ചെയ്യുന്ന വിഗ്രഹങ്ങളായിരുന്നുവെന്ന് നരവംശശാസ്ത്രജ്ഞനായ ഗ്രാന്റ് അല്ലെനും ഡച്ച് ദൈവശാസ്ത്രജ്ഞനായ ഏബ്രഹാം കുവേനനും സമർത്ഥിക്കുന്നു. കുടുംബദൈവങ്ങളായ റ്റെറാഫിമിനു പുറമെ കാള, സർപ്പം തുടങ്ങിയ ചില ജന്തുദൈവങ്ങളെയും ഇസ്രയേല്യർ ആരാധിച്ചിരുന്നു. മോസസ് പ്രവാചകൻ യഹോവയുടെ കൽപ്പനകൾ സ്വീകരിക്കാൻ സീനായി പർവ്വതത്തിൽ പോയ സമയത്ത് ഇസ്രയേല്യർ കാളയുടെ വിഗ്രഹമുണ്ടാക്കി ആരാധിച്ചു. സെമിറ്റിക് ഗോത്രങ്ങൾക്കിടയിൽ ഉണ്ടായിരുന്ന ടോട്ടമിസത്തിന്റെ (കുലചിഹ്നവ്യവസ്ഥ) ശേഷിപ്പുകളാണ് കാളയാരാധന. മരിച്ചുപോയ പൂർവ്വികരെ ആരാധിക്കാനായി മറവുചെയ്തതിനു മുകളിൽ സ്തൂപങ്ങളും സ്മാരകശിലകളും സ്ഥാപിക്കാറുണ്ടായിരുന്നു. വടക്കൻ സെമിറ്റിക് പ്രദേശങ്ങളായ പാലസ്തീൻ, ലെബനാൻ, ജോർദാൻ, ഗാസ തുടങ്ങിയ സ്ഥലങ്ങളിൽ മെമ്നോൺ, സെമിറാമിസ് എന്നീ പേരുകളിലറിയപ്പെടുന്ന ചെറുകുന്നുകൾ ഇസ്രയേൽ ഗോത്രങ്ങളുടെ ശവകുടീരാരാധനയുടെ അവശിഷ്ടങ്ങളാണെന്ന് നരവംശശാസ്ത്രജ്ഞനായ റോബർട്സൺ സ്മിത്ത് പറയുന്നു. യഹോവയുടെ താഴെ പരദേവതകൾക്കു മുകളിലായി പല ഗോത്രങ്ങളും ആരാധിച്ചിരുന്ന ദൈവങ്ങളാണ് മോലെക്കും ബാലും. ബാൽ എന്നത് ഒരു പ്രത്യേക ദൈവത്തിന്റെ പേരല്ല. പല ദൈവങ്ങൾക്കും പൊതുവായി പറഞ്ഞിരുന്ന പേരാണെന്നും നാഥൻ, ദേവൻ എന്നൊക്കെയാണ് അർത്ഥമെന്നും പണ്ഡിതന്മാർ പറയുന്നു. പ്രാദേശികമായി അധികാരപരിധി ഉണ്ടായിരുന്ന ഒന്നിലധികം ബാൽ ദൈവങ്ങൾ ഉണ്ടായിരുന്നുവെന്ന് പലസ്തീൻ, ലെബനൻ, ജോർദാൻ തുടങ്ങിയ രാഷ്ട്രങ്ങളിലെ ബാൽ-തമാർ, ബാൽ-ഗാഡ്, ബാൽ-പിയോർ, ബാൽ-ബെരിത്, ബാൽ-മിയോൺ തുടങ്ങിയ സ്ഥലനാമങ്ങൾ സ്പഷ്ടമാക്കുന്നു.

ഇസ്രയേല്യരുടെ ഏകദൈവമായി മാറിയ യഹോവയും ആദ്യകാ

ലത്ത് ശിലാവിഗ്രഹത്തിന്റെ രൂപത്തിലായിരുന്നുവെന്ന് ചില *ബൈബിൾ* വചനങ്ങൾ സൂചിപ്പിക്കുന്നു.

> നമ്മുടെ ദൈവത്തിനു മഹത്വം കൊടുപ്പിൻ; അവൻ പാറ; അവന്റെ പ്രവൃത്തി അത്യുത്തമം. തന്നെ ഉണ്ടാക്കിയ ദൈവത്തിനെ അവൻ ത്യജിച്ചു; തന്റെ രക്ഷയുടെ പാറയെ നിരസിച്ചു. നിന്നെ ജനിപ്പിച്ച പാറയെ നീ വിസ്മരിച്ചു. നിന്നെ ഉൽപ്പാദിപ്പിച്ച ദൈവത്തെ മറന്നുകളഞ്ഞു. അവരുടെ പാറ അവരെ വിറ്റുകളകയും യഹോവ അവരെ ഏൽപ്പിച്ചുകൊടുക്കുകയും ചെയ്തിട്ടല്ലാതെ ഒരുവൻ ആയിരംപേരെ പിന്തുടരുന്നതും ഇരുപതിനായിരം പേരെ ഓടിക്കുന്നതുമെങ്ങനെ? അവരുടെ പാറ നമ്മുടെ പാറ പോലെയല്ല; അതിനു നമ്മുടെ ശത്രുക്കൾ തന്നെ സാക്ഷി. അവരുടെ ബലികളുടെ മേദസ്സ് തിന്നുകയും പാനീയബലിയുടെ വീഞ്ഞു കുടിക്കുകയും ചെയ്ത ദേവന്മാരും അവർ ആശ്രയിച്ച പാറയും എവിടെ?"
> (വചനങ്ങൾ *ആവർത്തനപുസ്തക*ത്തിൽ നിന്ന്)

ഇവയെല്ലാം ആവർത്തിച്ചുള്ള ആലങ്കാരികപ്രയോഗങ്ങളായിരുന്നുവെന്ന് കരുതുന്നത് യുക്തിസഹമല്ല. യഹോവയെ ആരാധിച്ചിരുന്നത് കരിങ്കല്ലിൽ കൊത്തിയെടുത്ത ചെറുസ്തൂപത്തിന്റെയോ വിഗ്രഹത്തിന്റെയോ രൂപത്തിലായിരുന്നുവെന്ന് ഈ വചനങ്ങൾ സൂചിപ്പിക്കുന്നു. ജൂതർ വിഗ്രഹാരാധന ഉപേക്ഷിച്ചതിനുശേഷവും സമൂഹത്തിന്റെ പൊതുബോധത്തിൽ തങ്ങി നിന്നിരുന്ന സ്മരണകളാണ് രചയിതാവിനെ ഇത്തരം ശൈലീപ്രയോഗത്തിനു പ്രേരിപ്പിച്ചത്. നാടോടികളായിരുന്ന ഏബ്രായർ തങ്ങളുടെ യഹോവവിഗ്രഹത്തെ മരത്തിന്റെ പെട്ടകത്തിനകത്താക്കിയാണ് കൂടെ കൊണ്ടുനടന്നിരുന്നത്. നാടോടിസംഘം തമ്പടിക്കുന്ന സ്ഥലത്ത് യഹോവയുടെ പെട്ടകം വയ്ക്കാനുള്ള പ്രത്യേക കൂടാരവും ഉണ്ടാക്കുമായിരുന്നു. ഈ കൂടാരത്തിനു മുമ്പിൽ വന്ന് ജനങ്ങൾ പ്രാർത്ഥനകളും ബലികളും നടത്തും. യഹോവയുടെ കൂടാരം അറിയപ്പെട്ടിരുന്നത് സമാഗമനകൂടാരം എന്നാണ്. വിഗ്രഹാരാധന ഉപേക്ഷിച്ച ശേഷം രചിക്കപ്പെട്ടതായതുകൊണ്ട് *ബൈബിളിൽ* യഹോവയുടെ പെട്ടകമെന്നല്ല, യഹോവ മോശെയ്ക്കു നൽകിയ പത്തുകൽപ്പനകൾ കൊത്തിയ ശിലാഫലകങ്ങൾ സൂക്ഷിക്കുന്ന പെട്ടകമെന്നാണ് (ഉടമ്പടിപെട്ടകം - Ark of Covenant) യഹോവയുടെ പെട്ടകത്തെപ്പറ്റി പരാമർശിച്ചിട്ടുള്ളത്.

ഉടമ്പടിപ്പെട്ടകം

ലോകത്തിന്റെ എല്ലാ ഭാഗത്തുമുള്ള ആദിമജനതകളെപോലെ

ബഹുദൈവവിശ്വാസികളും വിഗ്രഹാരാധകരുമായിരുന്ന ജൂതർ എങ്ങനെയാണ് ഏകദൈവവിശ്വാസികളായത് എന്നറിയാൻ അവരുടെ ചരിത്രവും ജീവിതസാഹചര്യങ്ങളും പരിശോധിക്കേണ്ടതുണ്ട്. ജൂതർ (എബ്രായർ) കാനാൻ (പാലസ്തീൻ) ദേശത്തേക്ക് കുടിയേറ്റം ആരംഭിച്ചത് പൊതുവർഷത്തിനു മുമ്പ് പതിനൊന്നാം നൂറ്റാണ്ടിലാണ്. ആര്യന്മാർ ഇന്ത്യയിലേക്ക് കുടിയേറ്റം തുടങ്ങി ഏതാണ്ട് എഴുന്നൂറ് വർഷങ്ങൾക്കുശേഷമാണ് എബ്രായറുടെ കാനാൻ കുടിയേറ്റം നടന്നത്. ശക്തനായ ദൈവം യഹോവ വാഗ്ദാനം ചെയ്തിരുന്നതാണെങ്കിലും പാലും തേനും ഒഴുകുന്ന കാനാൻ ദേശത്ത് എത്തിയപ്പോൾ അവിടെ തലമുറകളായി അധിവസിച്ചിരുന്ന സെമിറ്റിക് ഗോത്രങ്ങളിൽനിന്ന് അതിശക്തമായ ചെറുത്തുനിൽപ്പാണ് എബ്രായർക്ക് നേരിടേണ്ടി വന്നത്. ഏബ്രായർ സാവുൽ എന്ന നേതാവിന്റെ കീഴിൽ ഐക്യത്തോടെ അണിനിരക്കുന്നതുവരെയും കുടിയേറ്റം മുന്നോട്ടു കൊണ്ടുപോകാൻ കഴിഞ്ഞിരുന്നില്ല. പുരോഹിതനായിരുന്ന സാവുലിനെ ഏബ്രായർ രാജാവുകൂടിയായി വാഴിച്ചു. പൊതുവർഷത്തിനുമുമ്പ് 1020 മുതലായിരുന്നു സാവുലിന്റെ ഭരണം തുടങ്ങിയതെന്ന് ഹീബ്രു ചരിത്രകാരന്മാർ അവകാശപ്പെടുന്നു. സാവുൽ ഫിലിസ്ത്യരെ കീഴടക്കി ഒരു സ്വതന്ത്രരാഷ്ട്രം സ്ഥാപിച്ചു. സാവുൽ സ്ഥാപിച്ച രാഷ്ട്രം ഇസ്രയേൽ രാജ്യം എന്നാണറിയപ്പെട്ടത്. സാമുവൽ പുരോഹിതൻ സാവുൽ രാജാവിന് നൽകിയിരുന്ന പിന്തുണ പിൻവലിച്ചു. ബത്‌ലഹേം നിവാസിയായ ഡേവിഡ് സാവുലിനെ വെല്ലുവിളിച്ചു. സാവുൽ ഡേവിഡിനെ വധിക്കാൻ തുനിഞ്ഞപ്പോൾ ഡേവിഡ് ജൂതിയയിലേക്ക് രക്ഷപ്പെട്ടു. ജരുശലേം നഗരത്തിനു തെക്കുള്ള ഊഷരപ്രദേശമാണ് ജൂതിയ. ഇവിടെ അധിവസിച്ചിരുന്നത് ഇസ്രയേൽ ഗോത്രങ്ങളായിരുന്നെങ്കിലും സാവുൽ രാജാവിന്റെ ഭരണത്തിൻ കീഴിലല്ലായിരുന്നു ജൂതിയ. ജൂതിയയിൽ ഡേവിഡ് സ്വന്തമായി രാജ്യം സ്ഥാപിച്ചു. പൊതുവർഷത്തിനുമുമ്പ് 1000-ൽ ഫിലിസ്ത്യർ സാവുൽ രാജാവിനെ കീഴടക്കുകയും പുത്രന്മാരെ വധിക്കുകയും ചെയ്തു. ജരുശലേമിനു വടക്കുള്ള ഇസ്രയേൽ ഗോത്രങ്ങൾ ജൂതിയ രാജാവായ ഡേവിഡിനെ ക്ഷണിച്ചുവരുത്തി രാജാവാക്കി. ഡേവിഡ് ജരുശലേം തലസ്ഥാനമാക്കി ഇസ്രയേൽ രാഷ്ട്രത്തെയും ജൂതിയയെയും സംയോജിപ്പിച്ചു. യഹോവയുടെ പെട്ടകം ജരുശലേമിലേക്ക് കൊണ്ടുവന്നു. അതിനരികിൽ യഹോവയ്ക്കുള്ള ബലിപീഠമൊരുക്കി. ജരുശലേം നഗരം അന്നുമുതൽ ഡേവിഡിന്റെ നഗരം എന്നറിയപ്പെടാൻ തുടങ്ങി. ഡേവിഡ് ഫിലിസ്ത്യരെ നിശ്ശേഷം തോൽപ്പിച്ച് എബ്രായരുടെ ആധിപത്യം ഉറപ്പിക്കുകയും അഖബ ഉൾക്കടൽ മുതൽ യൂഫ്രട്ടീസ് നദിവരെ വ്യാപിച്ചുകിടക്കുന്ന 'ജൂതസാമ്രാജ്യം' സ്ഥാപിച്ചുവെന്നുമാണ് ജൂതചരിത്രം പറയുന്നത്. ദാവീദിന്റെ മകൻ സോളമൻ ചക്രവർത്തിയായപ്പോൾ ജരുശലേമിൽ യഹോവയ്ക്കുവേണ്ടി ഒരു ക്ഷേത്രം പണിതു. ഇതാണ് ജരുശലേമിലെ ആദ്യക്ഷേത്രം. ജരുശലേം ജൂതരുടെ തീർത്ഥാടനകേന്ദ്രമായി. സോളമന്റെ അന്ത്യത്തോടെ ജൂത'സാമ്രാജ്യം' ശിഥിലമായി. വടക്കുള്ള ഗോത്രങ്ങൾ കാളയുടെ വിഗ്രഹത്തെ ആരാധിക്കാൻ ജനങ്ങൾക്ക് സ്വാതന്ത്ര്യം നൽകിയെന്നാണ് *ബൈബിളിൽ* പറയുന്നത്. ജൂതരും മറ്റു സെമിറ്റിക് ഗോത്ര

ങ്ങളും അപ്പോഴും ബഹുദൈവവിശ്വാസികളും വിഗ്രഹാരാധകരും ആയിരുന്നു. വടക്കുള്ള ഗോത്രങ്ങൾ ഇസ്രയേൽ രാഷ്ട്രത്തിൽ നിന്നും ഭിന്നിച്ചു വേറിട്ട രാജ്യം ആയി. സോളമന്റെ പുത്രൻ തെക്കൻ ഇസ്രയേൽ രാഷ്ട്രത്തിന്റെ മാത്രം ഭരണാധികാരിയായി. വടക്കൻ ഇസ്രയേൽ രാഷ്ട്രത്തെ അസ്സിറിയയിലെ രാജാവായ സാർഗൺ പൊതുവർഷത്തിനു മുമ്പ് 722-ൽ കീഴടക്കുകയും ഇസ്രയേല്യരെ അടിമകളാക്കി അസ്സിറിയയിലേക്ക് കൊണ്ടുപോകുകയും ചെയ്തപ്പോൾ മറ്റു സെമിറ്റ് ഗോത്രങ്ങൾ വടക്കൻ ഇസ്രയേൽ പ്രദേശങ്ങളിലേക്ക് കുടിയേറി. അങ്ങനെയാണ് യഹൂദപുരാവർത്തങ്ങളിൽ 'അപ്രത്യക്ഷരായ ഇസ്രയേൽ ഗോത്രങ്ങളുടെ' കഥ സ്ഥാനം പിടിക്കുന്നത്.

പൊതുവർഷത്തിനു മുമ്പ് എട്ടാം നൂറ്റാണ്ടിൽ ഇസ്രയേൽ രാഷ്ട്രം തകർന്നതോടെ യഹോവയുടെ തെരഞ്ഞെടുക്കപ്പെട്ട ജനത എന്ന പേരിൽ ജരുശലേമിലും ജൂതിയ പ്രദേശത്തും അധിവസിച്ചിരുന്ന രണ്ടു ഗോത്രങ്ങൾ മാത്രമേ ഉണ്ടായിരുന്നുള്ളു. ഇസ്രയേൽ രാഷ്ട്രത്തിന്റെ തകർച്ചയ്ക്കുശേഷം അവർ അറിയപ്പെട്ടത് ഇസ്രയേല്യർ എന്നോ എബ്രായർ എന്നോ അല്ല 'ജൂതർ' എന്നു മാത്രമാണ്. അവരുടെ മതമാണ് ജൂതമതം (Judaism). ബാബിലോൺ രാജാവ് നെബുഖദ്നെസ്സർ പൊതുവർഷത്തിനുമുമ്പ് 586 ൽ ജരുശലേം നഗരത്തെ ആക്രമിച്ചു കീഴടക്കി. സോളമൻ പണിയിച്ച യഹോവയുടെ ക്ഷേത്രം നശിപ്പിച്ചു. കുറെ ജൂതർ ഈജിപ്തിലേക്ക് പലായനം ചെയ്തു. ബാക്കിയുള്ളവരെ മുഴുവൻ നെബുക്കദ്നെസ്സർ അടിമകളാക്കി ബാബിലോണിയയിലേക്ക് കൊണ്ടുപോയി. പ്രവാസകാലത്തെ പ്രതികൂല സാഹചര്യത്തിലും ജൂതർ തങ്ങളുടെ മതപരമായ സ്വത്വം നിലനിറുത്താൻ ശ്രമിച്ചു. എങ്കിലും മതവിശ്വാസത്തിലും ആരാധനാക്രമങ്ങളിലും വ്യത്യാസം വരുത്താൻ ജീവിതസാഹചര്യങ്ങൾ അവരെ നിർബന്ധിതരാക്കി. പല ദൈവങ്ങളെ ആരാധിക്കുന്നതിനു പകരം സർവ്വശക്തനായ യഹോവയെ മാത്രം ആരാധിക്കുന്നതാണ് അവരുടെ മോചനത്തിനും ശോഭനമായ ഭാവിക്കും ഉതകുക എന്ന് അവർക്കു തോന്നി. അടിമകളായി പ്രവാസജീവിതം നയിക്കുമ്പോൾ യഹോവയുടെ വിഗ്രഹമടങ്ങുന്ന പെട്ടി സംരക്ഷിക്കുകയും കൂടെ കൊണ്ടുനടക്കുകയും ചെയ്യുന്നത് അസാധ്യമാകയാൽ അവർ വിഗ്രഹാരാധനയും ഉപേക്ഷിച്ചു. ജൂതരുടെ ഏകദൈവവിശ്വാസം രൂപപ്പെട്ടതിനെക്കുറിച്ച് കാൾ മാർക്സ് പറഞ്ഞത് ഇങ്ങനെയാണ്:

> വിദേശികളുമായുള്ള സമ്പർക്കത്തിന്റെയും ആശയവിനിമയത്തിന്റെയും ഫലമായി പല ദൈവങ്ങളുടെ ധർമ്മങ്ങൾ കേവല മനുഷ്യന്റെ പ്രതിബിംബമായ സർവ്വശക്തനായ ഒരു ദൈവത്തിൽ ആരോപിതമായതാണ് ജൂതരുടെ ദേശീയ ദൈവമായ യഹോവ. (Karl Marx - *Anti Duhring* - from *on Religion* page 129).

ഫ്രെഡറിക് എംഗൽസ് എഴുതി:

> ജൂതമതം ദേശീയദൈവമായ യഹോവയെ സർവ്വശക്തനും ഭൂമിയുടെയും സ്വർഗ്ഗത്തിന്റെയും സ്രഷ്ടാവും ആക്കുകയും ആത്മാ

വിന്റെ അനശ്വരത, സ്വർഗ്ഗനരകങ്ങൾ തുടങ്ങിയ സങ്കൽപ്പനങ്ങൾ സ്വീകരിക്കുകയും ചെയ്തു.
(Frederic Engels in *Bruno Braver and Early Christianity*).

പൊതുവർഷത്തിന് മുമ്പ് 539 ൽ പേർഷ്യ ബാബിലോണിയയെ കീഴടക്കി. പേർഷ്യൻ ചക്രവർത്തി സൈറസ് മതസഹിഷ്ണുത ഉള്ള ആളായിരുന്നു. പ്രവാസി ജീവിതത്തിലും മതസ്വത്വം നഷ്ടപ്പെടാതെ നില നിറുത്തിയ ജൂതരോട് അലിവു തോന്നി. അവരെ ജറുശലേമിലേക്ക് തിരിച്ചുപോകാനും നശിപ്പിക്കപ്പെട്ട യഹോവക്ഷേത്രം പുതുക്കിപ്പണിയാനും അനുവദിച്ചു. ബാബിലോണിലെ പ്രവാസത്തിന്റെ അന്ത്യഘട്ടത്തിൽ പേർഷ്യയുടെ മസ്ദാ മതത്തിൽ നിന്നും പല വിശ്വാസപ്രമാണങ്ങളും ജൂതർ സ്വായത്തമാക്കി. ഏകദൈവം, സ്വർഗ്ഗം, നരകം, മാലാഖമാർ, ലോകാവസാനം, മരിച്ചവരുടെ ഉയിർത്തെഴുന്നേൽപ്പ്, ലോകാവസാന ദിനത്തിലെ വിചാരണ തുടങ്ങിയ സങ്കൽപ്പങ്ങൾ മസ്ദാ മതത്തിൽ നിന്നും സ്വീകരിച്ചതാണ്. തങ്ങളുടെ അടിമത്തത്തിനും ദുരിതത്തിനും അറുതി വരുത്താനായി യഹോവ ഒരാളെ രാജാവായി അഭിഷേകം ചെയ്തയക്കുമെന്നും ആ മിശിഹാ നീതി പുലരുന്ന രാജ്യം സ്ഥാപിക്കുമെന്നും ഉള്ള വിശ്വാസവും പ്രവാസകാലത്ത് ജൂതരിൽ ശക്തമായി. മിശിഹാ (Messiah) എന്ന പദത്തിന്റെ അർത്ഥം അഭിഷിക്തൻ എന്നാണ്. ഒരാൾക്ക് രാജാവാകണമെങ്കിൽ ദൈവമോ ദൈവത്തിന്റെ പ്രതിനിധിയായ പുരോഹിതനോ വിശുദ്ധതൈലം തലയിൽ പുരട്ടണം. ദൈവത്താൽ അഭിഷിക്തനായ ഒരാൾക്കേ രാജ്യം ഭരിക്കാനുള്ള അവകാശമുള്ളുവെന്നാണ് വിശ്വാസം. അഭിഷിക്തൻ എന്നർത്ഥമുള്ള ഗ്രീക്ക് പദമാണ് Christos.

ശബ്ബത്താചരണം ജൂതർ പേർഷ്യക്കാരിൽനിന്ന് സ്വീകരിച്ചതാണെന്ന് നരവംശശാസ്ത്രജ്ഞനായ ഗ്രാന്റ് അല്ലൻ സമർത്ഥിക്കുന്നു. പേർഷ്യക്കാർ സ്വന്തമായൊരു ജ്യോതിശാസ്ത്രം വികസിപ്പിച്ചെടുത്തിരുന്നു. ശനിഗ്രഹത്തിന്റെ ദിനമായ ശനിയാഴ്ച ദുർദിനമാണെന്നും അന്ന് പ്രവൃത്തികൾ ചെയ്യുന്നത് നിഷ്ഫലമാണെന്നും മസ്ദാമതക്കാർ വിശ്വസിച്ചിരുന്നു. പേർഷ്യക്കാരെ അനുകരിച്ച് ജൂതരും ശനിയാഴ്ച നിഷ്ക്രിയരാകാൻ തുടങ്ങി. പിൽക്കാലത്ത് ജൂതർ യഹോവയുമായി ബന്ധപ്പെടുത്തിക്കൊണ്ട് വിശദീകരണം നൽകി. യഹോവ ആറുദിവസം സൃഷ്ടി നടത്തിയതിനുശേഷം വിശ്രമിച്ചത് ശനിയാഴ്ചയാണെന്നും അതുകൊണ്ട് മനുഷ്യരും വിശ്രമിക്കണമെന്നായിരുന്നു ശബ്ബത്താചരണത്തിനു ജൂതർ നൽകിയ വിശദീകരണം.

പേർഷ്യയുടെ അനുവാദത്തോടെ പുനഃസ്ഥാപിച്ച ജൂതരാഷ്ട്രത്തിന്റെ ഭരണാധികാരിയും പ്രധാന പുരോഹിതനും ഒരാൾ തന്നെയായിരുന്നു. അങ്ങനെ ജൂതരാഷ്ട്രം പൂർണ്ണമായും ഒരു മതരാഷ്ട്രം (Theocratic State) ആയി. പുരോഹിതരാജാവ് രാജ്യത്ത് വിഗ്രഹാരാധന നിരോധിച്ചു. ഏകദൈവവിശ്വാസം നിർബന്ധമാക്കി. തകർക്കപ്പെട്ട ക്ഷേത്രം പുതുക്കിപ്പണിതു. ഇതാണ് ജറുശലേമിലെ രണ്ടാംക്ഷേത്രം. ഭരണാധികാരികൂടിയായ പുരോഹിതന്റെ നേതൃത്വത്തിൽ വേദഗ്രന്ഥങ്ങൾ

പുതുക്കി എഴുതി. പ്രവാസകാലത്ത് സ്വീകരിച്ച വിശ്വാസപ്രമാണങ്ങളുടെ അടിസ്ഥാനത്തിലും കാഴ്ചപ്പാടിലുമാണ് വേദഗ്രന്ഥങ്ങൾ രചിക്കപ്പെട്ടത്.

അലക്സാണ്ടർ പേർഷ്യൻ ചക്രവർത്തി ഡേറിയസ് മൂന്നാമനെ തോൽപ്പിച്ചപ്പോൾ ജൂതരാജ്യം ഗ്രീക്ക് അധീനതയിലായി. പൊതുവർഷത്തിനു മുമ്പ് 333 മുതൽ 168 വരെ ഒന്നര നൂറ്റാണ്ടിലധികം കാലം ജൂതർ ഗ്രീക്ക് അധീനതയിലായിരുന്നു. ജൂതമതത്തിൽ ഗ്രീക്ക് മതത്തിന്റെ അംശങ്ങൾ ചേർന്നത് ഈ കാലഘട്ടത്തിലാണ്. ഏകദൈവമായ യഹോവ അരൂപിയാണെന്ന ആശയം ജൂതർ ഗ്രീക്കുകാരിൽ നിന്നാണ് സ്വീകരിച്ചത്.

പൊതുവർഷത്തിനു മുമ്പ് 63-ൽ ജൂതിയ റോമാറിപ്പബ്ലിക്കിന്റെ കീഴിലായി. റോം തീരുമാനിക്കുന്ന ആളാണ് ജൂതരുടെ വംശാധിപതി (Ethnarch) ആയത്. ജൂതർ റോമിനെതിരെ കലാപം നടത്തിയെങ്കിലും സിറിയയിലെ ഗവർണ്ണർ വേരസ് കലാപം അടിച്ചമർത്തി. ജൂതിയയുടെ ഭരണച്ചുമതല ഒരു പ്രൊക്യുറേറ്ററെ ഏൽപ്പിച്ചു. പ്രൊക്യുറേറ്റർ സിറിയൻ ഗവർണ്ണറുടെ കീഴിലുള്ള ഒരു സൈനികമേധാവി കൂടിയായിരുന്നു. സിലോട്ടുകൾ എന്നറിയപ്പെട്ടിരുന്ന മതമൗലികവാദികൾ കലാപമുണ്ടാക്കുമെന്ന് ഭയന്ന് പ്രൊക്യുറേറ്റർമാർ ജൂതരുടെ മതകാര്യങ്ങളിൽ ഇടപെട്ടില്ല. റോമാചക്രവർത്തി കലിഗുളയുടെ കാലംവരെ (പൊതുവർഷം 37–44) ജൂതർ പൂർണ്ണമായ മതസ്വാതന്ത്ര്യം അനുഭവിച്ചു. അക്കാലത്ത് റോമിന് സാർവ്വത്രിക മതസഹിഷ്ണുത എന്ന നയമായിരുന്നു. തനിക്ക് ദൈവികമായ അധികാരമുണ്ടെന്ന് കലിഗുള ഉത്തരവിട്ടതോടെ ജൂതരുടെ മതസ്വാതന്ത്ര്യം അവസാനിച്ചു. ജരുശലേമിലും ഈജിപ്തിലെ ഹീലിയോപോളീസിലും ഉള്ള ജൂതക്ഷേത്രങ്ങളിൽ തന്റെ പ്രതിമ പ്രതിഷ്ഠിക്കാൻ കലിഗുള ഉത്തരവിട്ടു. ജൂതർ ചെറുത്താൽ അടിച്ചമർത്തണമെന്നായിരുന്നു നിർദ്ദേശം. അലക്സാണ്ഡ്രിയയിൽ ചെറുത്തുനിന്ന ആയിരക്കണക്കിനു ജൂതരെ കൂട്ടക്കൊല ചെയ്തു. സിറിയൻ ഗവർണ്ണർ കൂട്ടക്കൊല ഒഴിവാക്കാനായി കലിഗുളപ്രതിമ സ്ഥാപിക്കുന്നത് വൈകിച്ചു. പൊതുവർഷം 41 ൽ കലിഗുള കൊല്ലപ്പെട്ടപ്പോഴാണ് ജൂതരുടെ ഭയാശങ്കകൾക്ക് അറുതിവന്നത്. തുടർന്ന് അധികാരത്തിൽ വന്ന റോമാചക്രവർത്തി ക്ലോഡിയസ് ജൂതിയയുടെ ഭരണാധികാരം ഹെരോദ് അഗ്രിപ്പയെ ഏൽപ്പിച്ചു. അഗ്രിപ്പയുടെ കാലത്ത് പൗരോഹിത്യസഭ (സെൻഹെഡ്രിം) ചേർന്നു. അഗ്രിപ്പയുടെ മരണശേഷം ജൂതിയയുടെ ഭരണം വീണ്ടും പ്രൊക്യുറേറ്ററെ ഏൽപ്പിച്ചു. അസംതൃപ്തരായ ജൂതർ പൊതുവർഷം 66 ൽ റോമിനെതിരെ കലാപം തുടങ്ങി. ടൈറ്റസ് ചക്രവർത്തി പൊതുവർഷം 70 ൽ ജരുശലേമിലേക്ക് പടനയിച്ചു. യഹോവയുടെ ക്ഷേത്രം നിലംപരിശാക്കി. ജൂതരെ കൊന്നൊടുക്കാൻ തുടങ്ങിയതോടെ ജൂതർ ലോകത്തിന്റെ നാനാഭാഗത്തേക്കും പലായനം ചെയ്തു. അവർ എത്തിപ്പെട്ട ഇടങ്ങളിൽ സ്ഥിരവാസവും തുടങ്ങി. ജരുശലേമിന്റെ പതനത്തെത്തുടർന്ന് ജാമ്നിയ നഗരത്തിൽ ജൂതപുരോഹിതന്മാരുടെ സെൻഹെഡ്രിം ചേർന്ന് ജൂതർ എവിടെയായിരുന്നാലും *വേദഗ്രന്ഥ*ത്തിലെ 'നിയമങ്ങൾ' അനുസരിച്ച് ജീവിക്കേണ്ടതെങ്ങനെയെന്നുള്ള പൊതുനിർദ്ദേശ

ങ്ങൾക്ക് രൂപംകൊടുത്തു. ലോകത്തിന്റെ എല്ലാ ഭാഗത്തുമുള്ള ജൂതർ പുരോഹിതസഭ അംഗീകരിച്ച് പൊതുനിർദ്ദേശങ്ങളും പ്രാദേശിക റബ്ബികളുടെ ഉപദേശങ്ങളും അനുസരിച്ച് മതജീവിതം പുനരാരംഭിക്കാൻ തീരുമാനിച്ചു. അങ്ങനെയാണ് റബ്ബിനിയത ജൂതമതം (Rubbinical Judaism) നിലവിൽ വന്നത്. ലോകത്തിന്റെ വിവിധഭാഗങ്ങളിലുള്ള ജൂതർ അതാതുപ്രദേശങ്ങളിലെ ജനവിഭാഗങ്ങളുമായി അലിഞ്ഞുചേരാതെ മതപരമായ സ്വത്വം നിലനിറുത്തി.

ക്രിസ്തുമതം

ജൂതമതത്തിലെ ഏകദൈവവിശ്വാസം ഭേദഗതികളോടെ സ്വീകരിച്ച മതമാണ് ക്രിസ്തുമതം. അത് ജൂതമതത്തിലെ ഒരു നവീകരണപ്രസ്ഥാനമായിട്ടാണ് ആരംഭിച്ചത്. പൊതുവർഷം ഒന്നാം നൂറ്റാണ്ടിന്റെ അവസാനമായപ്പോഴേക്കും അത് ജൂതമതത്തിൽ വേറിട്ട മതമാണെന്നും ജൂതമതക്കാർ കൊടുക്കുന്ന കരം ക്രിസ്ത്യാനികൾ കൊടുക്കേണ്ടെന്നും ഉള്ള നിയമഭേദഗതി റോമ നടപ്പിലാക്കി. ഗ്രീക്ക്, റോമാ അധിനിവേശ സംസ്കാരങ്ങളോട് എതിർപ്പ് പ്രകടിപ്പിച്ച ഒരു ജൂതവിഭാഗമായിരുന്നു എസ്സീനുകൾ. അവർ ജൂതമതതത്ത്വങ്ങൾക്കു കടകവിരുദ്ധമായ അഹിംസ, കരുണ, സംഘജീവിതം, സന്യാസം, ധ്യാനം തുടങ്ങിയ ബൗദ്ധതത്ത്വങ്ങളുടെ സ്വാധീനം ഉള്ളവരായിരുന്നെന്നും സിദ്ധാന്തമുണ്ട്. പൊതുവർഷാരംഭത്തിനു മുമ്പ് അശോകചക്രവർത്തി ലോകത്തിന്റെ നാനാഭാഗങ്ങളിലേക്കും ധർമ്മചക്ര പ്രവർത്തനത്തിനായി സംഘങ്ങളെ അയച്ചതിൽ ഒരു സംഘം പശ്ചിമേഷ്യയിലെത്തുകയും അവർ തദ്ദേശസമൂഹവുമായി ലയിച്ചുചേരുകയും ചെയ്തുവെന്ന സിദ്ധാന്തം യുക്തിസഹമാണെങ്കിലും ചരിത്രപരമായ തെളിവുകൾ ഇനിയും ലഭിക്കേണ്ടിയിരിക്കുന്നു. എസ്സീനുകൾ സെമിറ്റിക് വംശത്തിലെ വേറിട്ട മതവിഭാഗമായിരുന്നെന്നും വാദമുണ്ട്. എസ്സീനുകൾ പാലസ്തീനിലെ ഗലീലാദേശത്തിനടുത്തുള്ള നസ്രേത്ത് നഗരത്തിലായിരുന്നു ഏറ്റവും കൂടുതലായി അധിവസിച്ചിരുന്നത്. എസ്സീനുകളോടുള്ള വിരോധം സ്പഷ്ടമാക്കുന്ന 'നസ്രേത്തിൽ നിന്നും നന്മയൊന്നും പുറപ്പെടുകയില്ല' എന്ന പഴമൊഴി ജൂതർക്കിടയിൽ പ്രചാരത്തിലുണ്ടായിരുന്നു. ഗ്രീക്ക് വരേണ്യ സംസ്കാരത്തിന്റെ സ്വാധീനത്തിലായിപ്പോയ ജൂതമതത്തിന്റെ പൗരോഹിത്യത്തിനെതിരെ എസ്സീനുകൾ ശബ്ദമുയർത്തി. സ്നാപകയോഹന്നാനും നസ്രായനായ യേശുവും ആയിരുന്നു എതിർപ്പിനു നേതൃത്വം നൽകിയവർ. എസ്സീൻ പ്രസ്ഥാനം ക്രിസ്തുമതമായി വളർന്നപ്പോൾ അതോടൊപ്പം വളർന്ന പുരാവൃത്തത്തിലെ സാങ്കൽപ്പിക കഥാപാത്രം മാത്രമാണ് നസ്രായനായ യേശു എന്നും ചിലർക്കഭിപ്രായമുണ്ട്.

എസ്സീനുകളെക്കുറിച്ച് ധാരാളം ചരിത്രപരമായ തെളിവുകൾ കൈവന്നിട്ടുണ്ട്. 1947 മുതൽ 1956 വരെ നീണ്ടുനിന്ന അന്വേഷണങ്ങളിൽ കണ്ടുകിട്ടിയ ചാവുകടൽച്ചുരുളുകൾ (dead sea scrolls) നാഗ് ഹമ്മാദി ഏടുകൾ, പിൽക്കാലത്ത് കണ്ടെത്തിയ നോസ്റ്റിക് സുവിശേഷങ്ങൾ (Gnostic Gospels) എന്നിവയെല്ലാം എസ്സീനുകളെക്കുറിച്ചുള്ള സൂചനകൾ

നൽകുന്നുണ്ട്. ഈ രചനകളെല്ലാം വേദഗ്രന്ഥത്തിൽ ഉൾക്കൊള്ളിക്കാതെ തിരസ്കരിക്കുകയാണ് ചെയ്തത്. അവ ത്യക്തവേദങ്ങൾ (apocrypha) എന്നാണറിയപ്പെടുന്നത്.

ജൂതർ ബാബിലോണിയയിലെ പ്രവാസത്തിൽനിന്നും തിരിച്ചെത്തിയതിനുശേഷം ജരുശലേമിൽ പുനർനിർമ്മിച്ച യഹോവക്ഷേത്രം കേന്ദ്രീകരിച്ച് നവീകരിച്ച ജൂതമതത്തിലെ ഒരു വെളിപാടു വിഭാഗമായിട്ടാണ് ക്രിസ്തുമതം ആരംഭിച്ചതെന്നാണ് ഭൂരിപക്ഷം ചരിത്രകാരന്മാരുടെയും അഭിപ്രായം. യേശുവിന്റെ അനുയായികളിൽത്തന്നെ പല വിഭാഗങ്ങളുണ്ടായിരുന്നു. ചില വിഭാഗങ്ങൾ ജൂതനിയമങ്ങൾ കർശനമായി പാലിച്ചാണ് ജീവിച്ചത്. യേശുവിന്റെ അനുയായികൾ പൊതുവിൽ ജൂതക്രിസ്ത്യാനികൾ (Jewish Christians) എന്നാണറിയപ്പെട്ടിരുന്നത്. ക്രിസ്തുമതത്തെ ജൂതമതത്തിൽനിന്നും വേർപെടുത്തി ജൂതരല്ലാത്തവരെ മതത്തിൽ ചേർക്കാൻ തുടങ്ങിയത് ടാഴ്സസിലെ പൗലോസ് (Paul of Tarsus) ആയിരുന്നു. ആദ്യകാലത്ത് ക്രിസ്ത്യാനിവിരുദ്ധനായ പൗലോസ് ഒരു വെളിപാടിനെ തുടർന്ന് ക്രിസ്തുവിശ്വാസിയായി മാറിയെന്നാണ് കഥ. യേശുവിന്റെ മരണശേഷമാണ് പൗലോസ് ക്രിസ്തുവിശ്വാസി ആയതെങ്കിലും യേശുവിന്റെ അപ്പോസ്തലന്മാരിൽ ഒരാളായാണ് വിശുദ്ധപൗലോസിനെ കണക്കാക്കുന്നത്.

ടാഴ്സസിലെ പൗലോസിന്റെ രണ്ടു പ്രവർത്തനങ്ങളാണ് ക്രിസ്തുമതത്തെ ജൂതമതത്തിൽനിന്നും വേർപെടുത്തി ക്രിസ്തുമതമാക്കി മാറ്റിയത്. ജൂതരല്ലാത്തവരെ ക്രിസ്തുമതത്തിൽ ചേർത്ത പ്രവൃത്തിയായിരുന്നു ആദ്യത്തേത്. ജരുശലേമിലെ ആദ്യകാല ക്രിസ്തുസഭാപിതാക്കന്മാർ (Early Church Fathers) ജൂതരല്ലാത്തവരെ ക്രിസ്തുസഭകളിൽ ചേർക്കുന്നതിനെ ശക്തമായി എതിർത്തു. പിന്നീട് പൊതുജനാഭിപ്രായം മാനിച്ച് അവർക്ക് പൗലോസിന്റെ നടപടികൾ അംഗീകരിക്കേണ്ടിവന്നു. ജൂതരല്ലാത്തവർ മതപരിവർത്തനം നടത്തുമ്പോൾ ചേലാകർമ്മം, ചില ഭക്ഷ്യവസ്തുക്കളുടെ തിരസ്കരണം തുടങ്ങിയ ജൂതനിയമങ്ങൾ അനുസരിക്കുന്നതിൽ നിന്നും ഒഴിവു നൽകാനും പിതാക്കന്മാർ നിർബന്ധിതരായി. വിവിധ ജനവിഭാഗങ്ങളെ ക്രിസ്തുമതത്തിലേക്ക് ക്ഷണിച്ചുകൊണ്ട് എഴുതിയ കത്തുകളിലൂടെയും പ്രഭാഷണങ്ങളിലൂടെയും ജൂതമതത്തിൽനിന്നും വ്യത്യസ്തമായ ഒരു ദൈവശാസ്ത്രം പൗലോസ് രൂപപ്പെടുത്തിയതോടെ ജൂതമതത്തിൽ നിന്നുള്ള വേർപെടൽ പൂർണ്ണമായി. ജൂതരല്ലാത്തവരെ ക്രിസ്തുസഭകളിൽ ചേർക്കാൻ തുടങ്ങിയതോടെ ക്രിസ്തുവിന്റെ അനുയായികളുടെ എണ്ണം ക്രിസ്തുവിനെ അംഗീകരിക്കാത്ത ജൂതരുടേതിനെക്കാൾ അധികമായി. അതോടെ രണ്ടു വിഭാഗങ്ങളും തമ്മിലുള്ള വൈരം വർധിച്ചു. എങ്കിലും യഹോവയുടെ ക്ഷേത്രം തകർക്കപ്പെടുന്നതുവരെ രണ്ടു വിഭാഗങ്ങളുടെയും മതകേന്ദ്രം ജരുശലേം തന്നെയായിരുന്നു. പൊതുവർഷം 70 ൽ ക്ഷേത്രം തകർക്കപ്പെട്ടതോടെ ജൂതർ റബ്ബിനിയത ജൂതമതത്തിനു രൂപംകൊടുത്തു. ക്രിസ്തു സഭകൾ റോമാസാമ്രാജ്യത്തിന്റെ ഭരണകിങ്കരന്മാരാൽ നിന്ദിതരായവരും പീഡിപ്പിക്കപ്പെട്ടവരും പ്രാന്തവൽക്കൃതരുമാണ് ക്രിസ്തുസഭകളിലേക്ക് ആകർഷിക്കപ്പെട്ടത്.

ഫ്രെഡറിക് എംഗൽസ് എഴുതി:

> ആദ്യകാല ക്രിസ്തുമതചരിത്രത്തിനും ആധുനിക തൊഴിലാളി വർഗ്ഗപ്രസ്ഥാനത്തിനും പൊതുവായി ശ്രദ്ധേയമായ പല കാര്യങ്ങളുമുണ്ട്. തൊഴിലാളിവർഗ്ഗ പ്രസ്ഥാനത്തെപ്പോലെ ക്രിസ്തുമതവും അടിച്ചമർത്തപ്പെട്ടവരുടെ പ്രസ്ഥാനമായിരുന്നു. അടിമകളുടെയും, സ്വതന്ത്രരാക്കപ്പെട്ടവരുടെയും, എല്ലാ അവകാശങ്ങളും നിഷേധിക്കപ്പെട്ട നിസ്വരായ ജനങ്ങളുടെയും റോമാസാമ്രാജ്യം അടിച്ചമർത്തുകയും ചിന്നിച്ചിതറുകയും ചെയ്തവരുടെയും പ്രസ്ഥാനമായിട്ടാണ് ക്രിസ്തുമതം ആദ്യം രംഗത്തുവന്നത് (Frederic Engels - *On History of Early Christiantiy* - quoted from *On Religion* - page 275).

ആദ്യകാലത്ത് ജൂതരിൽനിന്നും ക്രിസ്ത്യാനികളെ വ്യത്യാസപ്പെടുത്തിയ ഒറ്റക്കാര്യം നസ്രായനായ യേശുവിന് ദിവ്യത്വം ഉണ്ടെന്നുള്ള വിശ്വാസമായിരുന്നു. *ബൈബിളി*ലെ *പുതിയനിയമം* എന്ന ഭാഗത്തുള്ള ഗ്രന്ഥങ്ങൾ രചിക്കപ്പെട്ടത് പൊതുവർഷം ഒന്നും രണ്ടും നൂറ്റാണ്ടുകളിലാണ്. ഈ രചനകളിൽ പലഭാഗത്തും യേശുവിന്റെ ദൈവതാവസ്ഥ പരാമർശിക്കപ്പെടുന്നുണ്ട്. വിശുദ്ധ പൗലോസ് തന്റെ ലിഖിതങ്ങളിൽ നസ്രായനായ യേശുവിനെ “മരണത്തിനുശേഷം ശരീരത്തോടെ സ്വർഗ്ഗത്തിലേക്ക് ഉയിർത്തെഴുന്നേൽപ്പിക്കപ്പെട്ട ദൈവപുത്രൻ” എന്നാണ് വിശേഷിപ്പിച്ചത്. തങ്ങളെ മോചിപ്പിക്കാനും രക്ഷിക്കാനും മിശിഹാ (Christos - അഭിഷിക്തൻ) വരുമെന്നുള്ള ജൂതരുടെ വിശ്വാസം പൗലോസ് ഭേദഗതി വരുത്തി. വരാനിരിക്കുന്ന രക്ഷകൻ ശരീരത്തോടെ സ്വർഗ്ഗത്തിലേക്ക് ഉയിർത്തെഴുന്നേൽപ്പിക്കപ്പെട്ട ദൈവപുത്രനായ യേശു തന്നെയാണെന്ന് പ്രചരിപ്പിച്ചു. രക്ഷകനായി വരുന്ന യേശു വിശ്വാസികളെ (ജൂതരെയല്ല!) സർവ്വനാശത്തിൽനിന്നു രക്ഷിച്ച്, ‘ദൈവത്തിന്റെ നീതി’ ഭൂമിയിൽ ആയിരം കൊല്ലക്കാലം നടപ്പിലാക്കുമെന്ന് പൗലോസ് വിശ്വാസപ്രമാണത്തിൽ കൂട്ടിച്ചേർത്തു.

മത്തായി, മാർക്കോസ്, ലൂക്കോസ് എന്നിവരുടെ സുവിശേഷങ്ങളിൽ യേശുവിനെ വിശേഷിപ്പിച്ചിട്ടുള്ളത് ‘പരിശുദ്ധാത്മാവിനാൽ ജനിപ്പിക്കപ്പെട്ട ദൈവപുത്രൻ’ എന്നാണ്. യോഹന്നാന്റെ സുവിശേഷത്തിൽ ദേവവചനത്തിന്റെ (logos) അവതാരമായിട്ടാണ് യേശുവിനെ അവതരിപ്പിക്കുന്നത്. ഗ്രീക്ക് മതപ്രകാരം ലോഗോസ് പ്രപഞ്ചത്തിന്റെ മൂലകാരണമാണ്. ആര്യന്മാരുടെ ഉപനിഷത്തുകളിലെ ബ്രഹ്മത്തിനു സമാനമാണ് ലോഗോസ്. ലോഗോസ് എന്നാൽ ഗ്രീക്കുകാർക്ക് ദേവവചനമാണ്. യോഹന്നാന്റെ സുവിശേഷം തുടങ്ങുന്നതിങ്ങനെയാണ്: “ആദിയിൽ വചനം ഉണ്ടായിരുന്നു; വചനം ദൈവത്തോടുകൂടെ ആയിരുന്നു; വചനം ദൈവം ആയിരുന്നു.” വചനത്തിന്റെ, അതായത് ദൈവത്തിന്റെ അവതാരമായ യേശു ദൈവം തന്നെയാണല്ലൊ. ഗ്രീക്ക് മതത്തിന്റെ സ്വാധീനം മൂലമാണ് ലോഗോസ് ദൈവമാണെന്ന വിശ്വാസം ക്രിസ്തുമതത്തിലേക്ക് സംക്രമിച്ചത്. കുരിശുമരണത്തിനുശേഷം ശരീരത്തോടെ സ്വർഗ്ഗത്തിലേ

ക്കുയർത്തപ്പെട്ട യേശു താമസിയാതെ പഴയ രൂപത്തിൽ തന്നെ ഭൂമിയിൽ തിരിച്ചെത്തുമെന്നായിരുന്നു ആദ്യകാല ക്രിസ്തുസഭക്കാരുടെ വിശ്വാസം. ഗ്രീക്ക് മതവും തത്വചിന്തയും ആത്മാവിന്റെ അനശ്വരത മാത്രമേ അംഗീകരിച്ചിരുന്നുള്ളൂ. ഗ്രീക്ക് ചിന്തകൾ സ്വാധീനിച്ചവർക്ക് യേശു ശരീരത്തോടുകൂടിത്തന്നെ സ്വർഗ്ഗത്തിൽ ജീവിച്ചിരിക്കുന്നുവെന്ന് വിശ്വസിക്കാൻ പ്രയാസമായിരുന്നു. അതുകൊണ്ടാണ് ഓറിഗൻ എന്ന ബിഷപ്പ് യേശുവിന്റെ ആത്മാവ് മാത്രമേ ജീവിക്കുന്നുള്ളൂവെന്ന് വാദിച്ചത്.

ജൂതർ മസ്ദാമതത്തിൽനിന്നു സ്വീകരിച്ച സ്വർഗ്ഗനരകങ്ങൾ, മാലാഖമാർ, സാത്താൻ എന്നീ സങ്കൽപ്പനങ്ങൾ ക്രിസ്ത്യാനികളും സ്വീകരിക്കുകയും യേശുവിന്റെ ദൈവതം എന്ന വിശ്വാസപ്രമാണവുമായി കൂട്ടിയിണക്കുകയും ചെയ്തു. സ്വർഗ്ഗം ആകാശത്തിനു മേലെയുള്ള ഒരു ലോകമാണെന്നായിരുന്നു ആദ്യകാല ക്രിസ്ത്യാനികളുടെ വിശ്വാസം. മരിച്ചവരുടെ ആത്മാക്കൾ സ്വർഗ്ഗത്തിലേക്കുയർത്തുന്നതും കാത്ത് അധോലോകത്ത് കഴിയുകയാണ്. അധോലോകം അഗ്നി നിർഭരമാണ്. അധോലോകാഗ്നിയെ 'ജഹന്നം' എന്നാണ് വിളിച്ചിരുന്നത്. ഇസ്ലാമിലെ നരകത്തിന്റെ പേരും ജഹന്നം എന്നുതന്നെ. മരിച്ചവർക്കുവേണ്ടി ജീവിച്ചിരിക്കുന്നവർ പ്രാർത്ഥിച്ചാൽ ആത്മാക്കളെ പാപമോചനം വരുത്തി അഗ്നിശുദ്ധിചെയ്ത് സ്വർഗ്ഗത്തിലേക്കുയർത്തുമെന്ന് ക്രിസ്ത്യാനികൾ വിശ്വസിച്ചിരുന്നു. മരിച്ചവരുടെ പാപമോചനത്തിനായി കത്തോലിക്കാസഭ പ്രതിഫലം നിശ്ചയിക്കുകയും ചെയ്തിരുന്നു. മദ്ധ്യകാലഘട്ടത്തിൽ ഇത് വലിയ അഴിമതിക്കും പള്ളികളുടെ സമ്പത്ത് കേന്ദ്രീകരണത്തിനും ഇടയാക്കി. നവോത്ഥാനകാലത്ത് ആത്മാക്കളുടെ പാപമോചനത്തിന് പ്രതിഫലം ഈടാക്കുന്ന സമ്പ്രദായം അവസാനിപ്പിച്ചു. അലക്സാണ്ഡ്രിയയിലെ ബിഷപ്പ് ക്ലമന്റും (പൊതുവർഷം 150-215) അദ്ദേഹത്തിന്റെ ശിഷ്യനായ ഓറിഗനും (185-254) ഒരു വിശ്വാസി മരിച്ചുകഴിഞ്ഞാലുടനെ സ്വർഗ്ഗം പൂകുമെന്ന് പ്രചരിപ്പിച്ചു. പാപം ചെയ്ത വിശ്വാസിയാണെങ്കിൽ നരകത്തിൽവച്ച് ആത്മാവിനെ അഗ്നിശുദ്ധി വരുത്തിയതിനുശേഷം സ്വർഗ്ഗത്തിലേക്കുയർത്തുമെന്നും പറഞ്ഞു. പണക്കാരനായ പാപി മരിച്ചപ്പോൾ അയാളുടെ ആത്മാവിനെ "പാതാളത്തിൽവച്ച്" അഗ്നിയിൽ പീഡിപ്പിച്ച കഥ ലൂക്കിന്റെ സുവിശേഷത്തിൽ (ലൂക്ക് 16:24) പറയുന്നുണ്ട്. മരണശേഷവും ജീവിക്കണമെന്നുള്ള മനുഷ്യന്റെ അദമ്യമായ ആഗ്രഹമാണ് ഈ വിശ്വാസപ്രമാണങ്ങളിൽ പ്രതിഫലിക്കുന്നത്.

ജൂതരുടെ സാത്താനെയും മാലാഖമാരെയും ക്രിസ്ത്യാനികൾ സ്വീകരിച്ചതും ചെറിയ ഭേദഗതികളോടെയാണ്. ക്രിസ്തു സഭകളെ നശിപ്പിക്കാനായി നടക്കുന്ന അദൃശ്യനായ ശത്രുവാണ് സാത്താൻ എന്നായിരുന്നു ആദ്യകാല ക്രിസ്തുസഭക്കാരുടെ വിശ്വാസം. യേശുവിന്റെ വചനങ്ങൾ തിരസ്കരിച്ചവരുടെ പിതാവാണ് പിശാചെന്ന് യോഹന്നാന്റെ സുവിശേഷത്തിൽ പറയുന്നുണ്ട് (യോഹന്നാൻ 8:43,44). മാലാഖ (Angel) എന്ന പദത്തിനു സമമായ ഗ്രീക്കുപദത്തിന്റെ അർത്ഥം സന്ദേശവാഹകൻ എന്നാണ്. *ബൈബിൾ പഴയനിയമ*ത്തിലെ കഥകളിലെ വിവിധ കഥാപാത്രങ്ങളെ 'നാഥനായ ദൈവത്തിന്റെ ദൂതൻ' സന്ദർശിച്ച സംഭവ

ങ്ങൾ വിവരിക്കുന്നുണ്ട്. ഈ കഥകളിൽ പ്രത്യക്ഷപ്പെടുന്ന ദൈവികസന്ദേശവാഹകൻ യഥാർത്ഥത്തിൽ മനുഷ്യരൂപം പൂണ്ട് ജനിക്കുന്നതിനു മുമ്പുള്ള യേശുവായിരുന്നുവെന്ന് ക്രിസ്തുസഭകളിലെ 'ബുദ്ധിജീവികൾ' വ്യാഖ്യാനിച്ചു. യേശു എന്ന മനുഷ്യന്റെ ദിവ്യത്വം സ്ഥാപിക്കാനുള്ള ശ്രമങ്ങളായിരുന്നു ആ വ്യാഖ്യാനങ്ങൾ.

യേശു എങ്ങനെയാണ് ദൈവത്തിന്റെ പുത്രനായത് എന്നതിനെക്കുറിച്ചുള്ള ചിന്താക്കുഴപ്പങ്ങളും ക്രിസ്തുസഭകളിൽ നിലനിന്നിരുന്നു. ദൈവം ഒരു മനുഷ്യസ്ത്രീയെക്കൊണ്ട് ദിവ്യഗർഭം ധരിപ്പിച്ച് പുത്രനെ ജനിപ്പിച്ചുവെന്ന കഥ വിശ്വസിക്കാൻ ചിലരുടെ യുക്തിബോധം സമ്മതിച്ചില്ല. യേശു ജനിച്ചുവളർന്ന് കുറെ പ്രായമായതിനുശേഷം ദൈവം ദത്തെടുത്തതാണെന്ന് ചിലർ വാദിച്ചു. ഇവരെ ദത്തെടുക്കൽ വാദികൾ (adoptonists) എന്നു വിളിച്ചു. അലക്സാണ്ട്രിയയിലെ ബിഷപ് ഏരിയസ് (പൊതുവർഷം 250-336) പിതാവായ ദൈവത്തിൽനിന്നും പുത്രനായ ദൈവം ഉത്ഭവിച്ചു എന്നും വാദിച്ചു. പിതാവും പുത്രനും പരിശുദ്ധാത്മാവും വേറിട്ട അസ്തിത്വങ്ങളാണെന്നാണ് ഏരിയസിന്റെ വാദം. ദൈവം എങ്ങനെയുള്ളതാണെന്ന ആശയക്കുഴപ്പം പലർക്കുമുണ്ടായിരുന്നു. ഈ ആശയക്കുഴപ്പം തീർക്കാൻ മുൻകൈയെടുത്തത് ക്രിസ്തുമതം സ്വീകരിച്ച റോമാചക്രവർത്തി കോൺസ്റ്റന്റയിൻ ആണ്. കോൺസ്റ്റന്റയിൻ ചക്രവർത്തി ക്രിസ്തുമതം സ്വീകരിച്ചത് സാമ്രാജ്യത്തിനകത്ത് നിലനിന്നിരുന്ന വംശീയമായ വിഭാഗീയതകളെ ഇല്ലായ്മചെയ്ത് സാമ്രാജ്യത്തെ ഉദ്ഗ്രഥിക്കുക എന്ന ലക്ഷ്യത്തോടെയായിരുന്നു. ക്രിസ്തുമതം ഏകശിലാരൂപി ആണെന്നായിരുന്നു കോൺസ്റ്റന്റയിന്റെ ധാരണ. ദൈവത്തിന്റെ രൂപത്തെക്കുറിച്ചുള്ള തർക്കങ്ങൾ കോൺസ്റ്റന്റയിനെ അസ്വസ്ഥനാക്കി. അതുകൊണ്ട് ബിഷപ്പുമാരുടെ യോഗം വിളിച്ചുചേർത്ത് ദൈവസങ്കൽപ്പത്തെക്കുറിച്ച് പൊതുധാരണയുണ്ടാക്കാൻ തീരുമാനിച്ചു. അനറ്റോളിയയിലെ (ഇന്നത്തെ തുർക്കി) നിസിയ (ഇത്സിനിക്ക്) നഗരത്തിൽ പൊതുവർഷം 325 ൽ റോമാചക്രവർത്തി കോൺസ്റ്റന്റയിൻ വിളിച്ചുചേർത്ത ബിഷപ്പുമാരുടെ പൊതുയോഗം (Ecumenical Council) ക്രിസ്തുമതത്തിന് ഏകദൈവമാണെങ്കിലും പിതാവ്, പുത്രൻ, പരിശുദ്ധാത്മാവ് എന്നിങ്ങനെ ദൈവപ്രഭാവമുള്ള മൂന്നു രൂപങ്ങളുണ്ടെന്ന് (God Heads) തീരുമാനിച്ചു. എല്ലാ മതത്തിലും ദൈവത്തിന്റെ രൂപവും ഭാവവുമൊക്കെ നിർണ്ണയിക്കുന്നത് പുരോഹിതന്മാരാണ്. നിസിയയിലെ യോഗം ബിഷപ്പ് ഏരിയസിന്റെ വാദം തള്ളിക്കളഞ്ഞു. പിതാവും പുത്രനും പരിശുദ്ധാത്മാവും തുല്യരാണെന്നും ആദിയും അന്തവും ഇല്ലാത്ത ദൈവങ്ങളാണെന്നും അംഗീകരിച്ചു. ഏരിയസിന്റെ അനുയായികളെ മതനിന്ദകരായി മുദ്രകുത്തിയെങ്കിലും സാമ്രാജ്യത്തിന്റെ പല ഭാഗത്തും ഏരിയസിന്റെ സിദ്ധാന്തപ്രകാരമുള്ള വിശ്വാസം തങ്ങിനിന്നു.

ഗ്രീസിലും മധ്യധരണ്യാഴി പ്രദേശങ്ങളിലും ഭൗതികപ്രപഞ്ചം പതിതാത്മാവിനാൽ സൃഷ്ടിക്കപ്പെട്ടതാണെന്നും ഗർഹണീയമാണെന്നും വിശ്വസിച്ചിരുന്ന ചില വിഭാഗങ്ങളുണ്ടായിരുന്നു. അനശ്വരമായ ആത്മീയപ്രപഞ്ചമാണ് സ്വീകാര്യം. ആത്മീയപ്രപഞ്ചത്തെ അറിയാൻ ജ്ഞാനം വേണം. സാധാരണ ജ്ഞാനമല്ല, ഗൂഢജ്ഞാനമാണ് വേണ്ടത്. ഗൂഢ

ജ്ഞാനവാദികളെ നോസ്റ്റിക്കുകൾ (Gnostics) എന്നാണ് വിളിച്ചിരുന്നത്. Gnosis എന്ന ഗ്രീക്ക് പദത്തിന്റെ അർത്ഥം അറിവ് എന്നാണ്. ഭൗതിക പ്രപഞ്ചം സൃഷ്ടിച്ച ദൈവത്തെ ഡെമിയർജ് (Demiurge) എന്നാണ് നോസ്റ്റിക്കുകൾ വിളിച്ചത്. ഈ ഗ്രീക്ക് പദത്തിന്റെ അർത്ഥം ജനങ്ങൾക്കു വേണ്ടി സൃഷ്ടികർമ്മം നടത്തുന്നവൻ എന്നാണ്. ഈ അർത്ഥത്തിൽ തത്വചിന്തകനായ പ്ലേറ്റോ ഈ പദം ഉപയോഗിച്ചിട്ടുണ്ട്. പ്ലേറ്റോയുടെ ആശയവാദം (Idealism) എന്ന തത്വചിന്തയനുസരിച്ച് ഉദാത്തവും അനശ്വരവുമായ ആശയലോകവും നശ്വരമായ ഭൗതികലോകവുമുണ്ട്. ഭൗതികലോകം സൃഷ്ടിച്ച ദൈവമാണ് ഡെമിയർജ്. എങ്കിലും പ്ലേറ്റോയുടെ വീക്ഷണത്തിൽ സാധാരണജനങ്ങൾക്കുവേണ്ടി സൃഷ്ടികർമ്മം നടത്തിയ ഡെമിയർജ് നല്ല ദൈവമാണ്. നോസ്റ്റിക്കുകളുടെ കാഴ്ചപ്പാടിൽ ഡെമിയർജ് ചീത്ത ദൈവമാണ്. കാരണം ഡെമിയർജ് സൃഷ്ടിച്ച ഭൗതികപ്രപഞ്ചം തിന്മകൾ നിറഞ്ഞതാണ്. മനുഷ്യന്റെ ആത്മാവിന് ഭൗതിക പ്രപഞ്ചത്തിന്റെ അംശമായ ശരീരത്തിന്റെ തടവറയിൽ കിടക്കേണ്ടിവന്നു. ആത്മാവിനെ ശരീരത്തിന്റെ തടവറയിൽ നിന്നും മോചിപ്പിക്കലാണ് ജീവിതലക്ഷ്യം. അതിന് ആത്മീയപ്രപഞ്ചത്തെക്കുറിച്ചുള്ള നിഗൂഢജ്ഞാനം കൈവരിക്കണം. ചില ക്രിസ്തുസഭക്കാർ തങ്ങളുടെ വിശ്വാസപ്രമാണങ്ങളെ നോസ്റ്റിക്ക് വിശ്വാസങ്ങളോട് വിളക്കിച്ചേർത്തു. നോസ്റ്റിക്കുകളായ ക്രിസ്ത്യാനികൾ സ്വന്തം ക്രിസ്തുസഭകൾ സ്ഥാപിച്ചു. വാലന്റീനസ് ആയിരുന്നു ഏറ്റവും പ്രശസ്തനായ നോസ്റ്റിക് പുരോഹിതൻ. ഇദ്ദേഹം റോമിലെ ബിഷപ്പാകാൻ ആഗ്രഹിച്ചെങ്കിലും നടന്നില്ല. അതുകൊണ്ട് സ്വന്തമായി നോസ്റ്റിക് ക്രിസ്തുസഭ രൂപീകരിച്ചു. സിഥിയൻസ്, ഓഫിറ്റിസ് എന്നീ നോസ്റ്റിക് ബിഷപ്പുമാരുടെ അഭിപ്രായത്തിൽ ഭൗതികലോകത്തിന്റെ സ്രഷ്ടാവായ ദൈവം തിന്മകളുടെ കാരണഭൂതൻ കൂടിയായിരുന്നു. യേശു മനുഷ്യരൂപത്തിൽ ജനിച്ചപ്പോൾ യേശുവിന്റെ ആത്മാവ് കളങ്കപ്പെട്ടുവെന്നാണ് നോസ്റ്റിക്കുകളുടെ വിശ്വാസം. നോസ്റ്റിക് ആശയങ്ങൾ നിസിയയിൽ ചേർന്ന ബിഷപ്പുമാരുടെ പൊതുയോഗം തള്ളിക്കളഞ്ഞതോടെ നോസ്റ്റിക്കുകൾ ക്രിസ്തീയലോകത്ത് പ്രാന്തവൽക്കരിക്കപ്പെട്ടു. നോസ്റ്റിക് ആശയങ്ങളുള്ള രചനകൾ തിരസ്കരിച്ചു. പൊതുവർഷം ഒന്നും രണ്ടും നൂറ്റാണ്ടുകളിൽ രചിക്കപ്പെട്ട പല സുവിശേഷങ്ങളും ക്രൈസ്തവസഭകൾ തള്ളിക്കളഞ്ഞു. അപ്പോസ്തലനായ തോമസിന്റെ പേരിൽ രചിക്കപ്പെട്ട സുവിശേഷവും അക്കൂട്ടത്തിൽപ്പെട്ടു.

ചരിത്രകാരന്മാരുടെ അഭിപ്രായത്തിൽ പൊതുവർഷം ഒന്നാം നൂറ്റാണ്ടിൽ ക്രിസ്തുപ്രസ്ഥാനത്തിൽ പ്രധാനപ്പെട്ട മൂന്നുവിഭാഗങ്ങൾ ഉണ്ടായിരുന്നു. ജൂതക്രിസ്ത്യാനികളായിരുന്നു ഒരു വിഭാഗം. ഈ വിഭാഗത്തിന്റെ നേതൃത്വം ജെയിംസ് എന്ന പുരോഹിതനായിരുന്നു. രണ്ടാമത്തെ വിഭാഗം ടാഴ്സസിലെ പൗലോസിന്റെ നേതൃത്വത്തിലുള്ള ക്രിസ്തുസഭകളായിരുന്നു. ഇവർ ജൂതരല്ലാത്തവരെയും ക്രിസ്തുസഭകളിൽ ചേർത്തു. ഇവർക്കായിരുന്നു ഭൂരിപക്ഷം. മൂന്നാമത്തെ വിഭാഗം നോസ്റ്റിക്കുകളായിരുന്നു. ഗോളിലെ (ഫ്രാൻസ്) ബിഷപ്പ് ഐറേനിയസ് നോസ്റ്റിക്കുകളെ മതവിരുദ്ധരായി പ്രഖ്യാപിക്കുകയും നോസ്റ്റിക് ആശയങ്ങളുള്ള രചനകൾ തള്ളിക്കളയുകയും ചെയ്തു. അമ്പതിലധികം സുവിശേഷങ്ങൾ

ഉണ്ടായിരുന്നതിൽ നിന്നും നാലെണ്ണം മാത്രം *വേദഗ്രന്ഥ*ത്തിന്റെ ഭാഗമായി സ്വീകരിച്ചു.

ക്രിസ്തുമതത്തിലെ ദൈവത്തെ ജൂതദൈവത്തിൽ നിന്നും വ്യത്യാസപ്പെടുത്തിയത് മാർസിയോണിന്റെ ദൈവശാസ്ത്രമാണെന്നു പറയാം. മാർസിയോൺ എന്ന വൈദികനെ റോമിലെ ക്രിസ്തുസഭ പുറംതള്ളി. അദ്ദേഹം സ്വന്തമായൊരു ദൈവശാസ്ത്രപ്രസ്ഥാനം രൂപവൽക്കരിച്ചു. അതാണ് മാർസിയോണിസം. പ്രപഞ്ചദർശനത്തിൽ നോസ്റ്റിക്കുകളെപ്പോലെ ആത്മീയപ്രപഞ്ചം ഭൗതികപ്രപഞ്ചം എന്ന ദ്വൈതവാദമാണ് (dualism) മാർസിയോൺ അംഗീകരിച്ചത്. പക്ഷേ ഗൂഢജ്ഞാനത്തിലൂടെയാണ് ആത്മീയപ്രപഞ്ചത്തെ അറിയേണ്ടതെന്ന നോസ്റ്റിക് തത്വം തിരസ്കരിച്ചു. ആത്മീയ പ്രപഞ്ചത്തിലെത്താൻ ബോധപൂർവ്വമായ പ്രവർത്തനങ്ങളാണ് വേണ്ടതെന്ന് വാദിച്ചു. *പഴയനിയമ*ത്തിലെ ദൈവവും *പുതിയനിയമ*ത്തിലെ ദൈവവും തമ്മിൽ മൗലികമായ വ്യത്യാസമുണ്ടെന്നായിരുന്നു മാർസിയോണിന്റെ മറ്റൊരു വാദം. *പഴയ നിയമ*ത്തിലെ ദൈവം കരുണയില്ലാത്ത നീതിമാനാണെന്ന് മാർസിയോൺ വാദിച്ചു. സ്വാഭാവികമായും മാർസിയോണിസ്റ്റുകൾ ജൂതവിരുദ്ധരായി മാറി. ജൂതക്രിസ്ത്യാനികൾ രചിച്ച *വേദഗ്രന്ഥ*ങ്ങൾ അവർ തള്ളിക്കളഞ്ഞു. ലൂക്കിന്റെ സുവിശേഷത്തിന്റെ സംക്ഷിപ്തരൂപം ചില ഭേദഗതികളോടെ മാത്രം അംഗീകരിച്ചു. ദൈവം സ്വർഗ്ഗത്തിന്റെ സ്രഷ്ടാവാണ്. ഭൂമിയും അതിലെ ചരാചരങ്ങളെയും സൃഷ്ടിച്ചത് നോസ്റ്റിക്കുകൾ പറയുന്നതുപോലെ ഡെമിയർജ് ആണ്. ഈ ഡെമിയർജാണ് *പഴയനിയമ*ത്തിലെ അസൂയാലുവായ ദൈവം. ക്രിസ്തുമതത്തിന്റെ അടിസ്ഥാനതത്വം സ്നേഹമായിരിക്കണമെന്നാണ് മാർസിയോണിന്റെ വാദം. സ്നേഹമെന്നാൽ കാരുണ്യമെന്നാണ് മാർസിയോൺ ഉദ്ദേശിച്ചത്. ഇതാണ് ക്രിസ്തീയ സ്നേഹം (Christian Love). ലോകത്തെ സൃഷ്ടിച്ച ക്രൂരനും ചഞ്ചലചിത്തനും സ്വേച്ഛാധിപതിയും അസൂയാലുവുമായ *പഴയനിയമ*ത്തിലെ ഡെമിയർജ് ദൈവത്തെ പുറംതള്ളാനാണ് യേശു വന്നതെന്നും മാർസിയോൺ വാദിച്ചു. *പഴയനിയമ*ത്തിലെ ദൈവമായ യഹോവയെ സാത്താനായി ചിത്രീകരിച്ചതുകാരണം മാർസിയോൺ മതനിന്ദകനാണെന്നായിരുന്നു ബിഷപ്പ് ഐറേനിയസിന്റെ വിലയിരുത്തൽ. മാർസിയോണിസത്തെ ഔദ്യോഗികക്രിസ്തുമതം തള്ളിക്കളഞ്ഞെങ്കിലും അദ്ദേഹത്തിന്റെ സ്നേഹദൈവമെന്ന സിദ്ധാന്തം ക്രിസ്ത്യാനികളുടെ ദൈവശാസ്ത്രത്തിൽ വലിയ സ്വാധീനം ചെലുത്തി.

ക്രിസ്തുമതത്തിന്റെ വേദഗ്രന്ഥമായ *ബൈബിൾ പുതിയ നിയമം* രൂപപ്പെട്ടത് ഒരു നൂറ്റാണ്ടോളം കാലം നീണ്ടുനിന്ന രചനകളിലൂടെയാണ്. യേശുവിന്റെ കാലശേഷം ഏതാണ്ട് കാൽ നൂറ്റാണ്ടുകാലം യേശുവിന്റെ അപദാനങ്ങൾ വാമൊഴിയായിട്ടാണ് കൈമാറിപ്പോന്നത്. യേശുവിന്റെ അപ്പോസ്തലന്മാരും അവരുടെ അനുയായികളും ചേർന്ന ആദ്യകാല സഭാപിതാക്കന്മാരാണ് (Early Church Fathers) ക്രിസ്തുസഭകളിൽ യേശുവിന്റെ മഹത്വങ്ങളെക്കുറിച്ച് പ്രസംഗിച്ചതും പ്രാർത്ഥനകൾക്ക് നേതൃത്വം കൊടുത്തിരുന്നതും. ജറുശലേം, അന്ത്യോക്യ, എഫീസസ്, സിസേറിയ തുടങ്ങിയ നഗരങ്ങളിൽ അവർ ക്രിസ്തുസഭകൾ സ്ഥാപിച്ചു.

അപ്പോസ്തലന്മാരുടെ കാലം കഴിഞ്ഞപ്പോൾ അവർ പറഞ്ഞത് ശിഷ്യന്മാർ രേഖപ്പെടുത്തിവയ്ക്കാൻ തുടങ്ങി. അതേസമയംതന്നെ ടാഴ്സസിലെ പൗലോസ് വിവിധ ദേശങ്ങളിലെ ക്രിസ്തുസഭകൾക്ക് യേശുവിന്റെ ദിവ്യത്വവും മഹത്വങ്ങളും വിവരിച്ചുകൊണ്ടും സഭയിൽ ചേരാൻ ക്ഷണിച്ചുകൊണ്ടും ലേഖനങ്ങൾ എഴുതി. യേശുവിന്റെ ജീവിതചരിത്രങ്ങളടങ്ങുന്ന *സുവിശേഷ*ങ്ങളോടൊപ്പം പൗലോസിന്റെ ലേഖനങ്ങളും *വേദപുസ്തക*ത്തിന്റെ ഭാഗമായി. പൊതുവർഷം 70 ൽ ജറുശലേമിലെ ക്ഷേത്രം റോമ തകർത്തപ്പോൾ ജൂതർ ചിന്നിച്ചിതറി. ക്രിസ്തുസഭകൾ തങ്ങളുടെ നായകനെന്നു വിശ്വസിച്ച യേശുവിന്റെ ജീവചരിത്രം രേഖപ്പെടുത്തുന്നത് ത്വരിതപ്പെടുത്തി. പൊതുവർഷം 80-85 കാലത്താണ് *മത്തായിയുടെ സുവിശേഷം* രചിക്കപ്പെട്ടതെന്ന് കരുതുന്നു. *ലൂക്കിന്റെ സുവിശേഷ*മാണ് കൂടുതൽ സാഹിത്യമേന്മ ഉള്ള കൃതി. ഇത് 85-90 കാലത്തും *യോഹന്നാന്റെ സുവിശേഷം* അതിനുശേഷവും രചിക്കപ്പെട്ടുവെന്നാണ് അഭിപ്രായം. സുവിശേഷങ്ങൾ തുടർന്നും രചിക്കപ്പെട്ടുകൊണ്ടിരുന്നു. രണ്ടാം നൂറ്റാണ്ടിന്റെ അവസാനംവരെ സുവിശേഷങ്ങൾ ആരാണ് രചിച്ചതെന്ന് ആർക്കും അറിഞ്ഞുകൂടായിരുന്നു. രണ്ടാം നൂറ്റാണ്ടിന്റെ അവസാനത്തോടെയാണ് രചനകൾ പലരുടെയും പേരിൽ ആരോപിക്കപ്പെട്ടത്. *വേദഗ്രന്ഥ*ത്തിൽ സ്വീകരിച്ചവ കൂടാതെ അമ്പതിലധികം *സുവിശേഷങ്ങൾ* രചിക്കപ്പെടുകയുണ്ടായി. മുഖ്യധാരാക്രിസ്തുസഭകളുടെ വിശ്വാസപ്രമാണങ്ങളിൽ നിന്ന് വ്യതിചലിച്ചുകൊണ്ടുള്ളവയും വിവിധങ്ങളായ ചിന്താഗതികൾ പ്രതിഫലിക്കുന്നവയും ആയിരുന്നതുകൊണ്ട് അവയെല്ലാം തിരസ്കരിക്കപ്പെട്ടു. അമ്പതിലധികം സുവിശേഷങ്ങളിൽനിന്ന് തെരഞ്ഞെടുത്തവ നാലെണ്ണവും ടാഴ്സസിലെ പൗലോസിന്റെ രചനകളും അപ്പോസ്തലന്മാരായ യാക്കോബ് (ജെയിംസ്), പത്രോസ് (പീറ്റർ), യോഹന്നാൻ, യൂദാ എന്നിവരുടെ ലേഖനങ്ങളും *വെളിപാടുപുസ്തക*വും *പുതിയ നിയമ*ത്തിന്റെ ഭാഗമായി സ്വീകരിച്ചു. ആദ്യകാല ക്രിസ്തുസഭാപിതാക്കൾ ഹീബ്രുഭാഷയിൽ നിന്നും ഗ്രീക്കിലേക്ക് വിവർത്തനം ചെയ്ത *ജൂതബൈബിൾ* (*സെപ്റ്റ്വാജിന്റ്*) *പഴയ നിയമം* എന്നപേരിൽ *വേദപുസ്തക*ഭാഗമായി ക്രിസ്തുമതം അംഗീകരിച്ചു. എന്നാൽ ജൂതർ *സെപ്റ്റ്വാജിന്റ്* തിരസ്കരിക്കുകയാണ് ചെയ്തത്. ജൂതരുടെ *ബൈബിൾ* ഹീബ്രു ബൈബിൾ മാത്രമാണെന്ന് റബ്ബികൾ പറഞ്ഞു.

ക്രിസ്തുമതം ജൂതമതത്തിൽനിന്നും വേറിട്ടതാണെന്ന് പൊതുവെ അംഗീകരിച്ചതിനുശേഷവും ചില ക്രിസ്തുസഭകൾ ചേലാകർമ്മം അനുഷ്ഠിക്കുന്ന പതിവ് തുടർന്നു. ജൂതരല്ലാത്തവർ മതപരിവർത്തനം നടത്തിയാൽ ചേലാകർമ്മം വേണ്ടെന്നും ജ്ഞാനസ്നാനം മാത്രം മതിയെന്നും പൊതുവെ അംഗീകരിക്കപ്പെട്ടു. ക്രിസ്ത്യാനികളുടെ ആദ്യകാല ആരാധനാരീതികൾ വളരെ ലളിതമായിരുന്നു. ക്രൈസ്തവസഭയിലെ ആരുടെയെങ്കിലും ഭവനത്തിൽ എല്ലാവരും ഒത്തുചേർന്ന് പൗലോസിന്റെ ലേഖനങ്ങളിലും സുവിശേഷങ്ങളിലും നിന്ന് ഏതാനും ഭാഗങ്ങൾ പാരായണം ചെയ്യലായിരുന്നു പ്രധാന പ്രാർത്ഥന. ഇടയ്ക്കിടയ്ക്ക് യേശുവിന്റെ പേരിൽ സദ്യകളും നടത്തിയിരുന്നു. സ്നേഹസദ്യകൾ (agape feasts) എന്നാണ് ഇവ അറിയപ്പെട്ടത്. ജ്ഞാനസ്നാനം സ്വീകരിച്ചവർക്കു

മാത്രമേ തിരുവത്താഴത്തിലെ അപ്പവും വീഞ്ഞും (യേശുവിന്റെ മാംസവും രക്തവും ആണെന്ന് സങ്കൽപ്പം) നൽകിയിരുന്നുള്ളു.

ആദ്യകാലക്രിസ്തുമതത്തിന് പുരോഹിതന്മാരുടെ ശ്രേണീവ്യവസ്ഥ ഉണ്ടായിരുന്നില്ല. പൊതുവർഷം രണ്ടാം നൂറ്റാണ്ടിന്റെ ഒടുവിലാണ് പുരോഹിതശ്രേണി രൂപപ്പെടാൻ തുടങ്ങിയത്. പൊതുവർഷം 313 ൽ റോമാചക്രവർത്തി ക്രിസ്തുമതം സ്വീകരിക്കുകയും ക്രിസ്തുമതം നിയമവിധേയമാണെന്ന് പ്രഖ്യാപിക്കുകയും ചെയ്തതോടെ അതിന്റെ രൂപഭാവങ്ങളിൽ കാതലായ മാറ്റങ്ങൾ വരാൻ തുടങ്ങി. ആദ്യം കണ്ടുതുടങ്ങിയ മാറ്റം ബിഷപ്പുമാർക്ക് കൈവന്ന അധികാരമാണ്. സാമ്രാജ്യം നിയമമുണ്ടാക്കി അധികാരം നൽകുകയായിരുന്നില്ല. വിശ്വാസികളുടെ സംഭാവനകളായി കിട്ടുന്ന സമ്പത്ത് അഗതികൾക്കും അനാഥർക്കും വിതരണം ചെയ്യാനുള്ള അധികാരവും അവകാശവും ബിഷപ്പുമാർക്കായിരുന്നു. ആർക്കെല്ലാം 'ഭിക്ഷ' കൊടുക്കണം ആർക്ക് കൊടുക്കണ്ട എന്ന് തീരുമാനിക്കുന്നത് ബിഷപ്പുമാരായിരുന്നു. സ്വാഭാവികമായും ഇംഗിതമനുസരിച്ച് പ്രവർത്തിക്കാനും ആജ്ഞകൾ ചോദ്യം ചെയ്യാതെ നിറവേറ്റാനും തയ്യാറായി അനേകംപേർ ബിഷപ്പുമാർക്കുചുറ്റും അണിനിരന്നു. ക്രമേണ സാമ്രാജ്യത്തിനകത്തുള്ള ബിഷപ്പുമാരുടെ നിയന്ത്രണം സാമ്രാജ്യതലസ്ഥാനമായ റോമിലെ ബിഷപ്പിനായി. റോമിലെ ബിഷപ്പ് യേശുവിന്റെ അപ്പോസ്തലനായ പരിശുദ്ധ പത്രോസിന്റെ പിന്മുറക്കാരനാണെന്ന് അംഗീകരിക്കപ്പെട്ടതോടെ പിതാവ് (പാപ്പാ) എന്ന് അറിയപ്പെടാൻ തുടങ്ങി. റോമാസാമ്രാജ്യത്തിന്റെ ഭരണമാതൃക ക്രിസ്തുസഭ അംഗീകരിച്ച് ഭരണം നടത്തുകയും റോമിന്റെ ഉദ്യോഗസ്ഥശ്രേണിയുടെ മാതൃകയിൽ പുരോഹിതശ്രേണി സൃഷ്ടിക്കുകയും ചെയ്തു. കോൺസ്റ്റന്റയിൻ ചക്രവർത്തിയുടെ നിയമനിർമ്മാണങ്ങൾ ക്രിസ്തുമതതത്വങ്ങളെ അടിസ്ഥാനപ്പെടുത്തി ആയതോടെ ബിഷപ്പുമാരുടെ രാഷ്ട്രീയാധികാരം വർധിക്കാൻ തുടങ്ങി. പാരമ്പര്യമതത്തിൽ നിന്നും വ്യതിചലിച്ച് ചിന്തിക്കുന്നവരെയും പ്രവർത്തിക്കുന്നവരെയും മതനിന്ദകരായി പ്രഖ്യാപിക്കാനും കടുത്ത ശിക്ഷകൾ നൽകാനും ബിഷപ്പുമാർക്ക് അവസരം ലഭിച്ചു. പൊതുവർഷം 430 ആയപ്പോഴേക്ക് മതനിന്ദകരെന്ന് വിധിക്കപ്പെടുന്നവർക്ക് മരണശിക്ഷ നൽകാനുള്ള അധികാരം ബിഷപ്പുമാർക്ക് ലഭിച്ചു.

ജൂതമതവും ക്രിസ്തുമതവും ഗ്രീക്ക്, റോമാ മതങ്ങളുമായി സംഘർഷത്തിലായിരുന്നു. ജൂതർക്കും ക്രിസ്ത്യാനികൾക്കും ഗ്രീക്കുകാരുടെയും റോമാക്കാരുടെയും ബഹുദൈവവിശ്വാസത്തോടും വിഗ്രഹാരാധനയോടും കടുത്ത എതിർപ്പായിരുന്നു. അവരുടെ ദൈവങ്ങളെ സാത്താന്റെ സഹാക്കളായിട്ടാണ് ജൂതരും ക്രിസ്ത്യാനികളും കണ്ടിരുന്നത്. മറിച്ച് ഗ്രീക്കുകാരും റോമാക്കാരും ജൂതരെയും ക്രിസ്ത്യാനികളെയും നിരീശ്വരവാദികൾ എന്നാണ് വിളിച്ചിരുന്നത്. കാരണം സാധാരണ ജനങ്ങൾ ആരാധിക്കുന്ന ദൈവങ്ങളെയൊന്നും അവർ ആരാധിച്ചില്ല. ഗ്രീക്കുകാരുടെയും റോമാക്കാരുടെയും മതങ്ങളുടെ സാന്നിധ്യം ഭരണനിർവ്വഹണത്തിന്റെ എല്ലാ മേഖലകളിലും നീതിന്യായവവ്യവസ്ഥയിലും ഉണ്ടായിരുന്നു. ഉദാഹരണമായി കോടതികളിൽ സാക്ഷി പറയു

മ്പോഴും കരാറുകളിൽ ഏർപ്പെടുമ്പോഴും ദൈവങ്ങളെ സാക്ഷിയാക്കണം. ജൂതരും ക്രിസ്ത്യാനികളും അത്തരം സന്ദർഭങ്ങളിൽ ഗ്രീക്കുകാരുടെയും റോമാക്കാരുടെയും ദൈവങ്ങളെ അംഗീകരിച്ചില്ല. ഇക്കാരണത്താലാണ് ജൂതരും ക്രിസ്ത്യാനികളും നിരീശ്വരവാദികളാണെന്ന് പൊതുജനങ്ങൾ ധരിച്ചത്. വരേണ്യവർഗ്ഗമാകട്ടെ അവർ നിരീശ്വരവാദികളും അപരിഷ്കൃതരുമാണെന്ന് ആക്ഷേപിച്ചു. ക്രിസ്ത്യാനികൾ നരമാംസഭോജികളാണെന്ന ആരോപണവും ഉന്നയിച്ചിരുന്നു. തിരുവത്താഴത്തിലെ അപ്പവും വീഞ്ഞും യേശുവിന്റെ മാംസവും രക്തവുമാണെന്ന് സങ്കൽപ്പിക്കുന്നത് കാരണമായിരിക്കാം അങ്ങനെയൊരു വിശേഷണം ഉണ്ടായത്.

പൊതുവർഷം അഞ്ചാം നൂറ്റാണ്ടിൽ ജർമ്മൻ ഗോത്രവർഗ്ഗങ്ങൾ റോമാസാമ്രാജ്യത്തെ പടിഞ്ഞാറുനിന്ന് ആക്രമിക്കാൻ തുടങ്ങി. ഗോത്തുകളുടെ രാജാവ് അലെറിക്ക് 410 ൽ റോമാനഗരത്തെ ആക്രമിച്ചു കീഴടക്കി. റോമാസാമ്രാജ്യത്തിന്റെ തലസ്ഥാനം ബോസ്ഫറസ് ഉൾക്കടൽ തീരത്തുള്ള ബൈസാന്റിയം നഗരത്തിലേക്ക് മാറ്റി നഗരത്തിന് കോൺസ്റ്റാന്റിനോപ്പിൾ എന്നു പേരിട്ടു. ഓസ്ട്രോ ഗോത്തുകളുടെ രാജാവ് ഒഡോവേക്കർ റോമാസാമ്രാജ്യത്തിന്റെ പടിഞ്ഞാറുഭാഗം പൂർണ്ണമായും കീഴടക്കി. സാമ്രാജ്യം ശത്രുക്കളാൽ ആക്രമിക്കപ്പെട്ടുകൊണ്ടിരുന്നപ്പോൾ സാമ്രാജ്യത്തിന്റെ മതമായ ക്രിസ്തുമതത്തിൽ ദൈവപുത്രനായ യേശുവിന്റെ പ്രകൃതിയെക്കുറിച്ച് തർക്കങ്ങൾ നടക്കുകയായിരുന്നു.

റോമാസാമ്രാജ്യത്തിന്റെ യൂറോപ്യൻ ഭാഗങ്ങൾ ആക്രമിച്ചു കീഴടക്കിയതിനുശേഷം ജർമ്മൻ ഗോത്രവർഗ്ഗങ്ങൾ ക്രിസ്തുമതം സ്വീകരിച്ചു. ഇറ്റലി സ്വന്തമാക്കിയ ഗോത്തുകൾ ഏരിയൻ വിഭാഗത്തിൽപ്പെട്ട ക്രിസ്തുമതമാണ് സ്വീകരിച്ചത്. ഗോൾ (ഫ്രാൻസ്) കീഴടക്കിയ ഫ്രാങ്കുകൾ പാരമ്പര്യമതം (Orthodox) തന്നെയാണ് സ്വീകരിച്ചത്. പാരമ്പര്യമതക്കാർ അവകാശപ്പെട്ടത് തങ്ങളുടേത് സാർവ്വലൗകികമതമാണെന്നാണ്. അതുകൊണ്ട് അത് കത്തോലിക്കാമതം (catholic = സാർവ്വലൗകികം) എന്നാണറിയപ്പെട്ടത്. ജസ്റ്റിനിയൻ ചക്രവർത്തി കത്തോലിക്കാ മതത്തിന്റെ ഭാഗത്തായിരുന്നതുകൊണ്ട് സാമ്രാജ്യത്തിലാകെ കത്തോലിക്കാമതത്തിന് മേധാവിത്വം സിദ്ധിച്ചു. ജസ്റ്റിനിയൻചക്രവർത്തി ഏരിയൻ വിഭാഗത്തെ സാമ്രാജ്യത്തിനകത്ത് നിരോധിച്ചു.

ഗോത്രവർഗ്ഗങ്ങൾ റോമാസാമ്രാജ്യത്തിന്റെ പടിഞ്ഞാറുഭാഗവും റോമും കീഴടക്കിയതോടെ റോമിലെ പോപ്പുമാർ മതകാര്യങ്ങളിൽ സ്വാതന്ത്ര്യം അനുഭവിച്ചു. വിശ്വാസപ്രമാണം സംബന്ധിച്ച് തീരുമാനമെടുക്കാനും എല്ലായിടത്തുമുള്ള ക്രിസ്തുസഭകളുടെ ബിഷപ്പുമാരെ നിയമിക്കാനും ഉള്ള അധികാരങ്ങൾ അവർ നിലനിറുത്തി. യൂറോപ്പിൽ റോമാസാമ്രാജ്യം തകർന്ന് പ്രാദേശിക രാജാക്കന്മാർ അധികാരത്തിൽ വന്നെങ്കിലും യൂറോപ്പിലാകെ കത്തോലിക്കാമതത്തിന്റെ സഭാഭരണം സാമ്രാജ്യത്തിലെ ഭരണമാതൃകയിൽ റോമിലെ പോപ്പിനെ കേന്ദ്രീകരിച്ചുതന്നെ തുടർന്നു. എന്നാൽ കിഴക്കൻ റോമാസാമ്രാജ്യമായി തുടർന്ന ബൈസാന്റിയത്തിലെ പാത്രിയർക്കീസുമാർ (Patriarchs) റോമിലെ പോപ്പിനെ അനുസരിക്കാതായി. അവർ ബൈസാന്റിയം ചക്രവർത്തിയോടാണ് കൂറു

പുലർത്തിയത്. വിശ്വാസകാര്യങ്ങളിലും സഭയുടെ ഭരണകാര്യങ്ങളിലും അവർ ചക്രവർത്തിയുടെ ആജ്ഞകൾ നടപ്പിലാക്കി. കിഴക്കും പടിഞ്ഞാറും ഉള്ള സഭകൾ അങ്ങനെയാണ് വേറിട്ടത്. പടിഞ്ഞാറുള്ള സഭകൾ റോമിലെ പോപ്പിന്റെ കേന്ദ്രീകൃതാധികാരത്തിൽ തുടർന്നു. ഇറ്റലി കീഴടക്കിയ ഗോത്തുകൾ ഏരിയൻ വിശ്വാസികളായതുകൊണ്ട് തങ്ങളെ സ്ഥാനഭ്രഷ്ടരാക്കുമെന്ന് റോമിലെ പോപ്പ് ഭയപ്പെട്ടു. ഗോൾ (ഫ്രാൻസ്) കീഴടക്കിയ ഫ്രാങ്കുകൾ പാരമ്പര്യമതമായ കത്തോലിക്കാമതം സ്വീകരിച്ചവരായതുകൊണ്ട് പോപ്പ് അവരുമായി സഖ്യത്തിലായി. ഫ്രാങ്കുകൾ ഷാർലിമേന്റെ നേതൃത്വത്തിൽ ഇറ്റലിയും ജർമ്മനിയും കീഴടക്കി. റോമിലെ പോപ്പ് ഷാർലിമേനെ യൂറോപ്പിൽ മാത്രമൊതുങ്ങുന്ന പുതിയ റോമാസാമ്രാജ്യത്തിന്റെ ചക്രവർത്തിയായി കിരീടമണിയിച്ചു. അങ്ങനെ യൂറോപ്പിൽ പോപ്പിന്റെ അധികാരം അംഗീകരിക്കുന്ന 'വിശുദ്ധ റോമാസാമ്രാജ്യം' (Holy Roman Empire) നിലവിൽ വന്നു. അതിന്റെ ഭരണഘടന പോപ്പും ചക്രവർത്തിയും ഒന്നിച്ച് അധികാരം കൈയാളുന്ന തരത്തിലാണ് രൂപപ്പെടുത്തിയത്. രാജവംശം തകരാൻ തുടങ്ങിയപ്പോൾ അതിന് ആനുപാതികമായി പോപ്പിന്റെ അധികാരം ഉത്തുംഗതയിലേക്കുയരാൻ തുടങ്ങി. വിശുദ്ധ റോമാസാമ്രാജ്യത്തിലെ ചക്രവർത്തിമാർക്ക് ചിലപ്പോഴൊക്കെ നാമമാത്രമായ അധികാരമേ ഉണ്ടായിരുന്നുള്ളു. യഥാർത്ഥ രാഷ്ട്രീയാധികാരം പോപ്പിനായിരുന്നു. ചക്രവർത്തിമാരെ കിരീടമണിയിക്കാനുള്ള അധികാരം പോപ്പിനു മാത്രമായി. പോപ്പ് കിരീടമണിയിച്ചാലേ രാജാധികാരം നിയമവിധേയമാകുകയുള്ളുവെന്ന സ്ഥിതിയും വന്നു. യൂറോപ്പിൽ നിയമാനുസൃതമായ രാഷ്ട്രീയാധികാരത്തിന്റെ (legitimate power) ഉത്ഭവസ്ഥാനം ക്രിസ്തുമതത്തിന്റെ മേലദ്ധ്യക്ഷനായ പോപ്പ് ആയി.

യൂറോപ്യൻ ചരിത്രത്തിലെ മദ്ധ്യയുഗത്തിൽ കത്തോലിക്കാമതം മനുഷ്യജീവിതത്തിന്റെ എല്ലാ മേഖലകളിലേക്കും കടന്നുകയറി വ്യക്തിജീവിതത്തെയും സാമൂഹ്യജീവിതത്തെയും നിയന്ത്രിക്കുന്ന അവസ്ഥയിലെത്തി. അഴിമതിയുടെയും അമിതാധികാരവാഴ്ചയുടെയും അസാന്മാർഗ്ഗികതയുടെയും പര്യായമായി മാറി കത്തോലിക്കാസഭ. സ്വതന്ത്രചിന്തകളെയും അന്വേഷണങ്ങളെയും അത് മതനിന്ദയായി മുദ്രകുത്തി. ജീവനോടെ ചുട്ടുകരിക്കലായിരുന്നു ചിന്തകർക്കും ശാസ്ത്രജ്ഞന്മാർക്കും കത്തോലിക്കാസഭ നൽകിയ ശിക്ഷ. മതദ്രോഹ വിചാരണയുടെ പേരിൽ (inquisition) ലക്ഷക്കണക്കിന് നിരപരാധികളായ മനുഷ്യരെ പൈശാചികവും ഘോരവുമായ പീഡനങ്ങൾക്കിരയാക്കുകയും കൂട്ടത്തോടെ കൊന്നൊടുക്കുകയും ചെയ്തു. മനുഷ്യശരീരത്തിൽ പീഡനങ്ങൾ ഏൽപ്പിച്ച് അതികഠിനമായ വേദനയുണ്ടാക്കുന്ന പലതരം യന്ത്രങ്ങളും ഇൻക്വിസിഷൻ കാലത്ത് കണ്ടുപിടിച്ചു. തത്ത്വചിന്തകനായ ഫ്രെഡറിക് നീഷ്ചേ എഴുതി: "ലോകത്തെ തിന്മ നിറഞ്ഞതും വിരൂപവുമായി കാണാനുള്ള ക്രിസ്ത്യാനികളുടെ ദൃഢനിശ്ചയം ലോകത്തെ തിന്മ നിറഞ്ഞതും വിരൂപവുമാക്കിത്തീർത്തു." ഈ സ്ഥിതിക്കൊരു മാറ്റം വന്നുതുടങ്ങിയത് കറുത്ത മരണം (Black Death) എന്ന് വിശേഷിപ്പിക്കപ്പെട്ട പ്ലേഗ് ബാധയോടെയാണ്. മദ്ധ്യേഷ്യയിൽ നിന്നും യൂറോപ്പിലേക്ക്

1340 കളിൽ പടർന്ന പ്ലേഗ്ബാധ രണ്ടുകൊല്ലക്കാലം കൊണ്ട് ഏഴരക്കോടി (യൂറോപ്പിലെ അന്നത്തെ ജനസംഖ്യയുടെ മൂന്നിലൊന്ന്) ജനങ്ങളെ കൊന്നൊടുക്കി. കൂട്ടമരണത്തിനു കാരണമായി കത്തോലിക്കാസഭ പറഞ്ഞ കാര്യങ്ങളൊന്നും ജനങ്ങൾക്ക് ബോദ്ധ്യമായില്ല. അവർ സ്വന്തമായ അന്വേഷണങ്ങൾ നടത്തുകയും നിഗമനങ്ങളിൽ എത്തിച്ചേരുകയും ചെയ്തു. യൂറോപ്യൻ നവോത്ഥാനത്തിനും (Renaissance) ക്രിസ്തുമത പരിഷ്കരണത്തിനും (Reformation) തുടക്കംകുറിച്ച പല കാര്യങ്ങളിൽ ഒന്ന് അതായിരുന്നു.

ഇസ്ലാം

ജൂതമതത്തിലെ ഏകദൈവത്തെ ഭേദഗതികളൊന്നും കൂടാതെ സ്വീകരിച്ചത് ഇസ്ലാംമതമാണ്. ഇസ്ലാമിന്റെ ഏകദൈവമായ അല്ലാഹുവിന്റെ നിർവ്വചനമെന്ന് വിശേഷിപ്പിക്കാവുന്ന ഒരു വചനം വേദപുസ്തകമായ *ഖുർആനി*ലുണ്ട്.

> അവനാണ് അല്ലാഹു. അവനല്ലാതെ ഇലാഹ് (ദൈവം) ഇല്ല. അദൃശ്യവും ദൃശ്യവുമായ കാര്യങ്ങൾ അറിയുന്നവൻ. കരുണാനിധിയും കാരുണികനും ആയവൻ. അവനാണ് അല്ലാഹു. അവനല്ലാതെ ഇലാഹ് ഇല്ല, അവൻ രാജാവാണ്; പരിശുദ്ധനാണ്; സമാധാനമുള്ളവനാണ്; വിശ്വാസികളുടെ സംരക്ഷകൻ; പരമാധികാരത്തോടെ വാഴുന്നവൻ; മഹത്വമുള്ളവൻ; (ചിലർ)ആരോപിക്കുന്ന പങ്കാളിത്തമില്ലാത്തവൻ; അവനാണ് അല്ലാഹു; ശൂന്യതയിൽ നിന്നു വ്യവസ്ഥയോടെ സൃഷ്ടിക്കുന്നവൻ; ഉൽക്കൃഷ്ടനാമങ്ങൾ ഉള്ളവൻ; ആകാശഭൂമികളിലുള്ളവയെല്ലാം അവനെ പ്രകീർത്തിച്ചുകൊണ്ടിരിക്കുന്നു. അവർ സർവ്വരെയും വിജയിക്കുന്നവനും തന്ത്രശാലിയുമാണ് (*ഖുർ ആൻ* 59:22-24).

റോമാ (ബൈസാന്റിയം) പേർഷ്യാസാമ്രാജ്യങ്ങളുടെ നിരന്തരയുദ്ധങ്ങളുടെ പശ്ചാത്തലത്തിൽ, അറേബ്യൻ മരുഭൂമിയിലെ ഗോത്രസമൂഹത്തിൽ ഉടലെടുത്ത മതമാണ് ഇസ്ലാം. താൻ ജൂതരുടെ പ്രവാചകനായ മൂസയുടെയും ക്രിസ്ത്യാനികൾ ദൈവപുത്രനെന്ന് പറയുന്ന പ്രവാചകനായ ഈസയുടെയും (യേശുവിനെയും പ്രവാചകനായിട്ടാണ് മുഹമ്മദ് കണക്കാക്കിയത്) പരമ്പരയിൽപ്പെട്ട അറബിപ്രവാചകനാണെന്നാണ് മതസ്ഥാപകനായ മുഹമ്മദ് അവകാശപ്പെട്ടത്. ഉന്നതങ്ങളിലെ നാഥനായ അല്ലാഹു ജൂതരുടെ യഹോവയെപ്പോലെ ഏകദൈവമാണെന്നും താൻ അല്ലാഹുവിന്റെ ദൂതൻ (റസൂൽ) ആണെന്നും മുഹമ്മദ് അവകാശപ്പെട്ടു. അറേബ്യൻ ഉപദ്വീപിലെ ഗോത്രവ്യവസ്ഥയെ ആധാരമാക്കിയാണ് ഇസ്ലാം മതതത്വങ്ങൾ രൂപപ്പെട്ടത്.

അറബ് സമൂഹം പൊതുവെ സമാധാനത്തിലാണ് ജീവിച്ചിരുന്നതെങ്കിലും സാമ്പത്തികാസമത്വം മൂലം ഗോത്രങ്ങളും കുലങ്ങളും തമ്മിൽ സംഘട്ടനങ്ങൾ ഇടയ്ക്കിടെ ഉണ്ടാകും. സമൂഹത്തെ നിയന്ത്രിക്കുന്ന കേന്ദ്രിതമായ അധികാരസ്ഥാനമോ നിയമാവലിയോ ഉണ്ടായിരുന്നില്ല.

താരതമ്യേന സുഭിക്ഷിതയിൽ കഴിയുന്ന ഗോത്രക്കാരിൽ നിന്നും ബല പ്രയോഗത്തിലൂടെ വസ്തുവകകൾ കൈയടക്കാൻ പട്ടിണിയും ദാരി ദ്ര്യവും അനുഭവിക്കുന്ന കുലം ശ്രമിക്കുക പതിവായിരുന്നു. ഇത്തരം കടന്നാക്രമണം ഗസ്വ എന്നാണ് അറിയപ്പെട്ടത്. യുദ്ധം എന്നാണ് വാക്കിന്റെ അർത്ഥം. യൂറോപ്യൻ എഴുത്തുകാർ ഇത്തരം 'യുദ്ധ'ങ്ങളെ കൊള്ളയടിക്കലായിട്ടാണ് ചിത്രീകരിച്ചത്. ഗസ്വ നടത്തുന്നതിന് ചില ചട്ടങ്ങളുണ്ട്. രക്തം ചീന്താൻ പാടില്ലെന്നുള്ളതാണ് പ്രധാനമായ നിയമം (*History of the Arabs*. Philips K Hitti p.25). ഒരാൾ കൊല്ലപ്പെട്ടാൽ കൊന്ന കുലത്തിലെ ഒരാളെ കൊന്ന് പകപോക്കാനുള്ള അവകാശം കൊല്ലപ്പെട്ടയാളുടെ കുലത്തിനും കുടുംബത്തിനുമുണ്ട്. പകരം കൊല നടത്താതെ നഷ്ടപരിഹാരത്തുക വാങ്ങാമെന്ന വ്യവസ്ഥ നിലവിൽ വന്ന പ്പോൾ യാഥാസ്ഥിതികരായ കവികൾ "രക്തത്തിനു പകരം പാൽ" എന്നു പറഞ്ഞ് പരിഹസിച്ചു.

മക്കയിലെ കഅബ ക്ഷേത്രം അല്ലാഹുവിന്റെ ഭവനമാണെന്ന് അറ ബികൾ വിശ്വസിച്ചു. കഅബയുടെ സന്നിധിയിൽ രക്തം ചിന്താൻ പാടില്ല. ഗോത്രകലഹത്തിന്റെ ഫലമായി പകപോക്കലിന് ഇരയാകാൻ സാധ്യ തയുള്ള ആൾ കഅബയുടെ സന്നിധിയിൽ അഭയം പ്രാപിക്കുക പതി വായിരുന്നു. അറബികൾ അനേകം ദൈവങ്ങളെ ആരാധിച്ചിരുന്നെങ്കിലും ഏതു പ്രവൃത്തിയും പ്രമാണവും ആരംഭിച്ചത് "ബിസ്മിക്ക അല്ലാഹുമ്മ" (അല്ലാഹുവേ, നിന്റെ നാമത്തിൽ) എന്ന സ്തുതിവചനത്തോടെ ആയി രുന്നു. മുഹമ്മദ് ഈ സമ്പ്രദായം മറ്റൊരു രൂപത്തിൽ തുടർന്നു. ബിസ്മിക്ക അല്ലാഹുമ്മ എന്നതിനു പകരം 'ബിസ്മില്ലാഹി റഹ്മാനി റഹിം' (കാരുണികനും കരുണാനിധിയുമായ അല്ലാഹുവിന്റെ നാമ ത്തിൽ) എന്നാക്കി മാറ്റി. അറബികളുടെ ദൈവവിശ്വാസങ്ങളിൽനിന്നു ഉപദൈവങ്ങളെയും വിഗ്രഹങ്ങളെയും നിഷ്കാസനം ചെയ്തതൊഴിച്ചാൽ മുഹമ്മദ് മാറ്റമൊന്നും വരുത്തിയില്ല.

ഇസ്ലാമിനു മുമ്പ് കേന്ദ്രീകൃത ഭരണകൂടം മരുഭൂമിയിലെ നാടോടി കളായ അറബികൾക്കില്ലായിരുന്നു. പക്ഷേ അവർ മരുഭൂമിയിലെ അതി ജീവനത്തിന്റേതായ ഒരു സാമൂഹികക്രമം രൂപപ്പെടുത്തി. ഇസ്ലാമിനു മുമ്പുണ്ടായിരുന്ന അറബികളെ കിരാതന്മാരായും അരാജകവാദികളായും കറുപ്പിച്ചു കാണിക്കുന്നത് ഇസ്ലാമിന്റെ മഹത്വം ബോധ്യപ്പെടുത്താനുള്ള ശ്രമമാണ്. മതനിരപേക്ഷമായ ഒരു ധർമ്മനീതിവ്യവസ്ഥ വികസിപ്പിച്ച താണ് അറബ് ഗോത്രസംസ്കാരത്തിന്റെ സവിശേഷത. ഗോത്രത്തിന്റെ അഭിമാനമാണ് വ്യക്തിയുടെ അഭിമാനം. പൗരുഷം ആണ് വ്യക്തിയുടെ അഭിമാനത്തിന് ആധാരം. വ്യക്തി പൗരുഷം കാണിക്കാതിരുന്നാൽ ഗോത്രത്തിനാണ് മാനഹാനി സംഭവിക്കുക. അതുകൊണ്ട് വ്യക്തി സ്വന്തം ജീവൻ രക്ഷിക്കുന്നതിനെക്കാൾ പ്രാധാന്യം പൗരുഷം പ്രകടി പ്പിച്ച് ഗോത്രത്തിന്റെ അഭിമാനം സംരക്ഷിക്കുന്നതിനു കൊടുക്കണം. ഗോത്രം ഒറ്റവ്യക്തിയെപ്പോലെ പെരുമാറുന്ന വ്യവസ്ഥാവിശേഷത്തെ പ്രശസ്ത സാമൂഹ്യശാസ്ത്രജ്ഞൻ മോണ്ട്ഗോമറിവാട്ട് വിശേഷിപ്പിച്ചത് പ്രാകൃത കമ്യൂണിസം (Primitive Communism) എന്നല്ല, 'ഗോത്രമാന വികത' (Tribal Humanism) എന്നാണ്. ഗോത്രമാനവികതയുടെ സാമൂ

ഹ്യവ്യവസ്ഥയിൽ സർവ്വശക്തനായ ദൈവത്തിനു പ്രാധാന്യം കുറവായിരുന്നു. ഗോത്രമാനവികതയുടെ പരിധി ഉല്ലംഘിച്ച് അറബ് ദേശീയത ഉയർന്നു വന്നതാണ് ഇസ്ലാം.

ക്രിസ്തുമതവും ജൂതമതവും അറബികളിൽ സ്വാധീനം ചെലുത്തി. പൊതുവർഷം ഒന്നാം നൂറ്റാണ്ടിൽ റോമക്കാർ ജറുസലേമിലെ ദേവാലയം തകർക്കുകയും ജൂതരെ ആട്ടിപ്പായിക്കുകയും ചെയ്തപ്പോൾ അവർ ലോകത്തിന്റെ എല്ലാഭാഗത്തേക്കും ചിന്നിച്ചിതറി. അറേബ്യയുടെ പല ഭാഗങ്ങളിലും ജൂതർ എത്തിച്ചേർന്നു. ഹിജാസ് പ്രദേശത്തെ എല്ലാ മരുപ്പച്ചകളിലും അറബിഗോത്രങ്ങളോടൊപ്പം ജൂതഗോത്രങ്ങൾ സ്ഥിരവാസമുറപ്പിച്ച് കൃഷിയും കച്ചവടവും ചെയ്ത് അഭിവൃദ്ധിപ്പെട്ടു. ജൂത, ക്രിസ്തുമതങ്ങളുടെ സ്വാധീനത്തിന്റെ ഫലമായാണ് മുഹമ്മദിൽ ഏകദൈവസങ്കൽപ്പം രൂപപ്പെട്ടത്.

ആറാം നൂറ്റാണ്ടിന്റെ അവസാനമായപ്പോഴേക്കും ഇന്ത്യയിൽനിന്നും ആഫ്രിക്കൻ വൻകരയിൽനിന്നും യമനിൽ എത്തിച്ചേരുന്ന സുഗന്ധദ്രവ്യങ്ങളും മറ്റ് ഉപഭോഗവസ്തുക്കളും റോമാസാമ്രാജ്യത്തിന്റെ മധ്യധരണ്യാഴി പ്രദേശങ്ങളിലേക്കെത്തിക്കുന്ന വ്യാപാരത്തിന്റെ കുത്തക മക്കയിലെ വ്യാപാരികൾക്കായിത്തീർന്നു. ഖുറൈശികളുടെ (മുഹമ്മദ് ജനിച്ചത് ഖുറൈശിഗോത്രത്തിലാണ്) ഉന്നമനത്തിനായി ഗ്രീഷ്മത്തിൽ വടക്കോട്ടും ഹേമന്തത്തിൽ തെക്കോട്ടും കടന്നുപോകുന്ന സാർത്ഥവാഹകസംഘങ്ങളുടെ യാത്ര സുഗമവും സുരക്ഷിതവുമാക്കിയതിന് കഅബ ക്ഷേത്രത്തിന്റെ നാഥനെ ആരാധിക്കാൻ ആഹ്വാനം ചെയ്യുന്ന *ഖുർ ആൻ* വചനം (*ഖുർ ആൻ* 106:1–3) ഈ ചാരിതാർത്ഥ്യത്തിലേക്കാണ് വിരൽ ചൂണ്ടുന്നത്. പേർഷ്യയും ബൈസാന്റിയവും തമ്മിലുള്ള യുദ്ധങ്ങൾ പേർഷ്യൻ ഉൾക്കടൽ തീരത്തുനിന്ന് അലപ്പോവഴി മധ്യധരണ്യാഴി പ്രദേശങ്ങളിലേക്ക് പോയിരുന്ന വ്യപാരപഥം അപകടം പിടിച്ചതാക്കിത്തീർത്ത സാഹചര്യത്തിലാണ് അറേബ്യയുടെ പടിഞ്ഞാറുഭാഗത്തെ ഹിജാസ് വഴിക്കുള്ള വ്യാപാരത്തിനു പ്രാധാന്യം സിദ്ധിച്ചതും മക്കനഗരത്തിന് വ്യാപാരക്കുത്തക ലഭിച്ചതും.

വ്യാപാരം അഭിവൃദ്ധി പ്രാപിച്ച പട്ടണങ്ങളിൽ പുതിയ ധനികവർഗ്ഗം ഉണ്ടായി. അഞ്ചാം നൂറ്റാണ്ടായപ്പോഴേക്കും അറേബ്യയുടെ തെക്കേ അറ്റം മുതൽ വടക്ക് സിറിയ വരെ ഹിജാസ് പ്രദേശത്തുള്ള മരുപ്പച്ചകളിൽ പുതിയ നഗരങ്ങൾ ഉയർന്നു. അറേബ്യൻ നഗരങ്ങളുടെ സിരാകേന്ദ്രങ്ങൾ ചന്തകളോ ദേവാലയങ്ങളോ ആയിരുന്നു. ചന്തകളിൽ വ്യാപാരവും പണമിടപാടുകളും തകൃതിയായി നടന്നു. സാമ്രാജ്യങ്ങളുടെ നാണയങ്ങൾ ആയിരുന്നു അറബികളുടെയും വിനിമയോപാധികൾ. വ്യാപാരമൂലധനത്തിന്റെ ആധിക്യം പഴയ ഗോത്രബന്ധങ്ങളെ ഉലച്ചു. ഉള്ളവനും ഇല്ലാത്തവനും എന്ന വർഗ്ഗവിഭജനം സമൂഹത്തിലുണ്ടാവുകയും അവർ തമ്മിലുള്ള വിടവ് ക്രമേണ വർധിക്കുകയും ചെയ്തു. ഗോത്രത്തിന്റെ അഭിമാനം, ഗോത്രത്തിന്റെ പൊതുസ്വത്ത്, ഗോത്രത്തിലെ അംഗങ്ങളുടെ തുല്യത എന്നിവയെല്ലാം കൂടിച്ചേർന്നുണ്ടായ മോണ്ട്ഗോമറി വാട്ട് വിശേഷിപ്പിച്ച ഗോത്രമാനവികത ക്രമേണ അപ്രത്യക്ഷമാകാനും സാമൂഹ്യവ്യവസ്ഥ വ്യക്തികേന്ദ്രിതമാകാനും തുടങ്ങി. ഗോത്രങ്ങൾ തമ്മിൽ പൗരു

ഷത്തിന്റെയും ആൾബലത്തിന്റെയും അടിസ്ഥാനത്തിൽ നിലനിന്നിരുന്ന മേൽകീഴ് അവസ്ഥകൾ വ്യക്തികളുടെ തലത്തിലേക്ക് ഇറങ്ങി ധനാധിഷ്ഠിതമായി. ഒരു ഗോത്രത്തിൽതന്നെ ഉള്ളവനും ഇല്ലാത്തവനും ഉണ്ടായി.

നാലും അഞ്ചും നൂറ്റാണ്ടുകളിൽ ഉപദ്വീപിന്റെ തെക്കും വടക്കും ഭാഗങ്ങളിൽ സാമ്രാജ്യങ്ങളുടെ സഹായത്തോടെ അറബികളുടെ രാജവാഴ്ചയിൽ നിലവിൽ വന്ന രാജ്യങ്ങൾ മരുഭൂവാസികളിൽ, വിശേഷിച്ച് തലമുറകളായി മരുപ്പച്ചകളിലും നഗരങ്ങളിലും സ്ഥിരവാസം ഉറപ്പിച്ചവരിൽ സ്വാധീനം ചെലുത്താൻ തുടങ്ങി. വ്യാപാരമൂലധനത്തിന്റെ കടന്നുകയറ്റം പരിവർത്തനത്തെ ത്വരിതപ്പെടുത്തി. മരുഭൂവാസികളിലും അറബികളുടെ സ്വന്തമായരാജ്യം, രാജാവ് എന്നീ ആശയങ്ങൾ വളർന്നുതുടങ്ങി. രാഷ്ട്രീയ ചിന്താഗതികളിലുള്ള മാറ്റം ആത്മീയതയിലും പ്രതിഫലിച്ചു. സാമ്രാജ്യങ്ങളിലെ ജനങ്ങളുടെ വിശ്വാസപ്രമാണങ്ങളും ആചാരാനുഷ്ഠാനങ്ങളും അവരിൽ സ്വാധീനം ചെലുത്തി. രാഷ്ട്രവ്യവഹാരാവസ്ഥയും ദൈവസങ്കൽപ്പങ്ങളും മാറണമെന്ന സമൂഹത്തിന്റെ ഉൽക്കടമായ ആഗ്രഹം സാക്ഷാൽക്കരിക്കാൻ പ്രാപ്തിയുള്ള ഒരു നായകൻ അറബികളിൽനിന്ന് ഉയർന്നുവരേണ്ട കാലമായെന്നും ചിലർ വിശ്വസിച്ചു. ദേശീയബോധം മുഹമ്മദിന്റെ ജനനസമയമായപ്പോഴേക്കും ഹിജാസിലെ മരുനഗരങ്ങളിലും മരുപ്പച്ചകളിലും തലമുറകളായി സ്ഥിരവാസമുറപ്പിച്ചിരുന്നവരുടെ മനസ്സിൽ വേരുറച്ചു കഴിഞ്ഞിരുന്നു. ഈ സാഹചര്യത്തിലാണ് അറബികളുടെ സ്വന്തമായ മതം സ്ഥാപിക്കാൻ ഉന്നതങ്ങളിലെ നാഥനായ അല്ലാഹു തന്നെ ദൂതനായി (റസൂൽ) നിയോഗിച്ചിരിക്കുന്നുവെന്ന വിശ്വാസം മക്കയിലെ ഒരു വ്യാപാരിയായിരുന്ന മുഹമ്മദിന്റെ മനസ്സിൽ പൊന്തിവരാൻ തുടങ്ങിയത്.

അറബികളുടെ മതം, അറബിഭാഷയിലുള്ള വേദഗ്രന്ഥം തുടങ്ങിയ മൂർത്തമായ ആശയങ്ങൾ മുഹമ്മദിന്റെ മനസ്സിൽ രൂപം കൊള്ളാനിടയാക്കിയത് ജൂത, ക്രിസ്തുമതവിശ്വാസികളുമായുള്ള മുഹമ്മദിന്റെ സമ്പർക്കവും ആശയവിനിമയവുമാണ്. ഗ്രന്ഥത്തിലെ വചനങ്ങൾ അല്ലാഹുവിൽ നിന്നു സ്വീകരിക്കുന്നതിന് മുഹമ്മദ് മാതൃകയാക്കിയത് ജൂതരുടെ പ്രവാചകനായ മോശയെ (മൂസാനബി) ആണ്. മോശ, യഹോവയുടെ *പത്തുകൽപ്പനകൾ* സ്വീകരിക്കാൻ സീനായി പർവ്വതത്തിൽ പോയി ധ്യാനമിരുന്ന കഥ മുഹമ്മദ് ജൂതരിൽനിന്നും മനസ്സിലാക്കിയിരുന്നു. തനിക്കും അല്ലാഹു അറബിഭാഷയിലുള്ള ഗ്രന്ഥം മുകളിൽനിന്നും ഇറക്കിത്തരുമെന്ന പ്രതീക്ഷയിലാണ് മുഹമ്മദ് മക്കനഗരത്തിനടുത്തുള്ള ഹീറാമലയിലെ ഗുഹയിൽ ധ്യാനത്തിനുപോകാൻ തുടങ്ങിയത്. ധ്യാനസമയത്ത് മുഹമ്മദിനുണ്ടായ ദിവ്യാനുഭവങ്ങളെക്കുറിച്ചും ദിവ്യാനുഭവങ്ങളുടെ മനഃശാസ്ത്രത്തെക്കുറിച്ചും *മുഹമ്മദ് എന്ന മനുഷ്യൻ* (മൈത്രി ബുക്സ്, തിരുവനന്തപുരം) എന്ന എന്റെ ഗ്രന്ഥത്തിൽ പ്രതിപാദിച്ചിട്ടുണ്ട്.

രണ്ടു പതിറ്റാണ്ടുകാലം മുഹമ്മദ് ഉരുവിട്ട വചനങ്ങളുടെ സമാഹാരമാണ് *ഖുർആൻ* എന്ന വേദഗ്രന്ഥം. ഈ ഗ്രന്ഥത്തിൽ മദീനയിൽ മുഹമ്മദിന്റെ അധികാരത്തിൽ നിലവിൽവന്ന ആദ്യത്തെ അറബ് രാഷ്ട്രത്തിലെ പൗരന്മാർ പാലിക്കേണ്ടതും ഭരണകൂടം നടപ്പിലാക്കേണ്ടതുമായ

കുറെ ചട്ടങ്ങളും നിയമങ്ങളും ഉണ്ട്. കൂടാതെ വിശ്വാസികൾ സ്വീകരിക്കേണ്ട ദായക്രമം, വിവാഹം, വിവാഹമോചനം തുടങ്ങിയ കുടുംബജീവിതസംബന്ധിയായ നിർദ്ദേശങ്ങളുമുണ്ട്. ഭക്ഷണം സംബന്ധിച്ച വിലക്കുകളുണ്ട്. ഒപ്പം മതപരമായ കാര്യങ്ങളുണ്ട്. വിശ്വാസപ്രമാണങ്ങൾ, പ്രാർത്ഥനാവചനങ്ങൾ, ആരാധനയെ (നമസ്കാരത്തെ) കുറിച്ച് നിർദ്ദേശങ്ങൾ, പൂർവ്വികരായ പ്രവാചകരുടെ കഥകൾ, അവരും മുഹമ്മദും തമ്മിലെന്താണ് ബന്ധമെന്നും ജൂതർക്കും ക്രിസ്ത്യാനികൾക്കും എങ്ങനെയാണ് മാർഗ്ഗഭ്രംശം വന്നതെന്നും ഉള്ള വിശദീകരണങ്ങൾ, വിഗ്രഹാരാധകരുടെ ദൈവങ്ങളുടെ യഥാർത്ഥസ്ഥിതിയെന്തെന്നുള്ള വിവരണങ്ങൾ, ജിന്നുകൾ, മലക്കുകൾ, ശൈത്താൻ എന്നീ അദൃശ്യരായ മറ്റു സൃഷ്ടികളെക്കുറിച്ചുള്ള പരാമർശങ്ങൾ, പൂർവ്വികരായ പ്രവാചകരെ ധിക്കരിച്ച ജനതകളെ അല്ലാഹു ഇഹലോകത്തുവച്ചുതന്നെ ശിക്ഷിച്ചതിന്റെ വാങ്മയചിത്രങ്ങൾ, വിശ്വാസികൾക്ക് (അല്ലാഹു അല്ലാതെ മറ്റൊരു ദൈവമില്ലെന്നും മുഹമ്മദ് അല്ലാഹുവിന്റെ ദൂതനാണെന്നും വിശ്വസിക്കുന്നവർക്ക്) മരണാനന്തരം പ്രവേശനം ലഭിക്കുന്ന സ്വർഗ്ഗത്തിന്റെയും അവിശ്വാസികൾ അനന്തകാലം വസിക്കാൻപോകുന്ന നരകത്തിന്റെയും വിവരണങ്ങൾ എന്നിവയെല്ലാം പൂർവ്വാപരബന്ധമില്ലാതെ വിരസമായ വിധത്തിൽ ആവർത്തിച്ചിട്ടുള്ള ഗ്രന്ഥമാണ് *ഖുർ ആൻ*. മതപരമായ കാര്യങ്ങൾ പ്രതിപാദിക്കുന്ന വചനങ്ങളാണ് മഹാഭൂരിപക്ഷവും.

ജൂതക്രൈസ്തവമതങ്ങളിലെ സൃഷ്ടിസിദ്ധാന്തവും സാത്താൻ, നരകം, സ്വർഗ്ഗം, ലോകാവസാനം, അന്തിമവിധി തുടങ്ങിയ സങ്കൽപ്പങ്ങളും മുഹമ്മദ് അതേപടി സ്വീകരിച്ച് അറബികളുടെ ഗോത്രസംസ്കാരനിലവാരത്തിനനുസരിച്ച് അവതരിപ്പിക്കുകയാണ് ചെയ്തത്. മുഹമ്മദിന്റെ മതത്തിന്റെ സവിശേഷത അതിന്റെ ലാളിത്യമാണ്. സങ്കീർണ്ണമായ ദൈവശാസ്ത്രമോ സാധാരണ മനുഷ്യന്റെ മനസ്സിൽ കൊള്ളാത്ത വിശ്വാസപ്രമാണങ്ങളോ ജടിലമായ തത്ത്വചിന്തകളോ ഒന്നുമുണ്ടായിരുന്നില്ല. അതിനുകാരണം അറബിഗോത്രങ്ങളുടെ പൊതുബോധത്തിന്റെ ലാളിത്യമാണ്. പാപംചെയ്ത വ്യക്തി നേരിട്ട് അല്ലാഹുവിനോട് ഏറ്റുപറഞ്ഞ് മാപ്പ് അപേക്ഷിച്ചാൽ മതി. പൗരോഹിത്യം പാടേ ഉപേക്ഷിച്ചതാണ് മുഹമ്മദിന്റെ മതത്തിന്റെ മറ്റൊരു സവിശേഷത. അറബിഗോത്രവ്യവസ്ഥയിൽ പുരോഹിതന്മാർക്ക് സ്ഥാനമൊന്നും ഉണ്ടായിരുന്നില്ല.

ഖുറൈശികൾ മുഹമ്മദിനെ തിരസ്കരിച്ചത് കഅബയിലെ വിഗ്രഹാരാധന നിഷിദ്ധമാക്കിയതുകൊണ്ടു മാത്രമല്ല അതിനു ചില രാഷ്ട്രീയ കാരണങ്ങളും ഉണ്ടായിരുന്നു. മുഹമ്മദിന്റെ കാലത്ത് മക്ക ഒരു സ്വതന്ത്ര നഗരരാഷ്ട്രമായിരുന്നു. ഖുറൈശികളുടെ നഗരരാഷ്ട്രമായ മക്കയുടെ ഭരണകാര്യങ്ങൾ നിർവ്വഹിച്ചിരുന്നത് 'മാല'യാണ്. കുലനായകരും ഗോത്രത്തലവന്മാരും പ്രമാണിമാരും അടങ്ങുന്ന ഗോത്രസഭയാണ് മാല. പ്രഭുജനാധിപത്യം (oligarchy) നഗരരാഷ്ട്രമായ മക്കയിൽ വേരോടിക്കഴിഞ്ഞു. ഏകാധിപത്യം അവർ ഇഷ്ടപ്പെട്ടില്ല. മുഹമ്മദിന്റെ ജനനസമയത്ത് തെക്കേ അറേബ്യയിലെ ഭരണാധികാരി അബ്രഹത്ത് നടത്തിയ ആധിപത്യശ്രമങ്ങളെ മക്കയിലെ ഖുറൈശികൾ ധീരതയോടെ ചെറുത്തു തോൽപ്പിച്ച കഥ അവരുടെ ഒളിമങ്ങാത്ത ഓർമ്മയാണ്. അതാണ് മുഹ

മ്മദ് *ഖുർ ആൻ* വചനങ്ങളിൽ പരാമർശിച്ച "കഅബ പിടിക്കാൻ വന്ന ആനയുടെ ഉടമസ്ഥർ" കിളികളുടെ കല്ലേറുകൊണ്ട് തോറ്റുപിൻവാങ്ങിയ സംഭവം. മുഹമ്മദിന്റെ രാഷ്ട്രീയ ലക്ഷ്യങ്ങളെക്കുറിച്ച് സംശയമുന്നയിച്ചവരോട് താൻ "ഓർമ്മിപ്പിക്കുന്നവൻ (മുദക്കിറ്) മാത്രമാണ്; മേൽനോട്ടക്കാരൻ (മുസയ്ത്തിർ) അല്ല" (88:21,22) എന്ന് *ഖുർ ആൻ* വചനത്തിലൂടെ മറുപടി പറഞ്ഞെങ്കിലും ഖുറൈശികളുടെ സംശയം മാറിയില്ല. മുഹമ്മദിനെ അല്ലാഹുവിന്റെ ദൂതനായി എല്ലാവരും അംഗീകരിച്ചുകഴിഞ്ഞാൽ മുഹമ്മദ് മാല പിരിച്ചുവിട്ട് മക്കയുടെ ഭരണം ഏറ്റെടുക്കുമെന്ന് അവർ ഭയപ്പെട്ടു. മുഹമ്മദിന്റെ മതം സ്വീകരിച്ചാലുണ്ടാകാവുന്ന അപകടം ഖുറൈശികൾ മുൻകൂട്ടിക്കണ്ടു. പ്രഭുജനാധിപത്യത്തിന്റെ സ്വാതന്ത്ര്യം അനുഭവിച്ചുപോന്ന ഖുറൈശിപ്രമാണിമാർ മുഹമ്മദിന്റെ പുതിയ മതത്തേക്കാളേറെ ഭയപ്പെട്ടത് അല്ലാഹുവിന്റെ ദൂതനായ മുഹമ്മദിൽ മാത്രം കേന്ദ്രിതമായേക്കാവുന്ന ഭരണക്രമത്തെ ആയിരിക്കണം. മുഹമ്മദിന്റെ മതം സാധാരണ ജനങ്ങൾ സ്വീകരിക്കാതിരിക്കാൻ ഇഷ്ടദേവതകളായ അല്ലാഹുവിന്റെ പുത്രിമാരുടെ കാര്യവും പൂർവ്വികരുടെ മതവും ഖുറൈശികൾ പ്രചാരണോപാധിയാക്കി. ഒരു വ്യാഴവട്ടക്കാലം പ്രബോധനം നടത്തിയിട്ടും മുഹമ്മദിന്റെ മതം ഖുറൈശികൾ സ്വീകരിക്കാതിരുന്നതിനു പിന്നിൽ രാഷ്ട്രീയകാരണങ്ങളും ഉണ്ടായിരുന്നു.

മരുപ്പച്ചയിൽ (oasis) വികസിച്ച ഈ പൗരാണികനഗരമായ യസ്രിബിൽ (മദീന) മക്കയുടേതിൽനിന്നും തികച്ചും വ്യത്യസ്തമായ സാഹചര്യമായിരുന്നു. അവിടെ അറേബ്യയിലെ മറ്റേതു പ്രദേശത്തും ഉണ്ടായിരുന്നതിനേക്കാൾ കൂടുതൽ ജൂതർ ഉണ്ടായിരുന്നു. അവരുടെ സാന്നിധ്യം തന്റെ പ്രബോധനങ്ങൾക്ക് സഹായകമാകും എന്ന് മുഹമ്മദ് പ്രതീക്ഷിച്ചു. ഇതാണ് മുഹമ്മദിനെ മദീനയിലേക്ക് കുടിയേറാൻ പ്രേരിപ്പിച്ച ഘടകങ്ങളിൽ പ്രധാനം. ഖുറൈസ, നദീർ, ഖയിനുഖാഅ് എന്നീ മൂന്നു വലിയ ജൂതഗോത്രങ്ങളാണ് യസ്രിബിൽ അധിവസിച്ചിരുന്നത്. ഔസ്, ഖസ്രജ് എന്നീ അറബ് ഗോത്രങ്ങൾക്കായിരുന്നു മദീനയിൽ ഭൂരിപക്ഷം. ഇവർ തലമുറകൾക്കു മുമ്പ് യമനിൽനിന്നും കുടിയേറിയവരാണ്. ഇവർ തമ്മിൽ നീണ്ടുനിന്ന തർക്കങ്ങളും പോരുകളും മുഹമ്മദിന്റെ മദ്ധ്യസ്ഥതയിൽ തീരുമെന്ന പ്രതീക്ഷയാണ് മുഹമ്മദിനെ മദീനയിലേക്ക് ക്ഷണിക്കാൻ അവരെ പ്രേരിപ്പിച്ചത്.

മുഹമ്മദ് മദീനയിൽ എത്തിയ ദിവസം (പൊതുവർഷം 622) മുതൽ ഇസ്ലാമികവർഷം ആരംഭിച്ചതായി കണക്കാക്കുന്നു. കുടിയേറ്റക്കാരുടെ നിലനിൽപ്പ് ഉറപ്പുവരുത്താൻ ഒരു സമുദായ ഉടമ്പടിയുടെ രേഖ തയ്യാറാക്കി മദീനയിലെ വിവിധ വിഭാഗങ്ങളെക്കൊണ്ട് അംഗീകരിപ്പിച്ചത് മുഹമ്മദിന്റെ രാഷ്ട്രീയ പ്രവർത്തനത്തിന്റെ തുടക്കമായിരുന്നു. ജൂതരും ക്രിസ്ത്യാനികളും അഹലുൽ കിത്താബ് (ഗ്രന്ഥമുള്ളവർ) എന്നാണ് പരാമർശിക്കപ്പെട്ടിട്ടുള്ളത്. ശത്രുക്കളെ സഹായിക്കാതിരിക്കുകയും മുസ്ലീങ്ങളോട് സഹകരിക്കുകയും ചെയ്യുന്ന ജൂതർക്ക് സംരക്ഷണം നൽകണമെന്ന് സമുദായ ഉടമ്പടിയിൽ പറയുന്നു. ജൂതർ മുസ്ലീങ്ങളോടൊപ്പം യുദ്ധം ചെയ്യണമെന്നും യുദ്ധച്ചെലവിലേക്ക് വിഹിതം നൽകണമെന്നും

പറയുന്നു. ബഹുദൈവ വിശ്വാസികളായ മദീനക്കാരോട് വിരോധം പ്രകടിപ്പിക്കുന്നില്ലെന്നു മാത്രമല്ല അവരും മദീനയിലെ പുതുസമൂഹത്തിന്റെ ഭാഗമാണെന്നാണ് രേഖ പറയുന്നത്. മുഹമ്മദിന്റെ കാഴ്ചപ്പാടിൽ സമുദായം വ്യക്തികളുടെ കൂട്ടായ്മയല്ല, ഗോത്രങ്ങളുടെയും കുലങ്ങളുടെയും സംയുക്തം ആയിരുന്നു. അല്ലാഹു ഏകനാണെന്നും മുഹമ്മദ് അല്ലാഹുവിന്റെ ദൂതനാണെന്നും വിശ്വസിക്കുന്നവരെമാത്രം ഒരു സമുദായമായി കണ്ടുകൊണ്ടാണ് മുഹമ്മദ് കരാർവ്യവസ്ഥയിൽ പല വകുപ്പുകളും ചേർത്തത്. ലോകത്തെമ്പാടുമുള്ള മുസ്ലീങ്ങൾ ഒരൊറ്റ സമുദായം എന്ന മതാത്മകവീക്ഷണത്തിന്റെ തുടക്കം ഇവിടെയാണ്. മുഹമ്മദിന്റെയും അനുയായികളുടെയും കുടിയേറ്റവും ബഹുകക്ഷി കരാറിന്റെ അംഗീകാരവും മദീനയിലെ ഗോത്രസമൂഹ വ്യവസ്ഥയിൽ കേന്ദ്രീകൃതഭരണ കൂടത്തിന്റെ ആരംഭം കുറിച്ചു. മദീനയിലെ വിശ്വാസികളുടെ നേതാവ് എന്ന നിലയിൽ വിശ്വാസികൾ അല്ലാത്തവർക്കും മുഹമ്മദിന്റെ മധ്യസ്ഥത സ്വീകാര്യമായിരുന്നു. തർക്കങ്ങളെല്ലാം അല്ലാഹുവിന്റെയും ദൂതനായ മുഹമ്മദിന്റെയും (ഫലത്തിൽ മുഹമ്മദിന്റെ മാത്രം) തീരുമാനത്തിനു വിടണമെന്നും മുഹമ്മദിന്റെ അറിവോ സമ്മതമോ ഇല്ലാതെ ഒരു വിഭാഗവും യുദ്ധത്തിന് പുറപ്പെടരുതെന്നും ഉള്ള വ്യവസ്ഥകൾ അംഗീകരിക്കപ്പെട്ടതോടെ മുഹമ്മദ് മദീനയിലെ പുതിയ രാഷ്ട്രീയാധികാരത്തിന്റെ കേന്ദ്രമായി മാറി.

ജൂതരുമായുള്ള മുഹമ്മദിന്റെ ബന്ധം സങ്കീർണ്ണമാണ്. രാഷ്ട്രീയ തന്ത്രത്തിന്റെ ഭാഗമായി മദീനയിലെ പൊതുസമൂഹത്തിൽ മുഹമ്മദ് ജൂതരെ ഉൾപ്പെടുത്തി. പൊതുസമൂഹത്തിനകത്ത് ബഹുദൈവവിശ്വാസികളായ ഖുറൈശികൾക്ക് എതിരെയുള്ള ഐക്യമുന്നണിയിലെ പ്രധാന പങ്കാളികളായി മുഹമ്മദ് കണ്ടിരുന്നത് മദീനയിലെ ഏകദൈവ വിശ്വാസികളായ ജൂതരെ ആയിരുന്നു. ജൂതരെയും ക്രിസ്ത്യാനികളെയും മുഹമ്മദ് വിശേഷിപ്പിച്ചത് 'അഹലുൽ കിത്താബ്" (ഗ്രന്ഥമുള്ളവർ) എന്നാണ്. അവരോട് സഹവസിക്കാനും അവരുടെ സ്ത്രീകളെ വിവാഹംചെയ്യാനും അനുയായികളെ അനുവദിച്ചു. ജൂതരോടും ക്രിസ്ത്യാനികളോടും ഐക്യദാർഢ്യം പ്രകടിപ്പിക്കാനായി നിസ്കരിക്കുമ്പോൾ മദീനയുടെ വടക്കുദിശയിലുള്ള ജറുശലേമിനുനേരെ തിരിഞ്ഞുനിൽക്കാൻ അനുയായികൾക്കു നിർദ്ദേശം നൽകി. നെസ്റ്റോറിയൻ ക്രിസ്ത്യാനികളെ അനുകരിച്ചുകൊണ്ട് നിസ്കാരം ആരംഭിച്ചപ്പോൾ തന്നെ ആരാധനാദിശ (ഖിബ്ല) ജറുശലേം ആണെന്ന് നിശ്ചയിച്ചിരുന്നു. തുടക്കം മുതലേ തന്റെ മതം ജൂതക്രൈസ്തവ മതങ്ങളുടെ പരമ്പരയിൽ പെട്ടതാണെന്ന് മുഹമ്മദ് വിശ്വസിച്ചു. ആഴ്ചയിലൊരിക്കൽ മുസ്ലീങ്ങൾ നടത്തുന്ന ജുംഅ നിസ്കാരം ജൂതരുടെ ശബ്ബത്ത് ദിനമായ ശനിയാഴ്ച ആകരുതെന്നും വെള്ളിയാഴ്ചയാകണമെന്നും നിഷ്കർഷിച്ചത് ജൂതരുമായുള്ള ഐക്യം പ്രകടിപ്പിക്കാനായിരുന്നു. ജൂതകലണ്ടറിലെ ഏഴാം മാസമായ തിഷ്രിമാസത്തിലെ പത്താം ദിവസം ജൂതർ വ്രതം അനുഷ്ഠിച്ചു. "യോം കിപ്പോർ" (പാപപരിഹാരദിനം) എന്നാണ് ദിനത്തിന്റെ പേര്. അരാമ്യ ഭാഷയിൽ ഈ ദിനത്തിന് 'അശുറ' (പത്താംപക്കം) എന്നാണ് പറഞ്ഞിരുന്നത്. അശുറവ്രതം അനുഷ്ഠിക്കാൻ മുഹമ്മദ് അനുയായികൾക്കു നിർദ്ദേശം നൽകി.

മധ്യാഹ്നപ്രാർത്ഥനയും ജൂതരുടെ പ്രാർത്ഥനയെ മാതൃകയാക്കിയാണ് തുടങ്ങിയത്. ജൂതരുടെ 'കിപ്പ' (തലയോട്ടിത്തൊപ്പി) വിശ്വാസികളുടെ വേഷത്തിന്റെ ഭാഗമായി സ്വീകരിച്ചു. 'ഗ്രന്ഥമുള്ളവർ' ഭക്ഷിക്കുന്നതെല്ലാം ഭക്ഷിച്ചുകൊള്ളാൻ അനുയായികൾക്ക് അനുവാദം കൊടുത്തു.

മുഹമ്മദിന്റെ സഹവർത്തിത്വസമീപനങ്ങൾക്ക് മദീനയിലെ ജൂതരുടെ ഭാഗത്തുനിന്നും അനുകൂലപ്രതികരണങ്ങൾ ഉണ്ടായില്ല. മുഹമ്മദിനെ അല്ലാഹുവിന്റെ ദൂതനായി അംഗീകരിക്കാൻ മദീനയിലെ ജൂതർ തയ്യാറായില്ല. മദീനയിലെ ജൂതർക്ക് രാഷ്ട്രീയമായ മേധാവിത്വം സ്ഥാപിക്കണമെന്ന ഉദ്ദേശ്യമുണ്ടായിരുന്നതുകൊണ്ടാണ് മുഹമ്മദിനെ അംഗീകരിക്കാതിരുന്നതെന്ന ചില ചരിത്രകാരന്മാരുടെ അഭിപ്രായം ശരിയല്ല. യഹോവയുമായി നേരിട്ട് ആശയവിനിമയം നടത്തുന്ന 'നബി' ജൂതഗോത്രത്തിൽ മാത്രമേ ജനിക്കൂ എന്ന അവരുടെ വിശ്വാസമാണ് മുഹമ്മദ് കപടപ്രവാചകനാണെന്ന് പറയാൻ ജൂതരെ പ്രേരിപ്പിച്ചത്. അറബിഗോത്രത്തിൽ ജനിച്ച മുഹമ്മദിന് നബിയാകാൻ കഴിയില്ലെന്നായിരുന്നു ജൂതരുടെ വിശ്വാസം. സ്വന്തം മതവിശ്വാസം തടസ്സം നിന്നതുകാരണം മുഹമ്മദിനെ നബിയായി അംഗീകരിക്കാത്തതിന്റെ പേരിൽ മദീനയിലെ ജൂതരെ കുറ്റപ്പെടുത്താനാവുകയില്ല. *വേദഗ്രന്ഥ*ങ്ങളുടെ സൂക്ഷിപ്പുകാരും വ്യാഖ്യാതാക്കളും തങ്ങളാണെന്ന് മദീനയിലെ ജൂതപുരോഹിതന്മാർ മറുപടി നൽകി. തോറയിലെ കഥകൾ മുഹമ്മദ് *ഖുർ ആൻ* വചനങ്ങളിലൂടെ അവതരിപ്പിച്ചപ്പോഴുണ്ടായ മാറ്റങ്ങളും സമയക്രമത്തിലെ കുഴച്ചിലും അവർ തെളിവായി ചൂണ്ടിക്കാണിച്ചു. കുടിയേറ്റക്കാരെ പണം കടംകൊടുത്ത് സഹായിക്കണമെന്ന മുഹമ്മദിന്റെ അഭ്യർത്ഥനയും അവർ തള്ളി. അധികം താമസിയാതെ മുഹമ്മദിന് ജൂതരുടെ പ്രതികൂലനിലപാട് വ്യക്തമായി. ജൂതരെ 'ദ്രോഹം ചെയ്തവർ' (ദാലിമീൻ) എന്നു വിളിക്കാൻ തുടങ്ങി.

മതകാര്യങ്ങളിൽ ജൂതരുമായി വഴിപിരിഞ്ഞതിനു ശേഷമാണ് മുഹമ്മദ് തന്റെ പുതിയ മതത്തിന് ഇസ്ലാം എന്ന പേര് സ്വീകരിച്ചത്. താൻ അറബികളുടെയും ജൂതരുടെയും ആദിപിതാവായ ഇബ്രാഹിമിന്റെ (അബ്രഹാം) മതമാണ് സ്വീകരിച്ചത് എന്നായിരുന്നു മുഹമ്മദിന്റെ വാദം. അബ്രഹാം ജൂതകുലങ്ങളുടെ ആദിപിതാവാണെന്ന് ജൂതർ സമ്മതിക്കുന്നു. അറബികളുടെ ഗോത്രപിതാവായ ഇസ്മായിൽ ഇബ്രാഹിമിന്റെ പുത്രനാണ്. ഇസ്മായിൽ നബിയാണ് അറബിഗോത്രങ്ങളുടെ ആദിപിതാവെന്ന് *ബൈബിളിൽ* പറഞ്ഞിട്ടുള്ള കാര്യത്തിന് മുഹമ്മദ് ഊന്നൽ കൊടുത്തു. ഇബ്രാഹിമിന്റെ മറ്റൊരു പുത്രനായ ഇസ്ഹാക്ക് ആണ് ഇസ്രായേൽ ഗോത്രങ്ങളുടെ ആദിപിതാവെന്നുള്ള കാര്യവും മുഹമ്മദ് എടുത്തുകാട്ടി. *ബൈബിളിലെ ഉൽപ്പത്തി* പുസ്തകത്തിലെ 21-ാം അധ്യായത്തിൽ അബ്രഹാമിനു മിസ്രയീം ദാസിയായ ഹാഗാറിൽ (ഹാജറാബീവി) ജനിച്ച ഇസ്മായിലിനെയും വലിയൊരു ജാതിയാക്കും എന്ന് രണ്ടുപ്രാവശ്യം പറയുന്നുണ്ട് (*ഉൽപ്പത്തി* 21:13,18) അബ്രഹാമിന്റെ ഭാര്യ സാറയുടെ നിർബന്ധത്തിനു വഴങ്ങി കുടിയിറക്കിവിട്ട ദാസി ഹാഗാറും മകൻ ഇസ്മായിലും പാരാൻ മരുഭൂമിയിൽ താമസിച്ചു എന്നും പറയുന്നു (*ഉൽപ്പത്തി* 21:21). പാരാൻ മരുഭൂമി അറേബ്യയാണെന്നും ഇസ്മയിലിന്റെ

സന്തതിപരമ്പരകളാണ് അറബികളെന്നും മുഹമ്മദ് വാദിച്ചു. തന്റേത് ജൂതമതത്തിൽനിന്നും തികച്ചും വ്യതിരിക്തമായ മതമാണെന്നുള്ള ഉറച്ച നിലപാടെടുത്തു. മുഹമ്മദും അനുയായികളും ഉൾപ്പെട്ട വിഭാഗം 'മുഅ്മീൻ' (വിശ്വാസികൾ) എന്നതിനു പകരം 'മുസ്ലിമുൻ' (കീഴടങ്ങിവർ) എന്ന പേരിൽ സ്വയം വിശേഷിപ്പിക്കാൻ തുടങ്ങിയത് ഈ കാലഘട്ടത്തിലാണ്. തങ്ങൾ ഏകദൈവമായ അല്ലാഹുവിന് കീഴടങ്ങിയവരാണ് എന്നാണ് സാരം. ഏകവചനമാണ് മുസ്ലീം. ഇസ്ലാം എന്നാൽ കീഴടങ്ങൽ എന്നാണർത്ഥം. മുസ്ലീം, ഇസ്ലാം എന്നീ അറബി ഭാഷാപദങ്ങൾ "സിൽമു" എന്ന ധാതുവിൽ നിന്നുത്ഭവിച്ചതാണ്. കീഴടങ്ങുക എന്നാണർത്ഥം. ശത്രു കീഴടങ്ങിക്കഴിഞ്ഞാൽ യുദ്ധം അവസാനിച്ച് സമാധാനമാകുമല്ലോ. അതുകൊണ്ട് ഇസ്ലാം എന്ന പദത്തിന് സമാധാനം എന്നുകൂടി അർത്ഥമുണ്ടെന്നാണ് ചിലരുടെ വ്യാഖ്യാനം. യഥാർത്ഥത്തിൽ മതത്തിന്റെ പേര് അറബി ഗോത്രസമൂഹത്തിലെ യുദ്ധോത്സുകതയാണ് ധ്വനിപ്പിക്കുന്നത്. ഇബ്രാഹിം അല്ലാഹുവിന് മാത്രം കീഴടങ്ങിയ ആൾ (മുസ്ലീം) ആയിരുന്നു. മുഹമ്മദും അനുയായികളും അല്ലാഹുവിനുമാത്രം കീഴടങ്ങിയവർ (മുസ്ലിമുൻ) ആണ്. കീഴടങ്ങൽ യുദ്ധരംഗത്താണല്ലോ നടക്കുക. മുഹമ്മദ് ഉദ്ദേശിച്ചത് യുദ്ധരംഗത്തെ കീഴടങ്ങൽ (surrender) അല്ലെന്നും സർവ്വശക്തനായ അല്ലാഹുവിനുമുമ്പിലെ സമർപ്പണം (submission) ആണെന്നും വാദമുണ്ട്. ഈ വാദം അംഗീകരിച്ചാൽ അറബ് സമൂഹത്തിൽ നിലനിന്നിരുന്ന അടിമവ്യവസ്ഥയാകും ധ്വനി. മനുഷ്യൻ അല്ലാഹുവിന്റെ അടിമ (അബ്ദല്ല) ആണെന്നാണ് ഇസ്ലാമിന്റെ പരിപ്രേക്ഷ്യം. അബ്ദല്ല, അബ്ദുർ റഹ്മാൻ തുടങ്ങിയ മുസ്ലീം പേരുകൾ ഇതാണ് വ്യക്തമാക്കുന്നത്. യുദ്ധപ്രവീണനായ പ്രവാചകൻ കീഴടങ്ങൽ എന്നു പ്രയോഗിക്കുമ്പോൾ യുദ്ധരംഗത്തെ കീഴടങ്ങൽ തന്നെയാണ് ഉദ്ദേശിക്കുക.

ബൈബിൾ കഥയിൽനിന്നും ഇസ്ലാം മതത്തിന്റെ പൗരാണികമായ ഉൽപ്പത്തിയുടെയും മക്കയിലെ കഅബയുമായുള്ള ബന്ധത്തിന്റെയും ഇതിഹാസം (legend) രൂപപ്പെടുത്തിയ മുഹമ്മദിന്റെ സർഗ്ഗഭാവന വിസ്മയകരംതന്നെ. ഇബ്രാഹിമിന്റെ മതം ഇസ്ലാംമതം ആയത് എങ്ങനെയെന്നും വിവരിക്കുന്നുണ്ട്. അല്ലാഹു കീഴടങ്ങുക (അസ്ലിം) എന്നുപറഞ്ഞപ്പോൾ ഇബ്രാഹിം "ഞാൻ കീഴടങ്ങിയിരിക്കുന്നു (അസ്ലംത)" എന്നു പറഞ്ഞു. ഇബ്രാഹിം തന്റെ സന്താനങ്ങളോട് 'കീഴടങ്ങിയവർ' (മുസ്ലിമുൻ) ആയി ജീവിക്കാൻ ഉപദേശിച്ചു (2:130136).

മദീനയിലേക്ക് കുടിയേറിയതു മുതൽ അന്തരിക്കുന്നതുവരെ എട്ടു വർഷക്കാലയളവിൽ മുഹമ്മദ് ചെറുതും വലുതുമായ അറുപത്തഞ്ച് യുദ്ധങ്ങൾ ചെയ്തുവെന്നാണ് ഇറാനിയൻ പണ്ഡിതനും സാമൂഹ്യശാസ്ത്രജ്ഞനുമായ ഡോ: അലി ശരീഅത്തി കണക്കാക്കിയത് (*The Visage of prophet Mohammad.* By Dr Ali Shariati ഇന്റർനെറ്റിൽനിന്നും) തുടക്കത്തിൽ നിലനിൽപ്പിനുവേണ്ടിയുള്ള 'ഗസ്വ'കൾ ആയിരുന്നെങ്കിലും പിന്നീട് യുദ്ധങ്ങളുടെ ലക്ഷ്യം അറേബ്യൻ ഉപദ്വീപ് മുഴുവനുമടങ്ങുന്ന ഒരു അറബ് രാഷ്ട്രം സ്ഥാപിക്കുക എന്നതായി. മുഹമ്മദിന്റെ സ്വപ്നം പൂർണ്ണമായില്ലെങ്കിലും അറേബ്യൻ ഉപദ്വീപിന്റെ

ഹിജ്സാഭാഗം മുഴുവനുമടങ്ങുന്ന 'അറബ്രാഷ്ട്രം' സ്ഥാപിക്കാൻ കഴിഞ്ഞു. മുഹമ്മദ് സ്ഥാപിച്ച അറബ് രാഷ്ട്രം മുഹമ്മദിനുശേഷം ബൈസന്റിയം, പേർഷ്യൻ സാമ്രാജ്യങ്ങളുടെ ഇടങ്ങളിലേക്ക് കടന്നുകയറി മുസ്ലീം സാമ്രാജ്യമായി വളർന്നു. മുഹമ്മദിനെ ഒരു കിരാതനായും യുദ്ധക്കൊതിയനായും അക്രമിയായും ചിത്രീകരിക്കാൻ അവശിഷ്ട 'റോമാസാമ്രാജ്യ'ത്തിലെ പിൽക്കാല 'ചക്രവർത്തിമാരെ' പ്രേരിപ്പിച്ചത് ഇതാണ്.

മുഹമ്മദ് മദീനയുടെ ഭരണാധികാരി ആയതോടെ മദീനയിലെ ജനസമൂഹത്തെ ക്രമപ്പെടുത്തുക എന്ന ചുമതല പ്രധാനപ്പെട്ടതായി. *ഖുർ ആൻ* വചനങ്ങളുടെ ശൈലി മാറി. കാര്യമാത്രപ്രസക്തമായ മാർഗ്ഗനിർദ്ദേശങ്ങളും ചട്ടങ്ങളും നിയമങ്ങളും ആയിത്തീർന്നു *ഖുർ ആൻ* വചനങ്ങൾ. മദീനയിലെ ജനജീവിതത്തിന്റെ ആവശ്യങ്ങൾക്കനുസരണമായ നിയമാവലി പടിപടിയായി ആവിഷ്കരിച്ചുകൊണ്ടാണ് മുഹമ്മദ് പുതിയ രാഷ്ട്രത്തിന്റെ അടിത്തറ പണിതത്. അല്ലാഹു തനിക്ക് നൽകിയ അധികാരം നിലവിലുള്ള ഗോത്രവ്യവസ്ഥയെ നിഷേധിക്കാത്ത തരത്തിലും അതേസമയം വ്യക്തികേന്ദ്രിതവും (Individualistic) ആയിട്ടാണ് പ്രയോഗിച്ചത്. മുഹമ്മദിലൂടെ അല്ലാഹു നിർമ്മിക്കുന്നു എന്ന് പ്രജകൾ വിശ്വസിച്ച നിയമങ്ങൾ അനുസരിക്കാൻ ഓരോ വ്യക്തിക്കും ഗോത്രത്തിനും ബാധ്യതയുണ്ട്. അനുസരിച്ചില്ലെങ്കിൽ ശിക്ഷ അനുഭവിക്കേണ്ടത് വ്യക്തിമാത്രമാണ്. ഗോത്രമല്ല.

മുഹമ്മദിന്റെ നിയമനിർമ്മാണം ചില അടിസ്ഥാനപരമായ ആവശ്യങ്ങളെ മുൻനിറുത്തി ആയിരുന്നു. ഒരു രാഷ്ട്രത്തിന്റെ പ്രഥമചുമതല പ്രജകളുടെ ജീവനും സ്വത്തിനും സംരക്ഷണം നൽകലാണ്. ഗോത്രവ്യവസ്ഥയിൽ ജീവനു ജീവൻ, കണ്ണിനു കണ്ണ്, പല്ലിനു പല്ല് എന്ന പകപോക്കൽ നിയമമാണ് ഗോത്രത്തിനും വ്യക്തിക്കും സംരക്ഷണം നൽകിയത്. എന്നാൽ മക്കനഗരത്തിലെ വ്യാപാരമൂലധനത്തിന്റെ ആധിക്യം പകപോക്കൽ നിയമത്തെ ബലപ്പെടുത്തി സംരക്ഷിച്ചിരുന്ന ഗോത്രമാനവികതയ്ക്ക് (Tribal Humanism) ക്ഷതം വരുത്തിത്തുടങ്ങിയിരുന്നു. *ഖുർ ആനി*ലെ ആദ്യകാല വചനങ്ങൾ ഇതിനെതിരെയുള്ള പ്രതിഷേധങ്ങളായിരുന്നു. കാലം അപ്രസക്തമാക്കിക്കൊണ്ടിരുന്ന ഗോത്രമാനവികതയ്ക്കു പകരം വ്യക്തിഗതമാനവികത നിലവിൽ വന്നുകൊണ്ടിരുന്ന പശ്ചാത്തലത്തിലായിരുന്നു മുഹമ്മദിന്റെ നിയമനിർമ്മാണ സംരംഭങ്ങൾ. എങ്കിലും ഗോത്രമെന്ന യാഥാർത്ഥ്യത്തെ നിഷേധിച്ചുകൊണ്ട് നിയമനിർമ്മാണം നടത്തിയാൽ നിർമ്മിക്കുന്ന നിയമങ്ങൾ ആരും അനുസരിക്കുകയില്ലെന്ന് മുഹമ്മദിനു ബോധ്യമുണ്ടായിരുന്നു. അതുകൊണ്ട് മുഹമ്മദ് നിർമ്മിച്ച നിയമങ്ങൾ മുസ്ലീം സമുദായത്തെ (ഉമ്മത്ത്) ആകെ ഒരു ഗോത്രമായിട്ടാണ് കണ്ടത്.

ഒരു മുസ്ലീമിനെ കൊല്ലുകയോ ദേഹോപദ്രവമേൽപ്പിക്കുകയോ ചെയ്താൽ മുസ്ലീം സമുദായത്തിന് ആവുംവിധം പകപോക്കാനുള്ള അവകാശമുണ്ട്. കൊല്ലപ്പെട്ടവന്റെ ബന്ധുവിന് പകപോക്കാനായി കൊല നടത്താമെന്ന ഗോത്രനിയമം അംഗീകരിച്ചു. മോഷണം നടത്തിയാൽ പക

പോക്കാനായി കൈവെട്ടിക്കളയാനാണ് കൽപ്പിച്ചത്. പെൺകുഞ്ഞുങ്ങളെ ജനിച്ച ഉടനെ കൊല്ലുന്നത് നിരോധിച്ചു. ദാരിദ്ര്യം മൂലമാണ് പെൺകുഞ്ഞുങ്ങളെ കൊല്ലുന്നതെന്ന സൂചനയാണ് *ഖുർആൻ* വചനത്തിലുള്ളത് (6.152, 17.31). ഗോത്രാചാരവുമായി ബന്ധപ്പെട്ടാണ് പെൺകുഞ്ഞുങ്ങളെ കൊന്നിരുന്നത്. വിവാഹം, കുടുംബബന്ധങ്ങൾ, ദായക്രമം എന്നിവ സംബന്ധിച്ചുള്ള നിയമങ്ങൾ സൃഷ്ടിക്കാനാണ് മുഹമ്മദ് കൂടുതൽ ശ്രദ്ധ പതിപ്പിച്ചത്. മദീനയിലെ പുതിയ സമൂഹത്തിന്റെ ജീവിതം ചിട്ടപ്പെടുത്താൻ അതിനാണ് മുൻതൂക്കം കൊടുക്കേണ്ടിയിരുന്നത്. നിലവിലുണ്ടായിരുന്ന ഗോത്രനിയമങ്ങളുമായി അടിസ്ഥാനപരമായ വൈരുധ്യമില്ലാതെയുള്ള സാമൂഹ്യപരിഷ്കരണം ലക്ഷ്യമിട്ടുകൊണ്ട് പുതിയ നിയമങ്ങൾ സൃഷ്ടിക്കാൻ മുഹമ്മദ് ശ്രദ്ധിച്ചിട്ടുണ്ട്. പുതിയ നിയമങ്ങളുടെ പ്രധാന ലക്ഷ്യം വ്യക്തി ഗോത്രത്തിലെ അംഗമായിരിക്കുമ്പോൾ തന്നെ വ്യതിരിക്തമായ അസ്തിത്വം വ്യക്തിക്കുണ്ടെന്ന് സ്ഥാപിക്കുക എന്നതായിരുന്നു. ചില നിയമങ്ങൾ വ്യക്തിയുടെ വിശേഷിച്ച് സ്ത്രീയുടെ അസ്തിത്വം നിഷേധിക്കുന്ന ആചാരക്രമങ്ങൾ നിരോധിക്കുന്നതിനുവേണ്ടി ആവിഷ്കരിച്ചവയായിരുന്നു. കുടുംബനാഥൻ മരിക്കുമ്പോൾ അയാളുടെ ഭാര്യമാരെല്ലാം മൂത്തമകന്റെ ഭാര്യമാരായിത്തീരുന്ന സമ്പ്രദായം ചില അറബിഗോത്രങ്ങളിൽ നിലനിന്നിരുന്നു. മുഹമ്മദ് അത് നിരോധിച്ചു. വരൻ കൊടുക്കുന്ന പെൺപണം വധുവിന്റെ പിതാവല്ല വധു തന്നെയാണ് സ്വീകരിക്കേണ്ടത്. വിവാഹമോചനസമയത്ത് പുരുഷന് പെൺപണം തിരിച്ചു ചോദിക്കാനുള്ള അവകാശമില്ല. എല്ലാ ഭാര്യമാരോടും തുല്യമായി നീതി പുലർത്തണം എന്ന നിബന്ധനയോടെ ഒന്നിലധികം ഭാര്യമാർ ആകാം. തുല്യമായ നീതി എന്നതുകൊണ്ട് മുഹമ്മദ് ഉദ്ദേശിച്ചത് ലൈംഗിക സംതൃപ്തിയാണ്. ഗോത്ര, കുല, കുടുംബബന്ധങ്ങൾ സ്ഥാപിക്കാനും നിലനിറുത്താനും, പ്രൗഢി കാണിക്കാനും യഥേഷ്ടം വിവാഹം ചെയ്തതിനുശേഷം ഭാര്യമാരുടെ ലൈംഗികാവശ്യങ്ങളെ പാടെ അവഗണിക്കുകയും അവരുടെ അസ്തിത്വം തന്നെ നിഷേധിക്കുകയും ചെയ്യുന്നത് ഗോത്രത്തലവന്മാരുടെയും കുലപതിമാരുടെയും പതിവായിരുന്നു. മുഹമ്മദ് അതു നിരുത്സാഹപ്പെടുത്തുകയും സ്വന്തം ഭാര്യമാരോട് 'നീതി ചെയ്ത്' മാതൃക കാണിക്കുകയും ചെയ്തു.

വെപ്പാട്ടികളെ പുലർത്തുന്ന സമ്പ്രദായം നിരോധിച്ചില്ല. മുഹമ്മദും വെപ്പാട്ടിമാരെ പുലർത്തി. അടിമവ്യവസ്ഥയുടെ ഉപോൽപ്പന്നമാണ് വെപ്പാട്ടിസമ്പ്രദായം എന്ന ചരിത്രയാഥാർത്ഥ്യം മനസ്സിലാക്കാതെ മുഹമ്മദിനെ വിഷയലമ്പടനായി ചിത്രീകരിക്കാനാണ് ചിലർ ശ്രമിക്കുന്നത്. വിവാഹം, വിവാഹമോചനം എന്നീ വിഷയങ്ങളെക്കുറിച്ച് *ഖുർ ആനിൽ* ധാരാളം വചനങ്ങളുണ്ട്. ചില അറബിഗോത്രങ്ങൾ മരുമക്കത്തായം (matrilineal system) പിന്തുടർന്നിരുന്നു. ഇവർ ഇസ്ലാം മതം സ്വീകരിച്ചതിനു ശേഷവും അതുതന്നെ തുടർന്നത് നിരോധിക്കാനുള്ള ശ്രമത്തിന്റെ ഫലമാണിത്. മരുമക്കത്തായത്തോടൊപ്പം നിലനിന്നിരുന്ന ബഹുഭർത്തൃത്വവും നിരോധിച്ചു. വിവാഹമോചനം എളുപ്പമാക്കി. പക്ഷേ, വിവാഹമുക്തയായ സ്ത്രീയെ പുനർവിവാഹം ചെയ്യാൻ മൂന്ന് ആർത്തവമുണ്ടാകുന്നതുവരെ കാത്തിരിക്കണം(22.28). ഭർത്താവു മരിച്ച സ്ത്രീ പുനർവിവാഹത്തിനു

നാലുമാസവും പത്തുദിവസവും കാത്തിരിക്കണം (2.234). പിതൃത്വം ആരുടേതാണെന്ന് ഉറപ്പുവരുത്താനുള്ള നിബന്ധനകളാണിത്. ദായക്രമം സംബന്ധിച്ചുള്ള നിയമങ്ങളും പ്രാധാന്യത്തോടെ പരാമർശിക്കുന്നുണ്ട് *ഖുർആനിൽ*. മദീനയിലെ പുതിയ സമൂഹത്തിനു ദായക്രമം സംബന്ധിച്ചുള്ള ചട്ടങ്ങൾ അത്യാവശ്യമായിരുന്നു. മുഹമ്മദിന്റെ കാലത്ത് മക്കയിൽ പൈതൃകസ്വത്തിൽ സ്ത്രീകൾക്ക് പുരുഷന്റെ പങ്കിന്റെ പകുതിക്ക് അവകാശമുണ്ടായിരുന്നു. മദീനയിൽ അതില്ലാതിരുന്നതുകൊണ്ടാണ് *ഖുർആനിൽ* എടുത്തുപറഞ്ഞത്. പലിശ നിരോധിച്ചത് മദീനയിലെ ജൂതരെ ലക്ഷ്യമിട്ടുകൊണ്ടായിരുന്നു. കുടിയേറ്റക്കാരായ ഖുറൈശികൾക്ക് പലിശയില്ലാതെ വായ്പനൽകി ജൂതർ സഹായിക്കണമെന്ന പൊതുധാരണയുണ്ടായി. മദീനയിലെ ജൂതർ സമ്പന്നരായിരുന്നു. അവരിൽനിന്നും കാര്യമായ സാമ്പത്തികസഹായം മുഹമ്മദ് പ്രതീക്ഷിച്ചു. മുഹമ്മദിനെ ദൈവദൂതനായി അംഗീകരിക്കാൻ വിസമ്മതിച്ച ഇവർ പൊതുധാരണയുടെ അടിസ്ഥാനത്തിൽ കുടിയേറ്റക്കാരായ മുസ്ലീങ്ങൾക്ക് പലിശയില്ലാതെ കടംകൊടുത്തു സഹായിക്കാൻ തയ്യാറായില്ല. അതുകൊണ്ട് പലിശ നിരോധിച്ചു. പലിശ നിരോധിച്ചപ്പോൾ ക്രയവിക്രയം പോലെതന്നെയാണല്ലോ പലിശ എന്ന് ജൂതർ വാദിച്ചു. അതംഗീകരിക്കാതെ പലിശയെ ഭൂമുഖത്തുനിന്നും നീക്കുമെന്ന് പ്രഖ്യാപിച്ചു. “അവർ പറയുന്നു: ക്രയവിക്രയം പലിശപോലെതന്നെയാണല്ലോ. ക്രയവിക്രയം അനുവദിക്കുകയും പലിശ നിരോധിക്കുകയും ചെയ്തതെന്ത്? ക്രയവിക്രയം അല്ലാഹു അനുവദിച്ചിട്ടുള്ളതാണ്. പലിശ നിഷിദ്ധമാക്കി (2.275). പലിശ നിരോധിച്ചുകൊണ്ടുള്ള വചനങ്ങൾ മദീനയിലാണവതരിപ്പിച്ചത്. മക്കയിൽ അവതരിപ്പിച്ച ഒരു വചനത്തിൽ പലിശയെ സംബന്ധിച്ചുള്ള പരാമർശമുണ്ട്. പക്ഷേ ഇവിടെ പലിശയ്ക്ക് പണം കടം കൊടുക്കുന്നതിനേക്കാൾ ഇരട്ടി സമ്പാദിക്കാൻ കഴിയുന്നത് അല്ലാഹുവിന്റെ മാർഗ്ഗത്തിൽ സക്കാത്ത് കൊടുത്താലാണെന്ന് ഉദ്ബോധിപ്പിക്കുകയാണ്. “മനുഷ്യരുടെ ധനത്തിൽ ചെന്നുചേർന്നിട്ടു വളരേണ്ടതിനുവേണ്ടി, നിങ്ങൾ പലിശയ്ക്കു കൊടുക്കുന്ന ധനം അല്ലാഹുവിങ്കൽ വളരുകയില്ല. അല്ലാഹുവിന്റെ പ്രീതി ഉദ്ദേശിച്ചുകൊണ്ടു നിങ്ങൾ നൽകുന്ന സക്കാത്ത് (നേരെ മറിച്ചാണ്). അവരത്രേ ഇരട്ടി സമ്പാദിക്കുന്നവർ” (30.39).

മുഹമ്മദ് നിർമ്മിച്ച നിയമങ്ങൾക്കു പുറമേ മുസ്ലീം സാമ്രാജ്യത്തിന്റെ ഭരണനിർവ്വഹണത്തിന് ആവശ്യമായ അനേകം നിയമങ്ങൾ പിൽക്കാലത്ത് മതപണ്ഡിതന്മാരുടെ അംഗീകാരത്തോടെ ഭരണാധികാരികൾക്ക് നിർമ്മിക്കേണ്ടിവന്നു. മദീനയിലെ അന്നത്തെ സാഹചര്യങ്ങളിൽ ആവശ്യമായ നിയമങ്ങൾ ഉണ്ടാക്കുക മാത്രമായിരുന്നു മുഹമ്മദിന്റെ ലക്ഷ്യം. മുഹമ്മദിന്റെ ഭരണകാലത്ത് സവിശേഷമായ ഒരു സാഹചര്യം നിലനിന്നു. തത്വത്തിൽ അല്ലാഹുവിനായിരുന്നു എല്ലാ അധികാരവും. പ്രയോഗത്തിൽ അല്ലാഹുവിന്റെ ദൂതനും പ്രവാചകനുമായ മുഹമ്മദിനും. രാജ്യം ചെറുതായിരുന്നെങ്കിലും ലോകം കണ്ട ഏറ്റവും ശക്തനായ ഭരണാധികാരികളിൽ ഒരാളായിരുന്നു മുഹമ്മദ്. ഇറാനിയൻ പണ്ഡിതനായ അലി ശരിയത്തിയുടെ ഈ അഭിപ്രായം അതിശയോക്തിപരമല്ല.

മുഹമ്മദ് മക്കയിലെ പ്രഭുജനാധിപത്യത്തിൽ (oligarchy) നിന്നു വ്യത്യസ്തമായി, രാജഭരണമല്ലാത്ത, എന്നാൽ വ്യക്തികേന്ദ്രിതമായ പുതിയൊരു ഭരണക്രമമാണ് മദീനയിൽ നടപ്പാക്കിയത്. അല്ലാഹു തന്നെയാണ് നിയമനിർമ്മാണം നടത്തുന്നതെന്നും അല്ലാഹുവിന്റെ മാർഗ്ഗനിർദ്ദേശപ്രകാരമാണ് ഭരിക്കുന്നതെന്നും മുഹമ്മദ് അവകാശപ്പെട്ടു. ഫലത്തിൽ മുഹമ്മദിന്റെ മാത്രം ഭരണമായിരുന്നു. തനിക്കുശേഷം ആരാണ് അധികാരത്തിൽ വരേണ്ടതെന്ന് മുഹമ്മദ് നിർദ്ദേശിച്ചില്ല. മുഹമ്മദിനുശേഷം ഭരണരംഗവുമായി ബന്ധപ്പെട്ട അനുയായികൾ തെരഞ്ഞെടുത്ത ഖലീഫ (മുഹമ്മദിന്റെ പ്രതിനിധി) ഭരണാധികാരിയായി. മുസ്ലീം സാമ്രാജ്യം വികസിച്ചപ്പോൾ ഇത് രാജവംശാധിപത്യമായി രൂപപ്പെട്ടുവെങ്കിലും ഖലീഫ എന്ന സ്ഥാനപ്പേര് നിലനിറുത്തി. ആധുനിക കാലഘട്ടത്തിൽ 'ദൈവത്തിന്റെ ഭരണം' (ഹുക്കുമെ ഇലാഹ്) എന്ന രാഷ്ട്രവ്യവഹാരസിദ്ധാന്തം ആവിഷ്കരിച്ച ഇസ്ലാമിസ്റ്റുകൾ തങ്ങളുടെ ജനാധിപത്യ വിരുദ്ധസിദ്ധാന്തത്തിനു ന്യായീകരണമായി ചൂണ്ടിക്കാണിച്ചത് മുഹമ്മദിന്റെയും ഖലീഫമാരുടെയും ഭരണം തന്നെയാണ്. മുഹമ്മദിന്റെ കാലശേഷം ഇസ്ലാം മതത്തിൽ അധികാരത്തർക്കങ്ങളുടെ ഫലമായി മതപരമായ വിഭാഗീയത രൂക്ഷമാകുകയും ഷിയ, സുന്നി എന്നിങ്ങനെ ഇസ്ലാം മതവിഭാഗങ്ങൾ ഉണ്ടാകുകയും ചെയ്തു.

രാഷ്ട്രീയ ഇസ്ലാം

ഇസ്ലാമിസം (രാഷ്ട്രീയ ഇസ്ലാം) ഇസ്ലാംമതത്തിൽ നിന്നു വ്യതിരിക്തമാണെന്ന് ചിലർക്ക് അഭിപ്രായമുണ്ട്. അത് മതവിരുദ്ധമാണെന്നു വരെ അഭിപ്രായപ്പെടുന്നവരുമുണ്ട്. ഇസ്ലാംമതത്തിന്റെ ഉത്ഭവവും വളർച്ചയും വസ്തുനിഷ്ഠമായി പരിശോധിച്ചാൽ ഈ വാദം നിലനിൽക്കുന്നതല്ലെന്ന് മനസ്സിലാകും. ഇസ്ലാംമതം ഉത്ഭവിച്ചത് അറബ് ദേശീയതയുടെ ഉണർന്നെഴുന്നേൽപ്പിന്റെ ഫലമായിട്ടുകൂടിയാണ്. ദേശീയത ഒരു രാഷ്ട്രീയ പ്രശ്നമാണല്ലോ. ഇസ്ലാംമതത്തിന്റെ സ്ഥാപകാധ്യക്ഷൻ കൂടിയായിരുന്ന മുഹമ്മദ് സ്ഥാപിച്ച അറബ് രാഷ്ട്രത്തിൽ ഇസ്ലാമികഭരണമാണ് നടപ്പാക്കിയത്. പക്ഷേ മുഹമ്മദ് പ്രാധാന്യം കൊടുത്തത് മതത്തിന് അഥവാ മതത്തിന്റെ ആത്മീയാംശത്തിനായിരുന്നു; രാഷ്ട്രീയാംശത്തിനല്ല. രാഷ്ട്രം സ്ഥാപിതമായെന്ന് ഉറപ്പായപ്പോൾ തന്റെ മതത്തെ പൂർണ്ണതയിലെത്തിക്കാനാണ് ആദ്യം ശ്രമിച്ചത്. തുടർന്നാണ് താൻ സ്ഥാപിച്ച അറബ്രാഷ്ട്രത്തിന്റെ വ്യാപ്തി അറബികൾ അധിവസിക്കുന്ന ഇടങ്ങളിലേക്കെല്ലാം എത്തിക്കാൻ ശ്രമിച്ചത്. മുപ്പതിനായിരത്തോളം വരുന്ന സൈന്യത്തെയും നയിച്ചുകൊണ്ട് ബൈസാന്റിയം സാമ്രാജ്യാതിർത്തിവരെയും പടനയിച്ചത് ഈ ഉദ്ദേശ്യത്തോടെയാണ്.

മുഹമ്മദിനുശേഷം അതിവേഗത്തിൽ വളർന്നുവികസിച്ച അറബ് സാമ്രാജ്യത്തിലും ഇസ്ലാമികഭരണമാണ് നിലനിന്നത്. ലോകത്തെവിടെയെങ്കിലും മുസ്ലീങ്ങൾ വെട്ടിപ്പിടിത്തത്തിലൂടെ ഭരണം സ്ഥാപിച്ചാൽ സുൽത്താൻ, പാദുഷ, ഷാ, ഷേഖ് എന്നിങ്ങനെയുള്ള പേരുകളിൽ ഭരണാധികാരിയായിരുന്ന ആൾ അധികാരസ്ഥാനത്തിന് നിയമസാധുത ലഭി

ക്കാൻ ഇസ്ലാമിക സാമ്രാജ്യത്തിന്റെ അധിപനായ ഖലീഫയുടെ അംഗീകാരം നേടുമായിരുന്നു. ഇസ്ലാമികഭരണത്തിൻ കീഴിലുള്ള പൗരന്മാരായ മുസ്ലീങ്ങളിൽ രാഷ്ട്രീയപ്രവർത്തനം നടത്തുന്നവരും രാഷ്ട്രീയത്തിൽ ഇടപെടാത്തവരുമുണ്ട്. അതുകൊണ്ട് ഇസ്ലാമിന് രാഷ്ട്രീയമില്ല എന്നു പറയുന്നത് ശരിയല്ല. സിവിലും ക്രിമിനലുമായ ശരിഅത്ത് നിയമങ്ങൾ ഇസ്ലാമിലെ രാഷ്ട്രീയാംശത്തിന്റെ തെളിവാണ്.

അറബ് സാമ്രാജ്യം തകരുകയും ചെറിയൊരു ഇടവേളയ്ക്കുശേഷം യൂറോപ്യൻ കൊളോണിയലിസം തൽസ്ഥാനം ഏറ്റെടുക്കുകയും ചെയ്തപ്പോൾ ലോകത്തെമ്പാടുമുള്ള മുസ്ലീങ്ങൾ ഇസ്ലാമികഭരണത്തിൻകീഴിലെ ഒന്നാംതരം പ്രജകൾ എന്ന സ്ഥാനത്തുനിന്നും കോളണികളിലെ അടിമകൾ എന്ന അവസ്ഥയിലേക്ക് നിപതിക്കുകയാണ് ചെയ്തത്. യൂറോപ്യൻ കൊളോണിയലിസത്തിന് എതിരെയുള്ള ചെറുത്തുനിൽപ്പു സമരങ്ങളുടെ രൂപത്തിലാണ് ഇസ്ലാമിസം വീണ്ടും തലപൊക്കിയത്. ബ്രിട്ടനും ഫ്രാൻസും ചേർന്ന് ചൂഷണം ചെയ്തതിന്റെ ഫലമായി ഇസ്ലാമിക സാമ്രാജ്യത്തിന്റെ ഭാഗമായിരുന്ന ഈജിപ്തിലെ ജനങ്ങൾ പാപ്പരായി. ഇന്ത്യയിൽ ചെയ്തതുപോലെ നേരിട്ടു ഭരണം നടത്താതെ സ്വേച്ഛാധിപതികളും സാഡിസ്റ്റുകളുമായവരെ നിയോഗിച്ച് ഭരണം നടത്തി അവരിലൂടെ ജനങ്ങളെ കൊള്ളയടിക്കുക എന്ന തന്ത്രമാണ് ഈജിപ്തിൽ ബ്രിട്ടനും ഫ്രാൻസും പ്രയോഗിച്ചത്. ജനരോഷം സ്വേച്ഛാധിപതികളായ തദ്ദേശീയ ഭരണാധികാരികൾക്കും കൊളോണിയൽ ശക്തികൾക്കും എതിരായി ഒരേ സമയം ആളിക്കത്തി. ഈജിപ്ത് പ്രസിഡന്റായിരുന്ന അർമീനിയൻ ക്രിസ്ത്യാനി നൂബർ പാഷയ്ക്കും ബ്രിട്ടീഷ് ഉപദേശകനായ റിവേർസ് വിത്സണിനും നേരെ 1879 ൽ കലാപം നയിച്ചവർ വിളിച്ച മുദ്രാവാക്യം 'ക്രിസ്ത്യാനികൾക്ക് മരണം' എന്നായിരുന്നു. അതൊരു രാഷ്ട്രീയ മുദ്രാവാക്യമായിരുന്നു. മൂന്നുവർഷങ്ങൾക്കുശേഷം അലക്സാൺഡ്രിയയിൽ നടന്ന കലാപത്തിൽ 50 വെള്ളക്കാർ കൊല്ലപ്പെട്ടു. കലാപങ്ങളെയെല്ലാം അടിച്ചമർത്തി ഈജിപ്തിനുമേലുള്ള കൊളോണിയൽ ആധിപത്യം ബ്രിട്ടൻ 1952 വരെ തുടർന്നു. സുഡാന്റെ മേൽ ബ്രിട്ടന്റെ ഒത്താശയോടെ ആധിപത്യം നടത്തിയത് ഈജിപ്തുകാരാണ്. പ്രാദേശിക സ്വേച്ഛാധിപതികൾക്കും കൊളോണിയൽ ശക്തികൾക്കും എതിരായ കലാപം ഉയർത്തിയ മുഹമ്മദ് അഹമ്മദ് എന്ന ഷിയ മുസ്ലീം നേതാവ് താനൊരു മഹ്ദി (രക്ഷകനായി വരുന്ന പ്രച്ഛന്നനായ ഇമാം) ആണെന്ന് അവകാശപ്പെട്ടു. ഡാർഫർ മോചിപ്പിച്ച് അവിടെ മഹ്ദി ഭരണം സ്ഥാപിച്ചതിനുശേഷം സുഡാന്റെ തലസ്ഥാനമായ ഖാർത്തും പിടിച്ചു. ഈജിപ്തിലെയും അറബ് രാജ്യങ്ങളിലെയും വിദേശാധിപത്യത്തിനെതിരെ ജിഹാദ് (വിശുദ്ധ യുദ്ധം) നടത്താൻ എല്ലാ മുസ്ലീങ്ങൾക്കും ബാദ്ധ്യതയുണ്ടെന്ന് മഹ്ദി ഫത്വ പുറപ്പെടുവിച്ചു. അൾജീരിയ കീഴടക്കിയ ഫ്രാൻസിനെതിരെ കലാപം നയിച്ച മതനേതാവ് അബ്ദുൾ ഖാദർ യൂറോപ്യന്മാർക്കെതിരെ ജിഹാദ് പ്രഖ്യാപിച്ചു. കലാപത്തെ ഫ്രഞ്ച് സൈന്യം അതിക്രൂരമായി അടിച്ചമർത്തി. തുർക്കിയിലെയും ഇറാനിലെയും ഭരണാധികാരികൾ യൂറോപ്യൻ ആധിപത്യത്തോട് ഒത്തുതീർപ്പിന്റെ മനോഭാവമാണ് പുലർത്തിയത്.

ഇന്ത്യയിലെ മുഗൾ സാമ്രാജ്യത്തിനുമേൽ ബ്രിട്ടീഷ് ആധിപത്യം ഉറപ്പിച്ചപ്പോൾ തങ്ങളുടെ മതപരമായ തന്മ എങ്ങനെ നിലനിറുത്താമെന്നായിരുന്നു മുസ്ലീങ്ങളുടെ പ്രധാന പ്രശ്നം. ബ്രിട്ടീഷ് ആധിപത്യത്തിനെതിരെ ഇന്ത്യയിലെ മുസ്ലീങ്ങളുടെ ആദ്യപ്രതികരണം അറബ് രാഷ്ട്രങ്ങളിലേതുപോലെ പ്രതിരോധമായിരുന്നു. അബ്ദുൾ അസീസ് ഷാ 1803 ൽ ഇന്ത്യ *ദാറുൽ ഹർബ്* (യുദ്ധമേഖല) ആണെന്ന് പ്രഖ്യാപിച്ചു. മുസ്ലീം വിരുദ്ധരുടെ ഭരണം നിലനിൽക്കുന്ന ദാറുൽ ഹർബിൽ ഉള്ള മുസ്ലീങ്ങൾക്ക് ജിഹാദ് ചെയ്യാൻ ബാധ്യതയുണ്ട്. ഷായുടെ ശിഷ്യൻ സയ്യിദ് അഹമ്മദ് റയ്ബറേലി ബ്രിട്ടീഷുകാർക്കെതിരെ 1830 ൽ ജിഹാദ് പ്രഖ്യാപിച്ചെങ്കിലും 1857 ലെ ഒന്നാം സ്വാതന്ത്ര്യസമരം പരാജയപ്പെട്ടതോടെ ജിഹാദ് ബംഗാളിലെ ഗ്രാമങ്ങളിൽ ഒതുങ്ങി. ബ്രിട്ടീഷുകാർ ജിഹാദ് ക്രൂരമായി അടിച്ചമർത്തി. സ്വാതന്ത്ര്യസമരത്തിന്റെ പരാജയവും ജിഹാദ് ക്രൂരമായി അടിച്ചമർത്തപ്പെട്ടതും ഇന്ത്യയിലെ മുസ്ലീങ്ങളെ പുനർവിചിന്തനത്തിന് നിർബന്ധിതരാക്കി. പരിഷ്കരണവാദികളായ ഒരു വിഭാഗം സയ്യിദ് അഹമ്മദ്ഖാന്റെ നേതൃത്വത്തിൽ ബ്രിട്ടീഷുകാരുമായി സഹകരിച്ച് വിദ്യാഭ്യാസപരമായും സാമ്പത്തികമായും മുസ്ലീങ്ങൾ മുന്നേറണമെന്ന് വാദിക്കുകയും അങ്ങനെ പ്രവർത്തിക്കുകയും ചെയ്തു. അവർ ജിഹാദ് അരുതെന്ന് വിലക്കി. ഇന്ത്യ 'ദാറുൽ അമൻ' (സംരക്ഷിത മേഖല) ആണെന്ന് പ്രഖ്യാപിച്ചു. ഉലമകൾ (മതപണ്ഡിതന്മാർ) അമുസ്ലീങ്ങളായ ബ്രിട്ടീഷുകാരുമായി സഹകരിക്കുന്നത് മതവിരുദ്ധമാണെന്നു പറഞ്ഞ് ബ്രിട്ടീഷുകാരിൽനിന്നും അവരുടെ വിദ്യാഭ്യാസസ്ഥാപനങ്ങളിൽനിന്നും അകന്നുനിന്നു.

ഇന്ത്യയിലെ ഒന്നാം സ്വാതന്ത്ര്യസമരത്തിൽ (1857) പങ്കെടുത്ത അഫ്ഗാൻകാരൻ ജമാലുദ്ദീൻ അസ്ലാദാബാദി മുസ്ലീങ്ങൾ സാർവ്വദേശീയമായി സംഘടിച്ചാൽ യൂറോപ്യൻ കൊളോണിയലിസത്തെ ചെറുത്തു തോൽപ്പിക്കാൻ കഴിയുമെന്ന ധാരണയിൽ ആഗോളമുസ്ലീങ്ങളെ ഒറ്റക്കെട്ടിലാക്കാൻ ശ്രമം നടത്തുന്ന ആഗോള ഇസ്ലാമിസം (pan Islamism) കെട്ടിപ്പടുക്കാനായി ഏഷ്യയിലും ആഫ്രിക്കയിലും യൂറോപ്പിലും തലങ്ങും വിലങ്ങും സഞ്ചരിച്ചു. ഇസ്ലാം സാർവ്വദേശീയമായി കൊളോണിയലിസത്തിനെതിരെ സമരം ചെയ്യുമ്പോൾതന്നെ യൂറോപ്യൻ സംസ്കാരത്തിന്റെ ഗുണപരമായ വശങ്ങൾ ഉൾക്കൊള്ളണമെന്നും വാദിച്ചു. കെയ്റോയിലെ പുരോഗമനവാദിയായ മുഹമ്മദ് അബ്ദു ആസ്സാദിയോടൊപ്പം ചേർന്ന് കൊളോണിയൽ ആധിപത്യത്തിനെതിരെ പ്രചാരണം നടത്തി. ഇസ്ലാമിക സാർവ്വദേശീയത പ്രചരിപ്പിക്കാനായി അവർ *The Strong Link* എന്ന ഇംഗ്ലീഷ് പത്രം തുടങ്ങി. കൊളോണിയലിസത്തിനെതിരായ പ്രചാരണത്തോടൊപ്പം അബ്ദു ഇസ്ലാംമതത്തിന്റെ പ്രാധാന്യത്തെക്കുറിച്ചും പറഞ്ഞു. കൊളോണിയലിസത്തിൽനിന്നും മുക്തിനേടി ശരിയായ മാർഗ്ഗത്തിലൂടെ മുന്നോട്ടുപോകാനുള്ള വഴികാട്ടിയാണ് ഇസ്ലാമും *ഖുർ ആനും* എന്നായിരുന്നു അബ്ദുവിന്റെ പ്രചാരണത്തിന്റെ ഉള്ളടക്കം. പാശ്ചാത്യ സംസ്കാരത്തിലും ഗുണപരമായ ചില അംശങ്ങളുണ്ടെന്ന് ആസ്ലാദിയെപ്പോലെ അബ്ദുവും പറഞ്ഞു. അബ്ദുവിനുശേഷം സിറിയയിലെ റഷീദ്

റിദ (1865-1935) പാൻ ഇസ്ലാമിസപ്രസ്ഥാനം മുന്നോട്ടു കൊണ്ടുപോയി. മുസ്ലീങ്ങൾക്ക് മോചനം വേണമെങ്കിൽ സന്മാർഗ്ഗികളായ പൂർവ്വികരുടെ (സലഫ്) കാലത്തേക്ക് തിരിച്ചുപോകണമെന്ന അഭിപ്രായക്കാരനായിരുന്നു റിദ. എങ്കിലും ഈജിപ്തിലെ മുഫ്തി (ഇസ്ലാമിക നിയമങ്ങൾ വ്യാഖ്യാനിക്കാൻ അധികാരമുള്ള ഉദ്യോഗസ്ഥൻ, ന്യായാധിപൻ) 1919ൽ ബോൾഷെവിസത്തിനെതിരെ ഫത്വ പുറപ്പെടുവിച്ചപ്പോൾ ഇസ്ലാമിക നിയമങ്ങളെ നിഷേധിക്കുന്ന ഭരണത്തെ മുസ്ലീങ്ങൾ അനുസരിക്കേണ്ടതില്ലെങ്കിലും സോഷ്യലിസത്തിന് ചില നല്ല വശങ്ങളുണ്ടെന്ന് റിദ പരസ്യമായി പറഞ്ഞു.

തുർക്കിയിലെ ഭരണാധികാരി മുസ്തഫ കമാൽ 1924 ൽ ഖിലാഫത്ത് (ഖലീഫയുടെ ഭരണം) അവസാനിപ്പിച്ച സംഭവം മുസ്ലീംലോകത്തെ ഞെട്ടിച്ചു. യൂറോപ്യൻ കൊളോണിയലിസം ലോകത്തെങ്ങും ആധിപത്യം സ്ഥാപിച്ചതോടെ നബിയുടെ പ്രതിനിധിയായി ഭരണത്തിലിരുന്ന ഖലീഫ ജഡാവസ്ഥയിലാകുകയും ഖിലാഫത്ത് അജഗളസ്തനമായി മാറുകയും ചെയ്തിരുന്നു. തുർക്കിയിലെ മുസ്തഫ കമാലും ഇറാനിലെ ഷാ മുഹമ്മദ് രേസയും ഭരണം പാശ്ചാത്യമാതൃകയിൽ മതനിരപേക്ഷമാക്കി. മുസ്തഫ കമാൽ തുർക്കി ഭാഷയുടെ അറബി ലിപിക്കുപകരം ലാറ്റിൻ ലിപി ഏർപ്പെടുത്തി. ഇറാനിലെയും തുർക്കിയിലെയും പാശ്ചാത്യമാതൃകകൾക്കെതിരെയുള്ള പ്രതികരണമായിരുന്നു ഈജിപ്തിലെ ഹസൻ അൽ ബന്ന രൂപവൽക്കരിച്ച മുസ്ലീം സഹോദര സംഘടന (Muslim Brotherhood). പാശ്ചാത്യ സംസ്കാരത്തിന്റെ അംശങ്ങളൊന്നും ഇസ്ലാം സ്വീകരിക്കരുതെന്നായിരുന്നു ബന്നയുടെ സിദ്ധാന്തം. ഇസ്ലാംമതം സമ്പൂർണ്ണവും സമഗ്രവുമാണ്. മനുഷ്യനെ പൂർണ്ണനാക്കാനുള്ള എല്ലാം *ഖുർആനി*ലുണ്ട്. ബഹുദൈവാരാധകർക്കെതിരെ മാത്രമല്ല, ഇസ്ലാം മതം സ്വീകരിക്കാൻ വിസമ്മതിക്കുന്ന എല്ലാവർക്കുമെതിരായും ജിഹാദ് നടത്താൻ ഓരോ മുസ്ലീമിനും മതപരമായ ബാധ്യതയുണ്ട്. ഖലീഫ ഭരണം പുനഃസ്ഥാപിക്കണം. മുഹമ്മദ് നബിയുടെയും അനുയായികളുടെയും (സലഫ് - പൂർവ്വികർ) കാലത്തേക്ക് തിരിച്ചുപോകണം. ഇതൊക്കെയായിരുന്നു ബന്നയുടെ സിദ്ധാന്തങ്ങൾ (Hasan Al-Banna, *Jihad* from http://www.youngmuslim.ca). ബന്നയുടെ സിദ്ധാന്തങ്ങൾ അംഗീകരിച്ചതോടെയാണ് ഇസ്ലാമിസം കൊളോണിയൽ വിരുദ്ധപ്രസ്ഥാനമെന്ന നിലപാടുപേക്ഷിച്ച് തികച്ചും മതരാഷ്ട്രീയ പ്രസ്ഥാനമെന്ന രൗദ്രഭാവം കൈക്കൊള്ളാൻ തുടങ്ങിയത്. ബന്നയിൽനിന്നും പ്രചോദനമുൾക്കൊണ്ടാണ് അബുൽ അഅ്ലാമൗദുദി 1941 ൽ ജമാഅത്തെ ഇസ്ലാമി രൂപവൽക്കരിച്ചത്. ലോകത്താകെ ദൈവികഭരണം (ഹുക്കുമെ ഇലാഹി) വരണം, മുസ്ലീങ്ങൾ അതിനുവേണ്ടി ജീവിക്കണം, വിശുദ്ധയുദ്ധം ചെയ്യണം. ഇതാണ് മൗദുദിയുടെ സിദ്ധാന്തം.

അഫ്ഗാനിസ്ഥാനിൽ സോവിയറ്റ് യൂണിയന്റെ സഹായത്തോടെ സോഷ്യലിസ്റ്റ് ഭരണകൂടം സ്ഥാപിച്ചതാണ് ഇസ്ലാമിസത്തെ യൂറോപ്യൻ കൊളോണിയലിസത്തെക്കാൾ കൂടുതൽ പ്രകോപിപ്പിച്ചത്. യൂറോപ്യൻ കൊളോണിയലിസ്റ്റുകൾ ഈശ്വരവിശ്വാസികളും *വേദഗ്രന്ഥ*മുള്ളവരും (*അഹലുൽ കിത്താബ്*) ആണെങ്കിൽ കമ്യൂണിസ്റ്റുകാർ നിരീശ്വരവാദി

കളാണല്ലോ. പണ്ഡിതനും എഴുത്തുകാരനുമായ അലി റഹ്നീമ എഴുതി:

> അഫ്ഗാനിസ്ഥാനിലെ സോവിയറ്റ് വിരുദ്ധയുദ്ധത്തെ മതപരമായ യുദ്ധമായാണ് തീവ്രവാദികൾ കണ്ടത്. പാശ്ചാത്യാഭിമുഖ്യമുള്ള സർക്കാരുകൾ തീവ്രവാദികൾക്കുനേരെ കൈക്കൊണ്ടുപോന്ന കടുത്ത ശത്രുത ലഘൂകരിക്കാൻ ഇതിടയാക്കി. അങ്ങനെ മുസ്ലീം തീവ്രവാദികൾക്കും അമേരിക്കയ്ക്കുമിടയിൽ ഊടുറ്റ ബന്ധം വളർന്നുവന്ന് തങ്ങളുടെ ശത്രുവിനെതിരെ യുദ്ധം ചെയ്തിരുന്ന കാലത്തോളം തീവ്രവാദികളെ സുഹൃത്തുക്കളായ 'സ്വാതന്ത്ര്യപ്പോരാളികൾ' എന്ന നിലയ്ക്കാണ് അമേരിക്ക കണ്ടിരുന്നത്. മതപരമായ യുദ്ധം നടക്കുന്ന ഈ രംഗത്തേക്ക് കോപാകുലരായ മുസ്ലീം യുവാക്കളെ ആകർഷിക്കാൻ വിദേശികളുടെ കടന്നുകയറ്റത്തിനെതിരായ അഫ്ഗാൻകാരുടെ സമരത്തെ കമ്യൂണിസത്തിനെതിരായ മതപരമായ കുരിശുയുദ്ധമോ ജിഹാദോ ആക്കി മാറ്റേണ്ടതുണ്ടായിരുന്നു. ഈ പുതിയ കുരിശുയുദ്ധം പുതിയ തരത്തിലുള്ളതും തീവ്രവാദവും മൗലികവാദവും ഉപരിപ്ലവതയും സൈനികമനോഭാവവും നികൃഷ്ടമായ സദാചാരനിഷ്ഠയും അക്രമാത്മകതയും ഉള്ള ഇസ്ലാമിക ശക്തിയുടെ ആവിർഭാവത്തിനു കാരണമായി. ആ ശക്തിയുടെ എരിതീയിൽ കൂട്ടത്തോടെ വന്ന ഫിദായീനുകളുടെയും (ഭക്തർ) മുജാഹിദുകളുടെയും (ജിഹാദ് ചെയ്യുന്നവർ) വേഷം കെട്ടിയ ഇസ്ലാമിന്റെ സൈനികർ എണ്ണയൊഴിച്ചുകൊണ്ടിരുന്നു (Ali Rahnema - *Pioneers of Islamic Reival-Introduction.* page xiv).

ബഹായ് മതം

പത്തൊമ്പതാം നൂറ്റാണ്ടിൽ പേർഷ്യക്കാരനായ ബഹാവുല്ല സ്ഥാപിച്ചതാണ് ബഹായി മതം. ഇരുന്നൂറു രാജ്യങ്ങളിലായി 60 ലക്ഷം ബഹായി മതക്കാരുണ്ടെന്നാണ് കണക്ക്. ഇറാനിലെ ഷിറാസ് എന്ന സ്ഥലത്തുള്ള ഷിയമുസ്ലീം ആയ സിയ്യിദ് അലി മുഹമ്മദ് എന്നയാൾ താനൊരു 'ബാബ്' (കവാടം) ആണെന്ന് 1844 ൽ പ്രഖ്യാപിച്ചു. ബാബ് എന്നാൽ ഒരുതരത്തിലുള്ള പ്രവാചകനാണ്. അല്ലാഹുവിന്റെ ഇംഗിതങ്ങൾ ബാബിലൂടെ വെളിവാക്കപ്പെടുന്നു എന്നാണ് വിശ്വാസം. ബാബിന്റെ അനുയായികളെ ബാബികൾ എന്നുവിളിച്ചു. അവരുടെ എണ്ണം വർധിക്കുന്നുവെന്ന് കണ്ടപ്പോൾ ബാബികൾ മതനിന്ദകരാണെന്ന് ഉലമകൾ (മതപണ്ഡിതർ) വിധിച്ചു. ഇറാൻ ഭരണകൂടം ബാബിനെ 1850 ൽ വധിച്ചു. ബാബ് ബഹാവുല്ലയുടെ മുൻഗാമിയാണെന്ന് ബഹായി മതക്കാർ വിശ്വസിക്കുന്നു. ഇറാനിലെ നൂർ എന്ന സ്ഥലത്തുള്ള മിർസാ ഹുസൈൻ അലി ബാബിന്റെ ആദ്യകാല അനുയായി ആയിരുന്നു. ഇദ്ദേഹം പിൽക്കാലത്ത് ബഹാവുല്ല എന്ന പേര് സ്വീകരിച്ചു. ബാബിന്റെ അനുയായി ആയതിനാൽ ബഹാവുല്ലയെ ഭരണകൂടം ജയിലിലടച്ചു. ജയിലിൽ കഴിയുമ്പോൾ തനിക്ക് ബാബിന്റെ ദിവ്യദർശനമുണ്ടായെന്നും അല്ലാഹു തന്നെ ദൂതനായി നിയോഗിച്ചുവെന്നുമാണ് ബഹാവുല്ല ബന്ധുക്കളോടും സുഹൃ

ത്തുക്കളോടും പറഞ്ഞത്. ഇറാൻ ഗവൺമെന്റ് ഇദ്ദേഹത്തെ ബാഗ്ദാദിലേക്ക് നാടുകടത്തി. ബാബിന്റെ പിൻഗാമിയെന്ന് അവകാശപ്പെട്ടുകൊണ്ട് സുബ്ഹ് ഇ അസൽ എന്നയാൾ രംഗത്തുവന്നപ്പോൾ താൻ ദൈവദൂതനാണെന്ന് ബഹാവുല്ല പരസ്യമായി പ്രഖ്യാപിച്ചു. ഓട്ടോമാൻ ഭരണാധികാരികൾ ബഹാവുല്ലയെ അക്ക (ഇപ്പോഴത്തെ അക്രെ. ഇസ്രയേലിലാണ് ഈ സ്ഥലം) എന്ന സ്ഥലത്തുള്ള ജയിലിലടച്ചു. 1892–ൽ അദ്ദേഹം അന്തരിച്ചു. ബഹാവുല്ല രചിച്ച *കിതാബ് - ഇ - അഖ്ദാസും കിതാബ് - ഇ - ഇഖാനുമാണ്* ബഹായി മതക്കാരുടെ വേദഗ്രന്ഥങ്ങൾ. ബഹാവുല്ലയെ ഖബറടക്കിയ ബഹ്ജി എന്ന സ്ഥലമാണ് ബഹായികളുടെ പ്രാർത്ഥനാദിശ (ഖിബ്‌ല).

ബഹായ് മതക്കാരുടെ ദൈവം ഇസ്ലാമിലെ അല്ലാഹുവിനെപ്പോലെ ഏകനും അദൃശ്യനും ആദിയും അന്തവും ഇല്ലാത്തവനും സർവ്വശക്തനും സർവ്വജ്ഞാനിയുമാണ്. മോശ, യേശു, മുഹമ്മദ്, ബുദ്ധൻ, കൃഷ്ണൻ എന്നിങ്ങനെ അനേകം ദൂതന്മാരെ ദൈവം ഭൂമിയിലേക്കയച്ചിട്ടുണ്ടെന്നും ബഹാവുല്ല ഏറ്റവും ഒടുവിൽ വന്ന ദൂതനായിരുന്നെന്നും ഇനിയും ദൂതന്മാരെ അയക്കാനിടയുണ്ടെന്നും ബഹായി മതക്കാർ വിശ്വസിക്കുന്നു. ദൈവത്തിന്റെ ഏകത എന്നതുപോലെ തന്നെ പ്രധാനപ്പെട്ട കാര്യമാണ് മനുഷ്യസമൂഹത്തിന്റെ ഏകതയെന്നും ബഹായി മതക്കാർ വിശ്വസിക്കുന്നു. ബഹായി മതക്കാരുടെ അടയാളം മനുഷ്യനെ ദൈവവുമായി ബന്ധിപ്പിക്കുന്നു എന്നാണ് വിശ്വാസം.

ബഹായികളുടെ റിംഗ്സ്റ്റോൺ അടയാളം

ബഹായികൾ ദിവസത്തിൽ മൂന്നുനേരം പ്രാർത്ഥിക്കുന്നു. മുസ്ലീം രാജ്യങ്ങളിൽ വിശേഷിച്ച് ഇറാനിൽ ബഹായിമതക്കാർ ക്രൂരമായ മതപീഡനങ്ങൾക്ക് വിധേയരായി.

സിഖ് മതം

പൊതുവർഷം പതിനഞ്ചാം നൂറ്റാണ്ടിൽ ഉത്തരേന്ത്യയിലാണ് സിഖ് മതം സ്ഥാപിച്ചത്. ഇന്ന് അത് ലോകത്തിലെ അഞ്ചാമത്തെ വലിയമതമാണ്. സിഖ് മതത്തിൽ വാഹിഗുരു എന്ന് പേരുള്ള ഒരു ദൈവമേയുള്ളു. വാഹിഗുരു ഇസ്ലാമിലെ അല്ലാഹുവിനെപ്പോലെ അരൂപിയാണ്. മതസ്ഥാപകനായ ഗുരുനാനാക്കിനും അദ്ദേഹത്തിനുശേഷം വന്ന ഒമ്പത് ഗുരുക്കന്മാർക്കും ഋഷിമാരെക്കാൾ സെമിറ്റിക് മതങ്ങളിലെ പ്രവാചകരോടാണ് സാമ്യം. മതത്തിന്റെ പേര് ശിക്ഷ (പഠിപ്പിക്കൽ, പ്രബോധനം) എന്ന സംസ്കൃതപദത്തിൽ നിന്നാണുത്ഭവിച്ചത്. സിഖ് മതം ഗുരുമതം എന്നും അറിയപ്പെടുന്നു. സിഖ് മതവിശ്വാസി പത്ത് ഗുരുക്കന്മാരുടെ നിർദ്ദേശങ്ങളും വേദഗ്രന്ഥമായ *ഗുരു ഗ്രന്ഥസാഹിബി*ലെ തത്വങ്ങളും

അനുസരിച്ച് ജീവിക്കണം. സത്യം ഗ്രഹിക്കലാണ് പരമമായ ലക്ഷ്യം. ഗ്രഹിച്ച സത്യമനുസരിച്ച് ജീവിക്കലാണ് മോക്ഷമാർഗ്ഗം. ഇതാണ് ഗുരു നാനാക്കിന്റെ പ്രബോധനങ്ങളുടെ സാരാംശം. അങ്ങനെ ജീവിക്കുന്നവ രാണ് സിഖുകാർ അഥവാ ശിക്ഷ്യർ. സിഖുകാരുടെ മതകേന്ദ്രം മക്ക യിലെ കഅബ പോലെ പഞ്ചാബിലെ സുവർണ്ണക്ഷേത്രമാണ്. സിഖു മതം ജീവിതോന്മുഖമാണ്. മറ്റു മതങ്ങളോട് സഹിഷ്ണുത പ്രകടിപ്പി ക്കണം.

ദൈവമായ വാഹിഗുരു രൂപമില്ലാത്തവനും (നിരങ്കാർ) കാലാതീ തനും (അകാൽ) അദൃശ്യനും (അലോകം) ആണ്. വേദഗ്രന്ഥത്തിന്റെ തുടക്കം 1 എന്ന സംഖ്യയിൽ നിന്നാണ്. ദൈവം ഏകനാണെന്നാണ് അതിന്റെ സാരം. ദൈവം സർവ്വവ്യാപിയും അനാദിയും അനന്തനുമാണ്. ദൈവത്തെ ഗ്രഹിക്കാനുള്ള മാർഗ്ഗം ധ്യാനമാണ്. പക്ഷേ, ധ്യാനത്തിൽ ദൈവത്തെ പൂർണ്ണമായി ആർക്കും ഗ്രഹിക്കാനാവില്ല. എങ്കിലും ധ്യാന ത്തിലൂടെ ജ്ഞാനോദയം ഉണ്ടാകുമെന്നാണ് ഗുരു നാനാക്ക് പ്രബോ ധനം ചെയ്തത്. പ്രപഞ്ചസൃഷ്ടിക്കു മുമ്പ് ദൈവവും ദൈവത്തിന്റെ 'ഹുക്കുമും' (ഭരണം, ഇംഗിതം) മാത്രമേയുണ്ടായിരുന്നുള്ളു. പ്രപഞ്ചമു ണ്ടാകണമെന്ന് ദൈവത്തിന് ഇംഗിതമുണ്ടായപ്പോൾ ഒറ്റയടിക്ക് പ്രപഞ്ച മുണ്ടായി. പ്രപഞ്ചം എന്നത് പരമമായ യാഥാർത്ഥ്യമാണ്. അതിൽനിന്നും മായ ഉണ്ടായി. മായ എന്നാൽ വ്യാവഹാരിക യാഥാർത്ഥ്യമാണ്. അതായത് മനുഷ്യർ കാണുന്നതെല്ലാം മായയാണ്. ചുരുക്കിപ്പറഞ്ഞാൽ ഇസ്ലാം മതത്തിലെ വിശ്വാസപ്രമാണത്തിന്റെയും അദ്വൈതസിദ്ധാന്ത ത്തിന്റെയും സംയുക്തരൂപമാണ് സിഖ് മതത്തിലെ വിശ്വാസപ്രമാണം.

ഗുരു നാനാക്ക് (1469–1538) ലാഹോറിനടുത്തുള്ള ഒരു ഗ്രാമത്തിലെ ഹിന്ദു കുടുംബത്തിലാണ് ജനിച്ചത്. നാനാക്ക് ഇന്ത്യയുടെ പല ഭാഗങ്ങ ളിലും സഞ്ചരിച്ചു. വിവാഹം ചെയ്യുകയും രണ്ട് പുത്രന്മാർക്ക് ജന്മം നൽകുകയും ചെയ്തു. ചെറുപ്പം മുതലേ മതങ്ങളുടെ താരതമ്യപഠന ങ്ങളിൽ തൽപ്പരനായിരുന്ന നാനാക്ക് ഇന്ത്യയിലെ ഹിന്ദു-മുസ്ലീം ഭിന്ന തകളിൽ ഖിന്നനായി. സിഖ് മതം ഹിന്ദു-ഇസ്ലാം മതങ്ങളുടെ സമ്മിളി തരൂപമാണ്. ഗുരുനാനാക്കിനു ശേഷം ഒമ്പത് ഗുരുക്കന്മാർ സിഖ് മത ത്തിനുണ്ടായി. അവരുടെയെല്ലാം ചിന്തകൾ സമാഹരിച്ച് ക്രോഡീകരി ച്ചതാണ് വേദഗ്രന്ഥമായ *ഗുരു ഗ്രന്ഥസാഹിബ്.*

8

ദൈവമില്ലാത്ത മതങ്ങൾ

ബുദ്ധ, ജൈനമതങ്ങളിൽ പ്രപഞ്ചസ്രഷ്ടാവും നിയന്താവുമായ ദൈവം എന്ന ദേവസങ്കൽപ്പമില്ലെന്ന കാര്യം സുവിദിതമാണല്ലൊ. ദൈവ സങ്കൽപ്പത്തിനെതിരെ ബുദ്ധന്റെ ശക്തമായ വാദങ്ങൾ വരുംതലമുറയ്ക്ക് അറിയാനായി രേഖപ്പെടുത്തിയത് പൊതുവർഷം ഒന്നാം നൂറ്റാണ്ടിൽ ജീവിച്ച അശ്വഘോഷനാണ്. ഇന്ത്യയുടെ രാഷ്ട്രപതിയായിരുന്ന തത്വ ജ്ഞാനി സർവ്വേപ്പള്ളി രാധാകൃഷ്ണൻ തന്റെ വിശ്വവിഖ്യാതമായ *Indian Philosophy* എന്ന ഗ്രന്ഥത്തിൽ അശ്വഘോഷന്റെ *ബുദ്ധചരിതം* എന്ന പുരാതനഗ്രന്ഥത്തിൽ നിന്നും ബുദ്ധന്റെ നിരീശ്വരവാദത്തെ എതിർക്കാനായി ഉദ്ധരിച്ചു ചേർത്തിട്ടുള്ളത് ഇങ്ങനെയാണ്:

> അറിയപ്പെടുന്ന വസ്തുക്കളിൽ നിന്നും വേറിട്ടു നിൽക്കുന്ന ഒന്നാണ് ദൈവമെങ്കിൽ ഹേതുവിദ്യാശാസ്ത്രത്താൽ (കാര്യകാരണചിന്തയാൽ) ദൈവത്തിന്റെ നിലനിൽപ്പ് തെളിയിക്കാനാവില്ല. ഏതെങ്കിലും തരത്തിൽ ബന്ധമില്ലാത്ത എന്തെങ്കിലും ഒന്ന് നിലനിൽക്കുന്നുവെന്ന് നമുക്ക് എങ്ങനെ അറിയാനാവും? ഈ പ്രപഞ്ചമാകെ നാം കാണുന്നതുപോലെ പരസ്പരം ബന്ധപ്പെട്ടു നിൽക്കുന്ന ഒരു വ്യവസ്ഥയാണ്. പരസ്പരം ബന്ധപ്പെടാത്ത ഒന്നും തന്നെയില്ല. ഒന്നിനെയും അവലംബിക്കാത്ത ഒന്ന് എങ്ങനെ പരസ്പരം ബന്ധപ്പെട്ടു നിൽക്കുന്നതും ഒന്നിന്റെ നിലനിൽപ്പ് മറ്റൊന്നിനെ ആശ്രയിക്കുന്നതുമായ ഒരു വ്യവസ്ഥയെ സൃഷ്ടിക്കും? മറ്റൊരു കാര്യം; ദൈവം ഒന്നോ അനേകമോ? ഒന്നാണെങ്കിൽ വിവിധ കാരണങ്ങളിൽ നിന്നുള്ള അനേകം കാര്യങ്ങൾ എങ്ങനെ ഉണ്ടാകും? ദൈവം അനേകമാണെങ്കിൽ പല കാരണങ്ങളാലുണ്ടായ കാര്യങ്ങൾ എങ്ങനെ പരസ്പരം ബന്ധപ്പെട്ടു നിൽക്കും?

> ദൈവം എല്ലായിടത്തും എല്ലാറ്റിലുമുണ്ടെങ്കിൽ അതിന് ഒന്നും സൃഷ്ടിക്കാനാവില്ലല്ലോ. കാരണം ഒന്നുംതന്നെ സൃഷ്ടിക്കാനില്ല ല്ലോ. ദൈവം നിർഗ്ഗുണമാണെങ്കിൽ അതിൽ നിന്നുണ്ടാകുന്ന തെല്ലാം നിർഗ്ഗുണങ്ങളായിരിക്കുമല്ലൊ. പക്ഷേ യഥാർത്ഥത്തിൽ ലോകത്തുള്ള എല്ലാ വസ്തുക്കളും ആദ്യാവസാനം അതാതിന്റെ ഗുണങ്ങളാൽ പരിമിതപ്പെടുത്തപ്പെട്ടവയാണല്ലോ. അതിനാൽ ദൈവം അവയുടെ കാരണമായിരിക്കാൻ സാധ്യമല്ല. ദൈവം ഗുണ ങ്ങളിൽനിന്ന് വ്യതിരിക്തമാണെങ്കിൽ എങ്ങനെ അതിന് അനു സ്യൂതം ഗുണങ്ങളുള്ള വസ്തുക്കൾ സൃഷ്ടിക്കുകയും ആ ഗുണ ങ്ങളിൽനിന്ന് വേറിട്ട രീതിയിൽ പ്രത്യക്ഷീഭവിക്കുകയും ചെയ്യാൻ കഴിയും? മറ്റൊന്ന്, ദൈവം മാറ്റമില്ലാത്തതാണെങ്കിൽ ലോക ത്തിലെ എല്ലാ വസ്തുക്കളും മാറ്റമില്ലാത്തതാവണം. കാര്യം കാര ണത്തിൽ നിന്ന് വ്യത്യസ്തമാകുകയില്ലല്ലൊ. പക്ഷേ ലോക ത്തുള്ള എല്ലാ വസ്തുക്കളും മാറുകയും ജീർണ്ണിക്കുകയും ചെയ്തു കൊണ്ടിരിക്കുന്നു. അപ്പോൾ ദൈവം എങ്ങനെ മാറ്റമില്ലാത്തതാകും? കൂടാതെ, സർവ്വവ്യാപിയായ ദൈവം എല്ലാറ്റിന്റെയും കാരണമാ ണെങ്കിൽ നാമെന്തിനു മോക്ഷം കാംക്ഷിക്കണം? നാം ദൈവത്തെ സ്വന്തമാക്കിയിരിക്കുന്നതുകൊണ്ട് ദൈവം ഉണ്ടാക്കുന്ന എല്ലാ കഷ്ടപ്പാടുകളും ദുഃഖങ്ങളും ക്ഷമയോടെ അനുഭവിക്കുകയല്ലേ വേണ്ടത്? (S. Radhakrishnan *Indian Philosophy* Vol I page 456).

രണ്ടായിരത്തഞ്ഞൂറിൽപ്പരം വർഷങ്ങൾക്കുമുമ്പ് ജീവിച്ച ഒരാളുടെ യുക്തിചിന്തയിലെ പരിമിതികൾ നമുക്ക് മനസ്സിലാക്കാവുന്നതേയുള്ളു. ബുദ്ധൻ പെട്ടെന്നൊരുദിവസം യുക്തിവാദിയും നിരീശ്വരവാദിയും ആയ താണെന്ന് ധരിക്കുന്നത് ചരിത്രാവബോധമില്ലായ്മയാണ്. ഗാഡൻ എന്ന പണ്ഡിതൻ കേംബ്രിഡ്ജ് യൂണിവേഴ്സിറ്റിയുടെ *Encyclopaedia of Ethics and Religion* എന്ന സർവ്വവിജ്ഞാനകോശത്തിൽ ബുദ്ധമത ത്തെക്കുറിച്ചുള്ള പ്രബന്ധത്തിൽ ഇങ്ങനെ എഴുതി: "ബുദ്ധൻ പ്രപ ഞ്ചത്തെ വ്യാഖ്യാനിച്ചത് സാംഖ്യതത്വചിന്തയുടെ അടിസ്ഥാനത്തിലാണ്. സാംഖ്യ തത്വമനുസരിച്ച് പുരുഷനെയും പ്രകൃതിയെയും ആധാരമാക്കി യാണ് എല്ലാം ഉത്ഭവിക്കുന്നത്. ദിവ്യശക്തിയുടെ ഇടപെടൽ ആവശ്യ മില്ല" (Vol. VI Page 269). പൂർവ്വികരുടെ ചിന്തകളും സമകാലിക രാഷ്ട്രീയ സാമൂഹിക സാഹചര്യങ്ങളും ബുദ്ധന്റെ മനസ്സിൽ സ്വാധീനം ചെലുത്തിയതിന്റെ പരിണതഫലമാണ് ബുദ്ധദർശനം. പ്രത്യയശാസ്ത്രം രൂപപ്പെടുന്നതിനെക്കുറിച്ച് കാൾ മാർക്സിന്റെ നിരീക്ഷണം ഇതാണ്:

> പ്രത്യയശാസ്ത്രം രൂപപ്പെടുന്നത് ചിന്തകൻ എന്ന് പറയപ്പെടുന്ന ആളിന്റെ ബോധമണ്ഡലത്തിലെ പ്രക്രിയയുടെ ഫലമാണെന്നത് ശരിതന്നെ; പക്ഷേ, ബോധമണ്ഡലം പ്രച്ഛന്നമായ ബോധത്തോ ടുകൂടിയുള്ളതാണ്. അയാളുടെ ചിന്തകൾ രൂപപ്പെടുത്തുന്ന

> യഥാർത്ഥ പ്രേരകശക്തികൾ അയാളെ സംബന്ധിച്ചിടത്തോളം അജ്ഞാതമായിത്തന്നെ തുടരുന്നു: അല്ലാത്തപക്ഷം അതൊരു പ്രത്യയശാസ്ത്രപ്രക്രിയ അല്ലാതായിത്തീരുന്നു. അതുകൊണ്ട് അയാൾക്ക് പ്രത്യക്ഷമെന്നു തോന്നുന്ന പ്രേരകശക്തികളെ അയാൾ ഭാവനയിൽ കാണുന്നു. കാരണം അതൊരു ചിന്താ പ്രക്രിയയാണ്; അതിന്റെ രൂപവും ഉള്ളടക്കവും തന്റേതോ തന്റെ മുൻഗാമികളുടേതോ ആയ ശുദ്ധമായ ചിന്തകളിൽ നിന്നുമാണ യാൾ രൂപപ്പെടുത്തുന്നത് (Marx and Engels - *Selected Correspondences* - Progressive Publishers, Moscow 1953. Page 541).

ശാക്യമുനിയായ ബുദ്ധന്റെ സമകാലികരായ മറ്റു ശ്രമണമുനിമാരും അവരവരുടേതായ പ്രത്യയശാസ്ത്രങ്ങൾ അവതരിപ്പിക്കുകയുണ്ടായി. ഇവരിൽ ആറുപേരുടെ പേരുകളും തത്ത്വങ്ങളുമാണ് പ്രധാനമായി അറിയപ്പെടുന്നത്. പുരാണ കശ്ശപൻ, അജിത കേശകമ്പാളി, പകുത കച്ചായണൻ, സഞ്ചയബേല പുത്തൻ, മഖലി ഗോശാലൻ, നിഗന്തനാത പുത്തൻ എന്നിവരാണ് ആറുപേർ. അവസാനത്തെ പേരുകാരനാണ് ജൈനമത സ്ഥാപകനായ വർദ്ധമാന മഹാവീരൻ. ബൗദ്ധഗ്രന്ഥമായ *ദീഗനികായ* ത്തിലെ ശമണ (ശ്രമണ) ഫാലസുത്തം എന്ന ഭാഗത്തിലാണ് ശ്രമണ മുനിമാരുടെ തത്ത്വചിന്തകൾ പ്രതിപാദിച്ചിട്ടുള്ളത്. അതിലെ കഥ ഇങ്ങനെയാണ്: ഒരിക്കൽ ബുദ്ധൻ രാജഗൃഹത്തിൽ (മഗധയുടെ ആദ്യതല സ്ഥാനം) മഗധരാജാവ് അജാതശത്രുവിന്റെ വൈദ്യനായിരുന്ന ജീവകന്റെ മാന്തോപ്പിൽ വിശ്രമിക്കുകയായിരുന്നു. ഏത് മുനിയോട് സംഭാഷണം നടത്തിയാലാണ് മനസ്സിന് ദാർശനിക സംതൃപ്തിവരിക എന്ന് അജാതശത്രു മന്ത്രിമാരോട് അന്വേഷിച്ചു. ഓരോ മന്ത്രിയും ഓരോ ശ്രമണമുനിമാരുടെ പേരാണ് പറഞ്ഞത്. ഒടുവിൽ കൊട്ടാരം വൈദ്യനോട് ചോദിച്ചപ്പോൾ ശാക്യമുനിയായ ബുദ്ധന്റെ പേരാണ് നിർദ്ദേശിച്ചത്. അജാതശത്രു ബുദ്ധനെ സന്ദർശിക്കാൻ തീരുമാനിച്ചു. രാജാവ് ബുദ്ധനോട് ചോദിച്ച ചോദ്യമിതാണ്: “മഹാത്മാവേ! നാട്ടിൽ പല ജോലികളുമുണ്ട്. ആനപ്പാപ്പാൻ, കുതിരക്കാരൻ, തേരാളി, കൊടി പിടിക്കുന്നവൻ, സേനാനായകൻ, സൈനികൻ അങ്ങനെ പലതും. അവരെല്ലാം അവരുടെ ജോലിയിൽ നിന്നുള്ള പ്രതിഫലം വാങ്ങി ഈ ലോകത്ത് ജീവിതം ആസ്വദിക്കുന്നു. അതുപോലൊരു ഫലസിദ്ധി ഒരു മുനിയുടെ ജീവിതത്തിന് ഈ ലോകത്തുണ്ടോ മഹാത്മാവേ?” തന്റെ സമകാലികരായ മറ്റു മുനിമാരോട് ഈ ചോദ്യം ചോദിച്ചു നോക്കിയോ എന്നായിരുന്നു ബുദ്ധന്റെ മറു ചോദ്യം. താൻ അവരോടൊക്കെ മുമ്പ് ഇതേ ചോദ്യം ചോദിച്ചിട്ടുണ്ടെന്ന് പറഞ്ഞപ്പോൾ അവരുടെയൊക്കെ മറുപടി എന്തായിരുന്നുവെന്ന് ബുദ്ധൻ ആരാഞ്ഞു. മറ്റു മുനിമാർ പറഞ്ഞ മറുപടികൾ വിവരിക്കുന്ന രൂപത്തിലാണ് *ശമണഫലസുത്ത*യിൽ ശ്രമണമുനിമാരുടെ സിദ്ധാന്തങ്ങൾ അവതരിപ്പിച്ചിട്ടുള്ളത്.

പുരാണ കശ്ശപൻ പറഞ്ഞത് പാപപുണ്യങ്ങളൊന്നുമില്ലെന്നാണ്.

കർമ്മം, ഛേദനം, മർദ്ദനം, കളവ്, തുരങ്കം വെട്ടൽ, ഗ്രാമം കൊള്ളയടിക്കൽ എന്നിവ ചെയ്യുന്നതുകൊണ്ടോ ചെയ്യിക്കുന്നതുകൊണ്ടോ, സഞ്ചരിക്കുന്നതുകൊണ്ടോ സഞ്ചരിപ്പിക്കുന്നതുകൊണ്ടോ, കവർച്ചയും കൊലയും നടത്തുന്നതുകൊണ്ടോ നടത്തിക്കുന്നതുകൊണ്ടോ പാപം ഉണ്ടാകുന്നില്ലെന്നായിരുന്നു പുരാണ കശ്യപന്റെ സിദ്ധാന്തം. പരസ്ത്രീ ഗമനം പാപമല്ല. ചക്രായുധംകൊണ്ട് ലോകത്തുള്ള മുഴുവൻ ജീവികളെയും കൊന്ന് നുറുക്കി മാംസം കുന്നുകൂട്ടുന്നതും പാപമല്ല. ദാനം ചെയ്തും ചെയ്യിച്ചും, യാഗം ചെയ്തും ചെയ്യിച്ചും പുണ്യം നേടാനാവില്ല. ഗംഗയുടെ ഉത്തരതീരത്തുനിന്നും ദക്ഷിണതീരത്തേക്ക് നീന്തിയാലും പുണ്യം നേടാനാവില്ല. കാരണം പാപപുണ്യങ്ങളില്ല. പുരാണ കശ്യപന്റെ പ്രത്യയശാസ്ത്രത്തെ അക്രിയാവാദമെന്നാണ് പറയുന്നത്. ഒരു കർമ്മവും ക്രിയയും ആത്മാവിനെ ബാധിക്കുകയില്ല. കാരണം, മരണത്തിനുശേഷം ഒരു ആത്മാവും ശരീരവും അവശേഷിക്കുന്നില്ല. വൈദിക മതങ്ങളോടും ആചാരങ്ങളോടുമുള്ള മുനിയുടെ പരിഹാസഭാവം വാക്കുകളിൽ പ്രകടമാണ്.

മഖലി ഗോശാലന്റെ സിദ്ധാന്തം *നിയാതിവാദം* എന്നാണറിയപ്പെടുന്നത്. അദ്ദേഹത്തിന്റെ അനുയായികളാണ് ആജീവകർ. മഖലിഗോശാലന്റെ ജനനവും ജീവിതവും നാടകീയത നിറഞ്ഞവയായിട്ടാണ് ജൈന ഗ്രന്ഥമായ *ഭഗവതീസൂത്ര*ത്തിൽ പ്രതിപാദിച്ചിട്ടുള്ളത്. മഖലി ഗോശാലന്റെ പിതാവ് നാടുനീളെ പാടിനടന്നിരുന്ന ഒരു ഗായകകവി (മംഖാലി) ആയിരുന്നു. ഒരു ദിവസം മംഖാലിയും പൂർണ്ണഗർഭിണിയായ ഭാര്യ ഭദ്രയും ശരവണ (ഈറക്കാട്) എന്ന സ്ഥലത്തെത്തി. അവിടത്തെ കുബേരൻ ഗോബഹുലന്റെ കാലിത്തൊഴുത്തിലാണ് അവർക്ക് തങ്ങാനിടംകിട്ടിയത്. ഭദ്ര അന്നുരാത്രി കാലിത്തൊഴുത്തിൽ പ്രസവിച്ചു. അച്ഛന്റെ പേരിന്റെ രൂപഭേദമായ മഖലി എന്നാണ് പുത്രൻ അറിയപ്പെട്ടത്. പശുത്തൊഴുത്തിൽ ജനിച്ചവനായതുകൊണ്ട് മഖലി ഗോശാലൻ എന്ന് എല്ലാവരും വിളിച്ചു. മഖലി ഗോശാലൻ വർദ്ധമാനവീരന്റെ ശിഷ്യനായിരുന്നുവെന്നും ഗുരുവുമായി തെറ്റിപ്പിരിഞ്ഞ് ആജീവികപ്രസ്ഥാനം ആരംഭിച്ചെന്നുമാണ് ജൈനഗ്രന്ഥങ്ങളിൽ പറയുന്നത്. ബുദ്ധനും ജൈനനും കഴിഞ്ഞാൽ അക്കാലത്ത് ഏറ്റവും കൂടുതൽ അനുയായികളുണ്ടായിരുന്നത് മഖലി ഗോശാലനായിരുന്നതുകൊണ്ട് അദ്ദേഹത്തെയും ആജീവികപ്രസ്ഥാനത്തെയും ജൈനഗ്രന്ഥങ്ങളിൽ ഇകഴ്ത്തിക്കാണിച്ചതാണെന്നാണ് പണ്ഡിതന്മാരുടെ അഭിപ്രായം. മഖലി ഗോശാലന്റെ അന്ത്യമടുത്തപ്പോൾ ഭ്രമകൽപ്പനയ്ക്കടിപ്പെട്ട് നടത്തിയ ജൽപ്പനങ്ങളാണ് *ആജീവകതത്ത്വങ്ങൾ* എന്ന് ജൈനഗ്രന്ഥത്തിൽ പറഞ്ഞതും പ്രസ്ഥാനത്തോടുള്ള എതിർപ്പുകൊണ്ടായിരുന്നുവെന്ന് ദേബീപ്രസാദ് ചതോപാധ്യായ ചൂണ്ടിക്കാട്ടുന്നു. അദ്ദേഹം എഴുതി:

> മഖലി ഗോശാലൻ വെറുമൊരു നാടോടിക്കവി മാത്രമായിരുന്നില്ല; തത്വചിന്തകനും പ്രവാചകനുമായിരുന്നു. ഒരു ലോകവീക്ഷണം

രൂപപ്പെടുത്തണം എന്നുണ്ടായിരുന്നു അദ്ദേഹത്തിന്. താൻ ജീവിക്കുന്ന ലോകത്തെക്കുറിച്ച് അറിയണമെന്നുണ്ടായിരുന്നു. അതിൽ ബുദ്ധൻ ചൂണ്ടിക്കാണിച്ചതുപോലെ, ഗോശാലന്റെ സ്വയംവിനാശകരമായ പരിമിതിയും ഉണ്ടായിരുന്നു. തന്റെ കാലഘട്ടത്തിൽ വന്നുകൊണ്ടിരുന്ന അതിഗംഭീരമായ മാറ്റങ്ങൾ - ഗോത്രവർഗ്ഗങ്ങൾ നാമാവശേഷമാകുകയോ, ഉയർന്നു വന്നുകൊണ്ടിരുന്ന സാമ്രാജ്യങ്ങളാൽ നിഷ്കരുണം ഉന്മൂലനം ചെയ്യപ്പെടുകയോ ചെയ്തുകൊണ്ടിരുന്നു - ശരിയാംവണ്ണം ഗ്രഹിക്കാൻ ആ കാലഘട്ടത്തിലെ ഏറ്റവും വലിയ ചിന്തകന് കഴിഞ്ഞില്ല. കാര്യങ്ങളുടെ കാരണങ്ങൾ കണ്ടെത്തുകയല്ല, അസ്വസ്ഥമായ ഹൃദയങ്ങൾക്ക് സാന്ത്വനമേകലായിരുന്നു കാലഘട്ടത്തിന്റെ ആവശ്യമെന്ന്, യാഥാർത്ഥ്യങ്ങളോട് ഏറ്റുമുട്ടുകയല്ല അവയിൽനിന്നു രക്ഷപ്പെടാനുള്ള മായ (illusion) സൃഷ്ടിക്കലാണ് ആവശ്യമെന്ന് ബുദ്ധൻ മനസ്സിലാക്കി. കൃത്യമായും ഇക്കാര്യമാണ് ബുദ്ധന്റെ വിജയത്തിനും സമകാലികരായ മറ്റു തത്ത്വചിന്തകരുടെ പരാജയത്തിനും കാരണമായത്. ബുദ്ധൻ കാലഘട്ടത്തിന് യോജിച്ച മായ സൃഷ്ടിക്കുന്നതിൽ മുഴുകിയപ്പോൾ മഖലി ഗോശാലൻ യാഥാർത്ഥ്യങ്ങളെ നേരിടാനും കാലഘട്ടം ജീവിതത്തിനുമുമ്പിൽ സൃഷ്ടിച്ച പ്രതിബന്ധങ്ങളെ തരണം ചെയ്യാനുമാണ് ശ്രമിച്ചത്. കാലഘട്ടം മുന്നോട്ടുവച്ച ഘോരയാഥാർത്ഥ്യം - ഗോത്രവർഗ്ഗങ്ങളുടെ വിനാശവും സാമ്രാജ്യങ്ങളുടെ ഉയർച്ചയും - ശരിയാംവണ്ണം ഗ്രഹിക്കാൻ ഗോശാലൻ ശ്രമിച്ചു. അതിലദ്ദേഹം പരാജയപ്പെടുകയും ചെയ്തു. അജ്ഞാതങ്ങളായ ഏതോ ഘോരശക്തികളാണ് കാര്യങ്ങളൊക്കെ നിശ്ചയിക്കുന്നതെന്നും മനുഷ്യൻ അതിനു വിധേയനാണെന്നുമുള്ള നിഗമനത്തിൽ അദ്ദേഹമെത്തിച്ചേർന്നു. ആ അജ്ഞാതശക്തിയാണ് മനുഷ്യന്റെ വിധി നിർണ്ണയിക്കുന്നത്. അതാണ് നിയതിവാദം (Debiprasad Chattopadhyaya - *Lokayata - A Study in Ancient Indian Materialism* - Peoples publishing House 1985 Page 512).

മനുഷ്യജീവിതം ഒരു നൂലുണ്ട പോലെയാണെന്നും ആരോ നൂലുപിടിച്ച് വലിച്ചുകൊണ്ടിരിക്കെ ഉരുണ്ടുരുണ്ട്, അഴിഞ്ഞഴിഞ്ഞ് ഇല്ലാതാകുവാൻ വിധിക്കപ്പെട്ടതാണെന്നുമാണ് മഖലി ഗോശാലൻ പറഞ്ഞത്. ഗോശാലൻ നിയതിയെ എല്ലാ പ്രതിഭാസങ്ങളുടെയും മൂലകാരണമായി ഉയർത്തിയെന്ന് ബൗദ്ധ, ജൈന ഗ്രന്ഥങ്ങൾ വിമർശിക്കുന്നു.

അജിതകേശ കമ്പളിയുടെ സിദ്ധാന്തങ്ങൾ ത്രിപിടകങ്ങളിൽ പറഞ്ഞിരിക്കുന്നതിങ്ങനെയാണ്: ദാനം, യജ്ഞം, ഹവനം എന്നിവ നിഷ്പ്രയോജനമാണ്. സുകൃതവും ദുഷ്കൃതവുമായ കർമ്മങ്ങൾക്ക് ഫലമില്ല. ഇഹ പരലോകങ്ങളില്ല. മാതാപിതാക്കളില്ല. ദേവന്മാരില്ല. സത്യത്തെ പ്രാപിച്ച സത്യാരൂഢരായ ശ്രമണരും ബ്രാഹ്മണരും ഇല്ല. ഇഹ പരലോകങ്ങളെ അറിഞ്ഞ് മറ്റുള്ളവർക്ക് മനസ്സിലാക്കിക്കൊടുക്കാനും അവർക്ക്

കഴിയുകയില്ല. മനുഷ്യർ നാല് ഭൂതങ്ങളാൽ നിർമ്മിക്കപ്പെട്ടിരിക്കുന്നു. അവർ മരിക്കുമ്പോൾ ശരീരത്തിലെ മണ്ണ് ഭൂമിയോടും ജലം ജലത്തോടും തേജസ്സ് അഗ്നിയോടും വായു വായുവോടും ചേരുന്നു. ഇന്ദ്രിയങ്ങൾ ആകാശത്തോട് ചേരുന്നു. ദാനം ചെയ്യണമെന്നത് വിഡ്ഢികളുടെ ഉപദേശമാണ്. ആസ്തികനാണെന്ന ഭാവത്തിൽ സംസാരിക്കുന്നവരുടെ വാക്കുകൾ കപടവും നിസ്സാരങ്ങളും നിരർത്ഥകങ്ങളുമാണ്. വിഡ്ഢിയോ വിദ്വാനോ ആയിക്കൊള്ളട്ടെ, മരിച്ചുകഴിഞ്ഞാൽ നശിച്ചുപോകുന്നു. മരണാനന്തരം യാതൊന്നും അവശേഷിക്കുന്നില്ല. യജ്ഞവും ഹോമവും നിരർത്ഥകങ്ങളാണ്. കർമ്മഫലമെന്നൊന്നില്ല. സ്വർഗ്ഗ, നരകങ്ങളില്ല. ലോകത്തിലെ അസന്തുഷ്ടിയിൽനിന്നും ആത്മാവിന് രക്ഷപ്പെടാനാവില്ല. അവ താനേ ഇല്ലാതായിക്കൊള്ളും. വേദോപനിഷത്തുകളിലെ ആശയങ്ങളുടെ വിപരീതങ്ങളാണിവയെന്ന് പറയേണ്ടതില്ലല്ലോ. സാംഖ്യപാരമ്പര്യത്തിൽ നിന്നാണ് ശ്രമണമുനിയായ അജിതകേശ കമ്പളി അവതരിപ്പിച്ച ആശയങ്ങൾ രൂപപ്പെട്ടത്. ഇത് വിധ്വംസകവാദമാണെന്നാണ് ബ്രാഹ്മണപണ്ഡിതന്മാരുടെ അഭിപ്രായം.

പകുത കച്ചായണന്റെ അന്യോന്യവാദമെന്ന പേരിലറിയപ്പെടുന്ന പ്രത്യയശാസ്ത്രമിതാണ്: സമൂഹങ്ങൾ അകൃതമായതുകൊണ്ട് അനിർമ്മിതമാണ്. സ്തംഭത്തെപ്പോലെ അചലമാണ്. ഒന്ന് മറ്റൊന്നിനെ നശിപ്പിക്കുന്നുമില്ല. ഒന്ന് മറ്റൊന്നിന് സുഖദുഃഖങ്ങൾ ഉണ്ടാക്കുന്നില്ല. സമൂഹങ്ങൾ ഏഴെണ്ണമാണ് - പൃഥ്വി, ജലം, അഗ്നി, വായു, സുഖം, ദുഃഖം, ജീവൻ. ഇവിടെ ഹന്താവോ നാശകനോ ഇല്ല. മൂർച്ചയുള്ള ആയുധം കൊണ്ട് മുറിക്കുകയാണെങ്കിൽ പോലും ആരുംതന്നെ ആരെയും ഹനിക്കുന്നില്ല.

സഞ്ചയബേലപുത്തന്റെ തത്വം വ്യാക്ഷേപവാദമാണ്. ദേവന്മാർ, സ്വർഗ്ഗ നരകങ്ങൾ എന്നിവ മനോധർമ്മം പോലെ ഉണ്ടെന്നും പറയാം; ഇല്ലെന്നും പറയാം. നല്ലതും ചീത്തയുമായ കർമ്മഫലങ്ങളുടെ കാര്യവും അപ്രകാരം തന്നെ. മുനിയുടെ വാക്കുകൾ ഇങ്ങനെയാണ് രേഖപ്പെടുത്തിയിരിക്കുന്നത്: "തഥാഗതൻ അല്ലെങ്കിൽ മുക്തപുരുഷൻ മരണാനന്തരം ഉണ്ടായിരിക്കാം, ഇല്ലായിരിക്കാം, ആരെങ്കിലും ചോദിച്ചാൽ ഞാൻ ഇങ്ങനെയാണ് മറുപടി പറയുക. അതുമിതും പറയുകയില്ല."

ജൈനമത സ്ഥാപകനായ നിഗന്തനാത പുത്തൻ (വർദ്ധമാന ജ്ഞാതൃപുത്രൻ) സിദ്ധാർത്ഥനു മുമ്പാണ് ജനിച്ചതെന്ന് (പൊതുവർഷത്തിനു മുമ്പ് 569 - 485) പറയുന്നു. പ്രാചീന വജ്ജിയുടെ തലസ്ഥാനമായ വൈശാലിയിൽ (ബീഹാറിലെ പാട്നയിൽ നിന്നും 40 കിലോമീറ്റർ വടക്ക്) ലിച്ഛവിഗോത്രത്തിലെ ജ്ഞാതൃകുലത്തിൽ ജനിച്ചു. വർദ്ധമാൻ യശോദയെ വിവാഹം ചെയ്തു. ഒരു പുത്രൻ ജനിച്ചതിനുശേഷം സന്യാസം സ്വീകരിച്ച് ശ്രമണമുനിമാരോടൊപ്പം ചേരാൻ പുറപ്പെട്ടു. ഒരു വ്യാഴവട്ടക്കാലം സന്യാസജീവിതം നയിച്ചപ്പോൾ 'കേവലസർവ്വജ്ഞപദം' സിദ്ധിച്ചു. തുടർന്ന് 40 വർഷക്കാലം മദ്ധ്യേന്ത്യയിൽ സഞ്ചരിച്ച് ധർമ്മ പ്രചരണം നടത്തി. ജൈനമതക്കാർ തങ്ങളുടെ മതസ്ഥാപകനെ

മഹാവീരൻ എന്നാണ് ആദരപൂർവ്വം വിളിച്ചത്. വർദ്ധമാന മഹാവീരൻ 84-ാം വയസ്സിലാണ് അന്തരിച്ചത്. ചതുർയാമസംവരവാദം എന്നാണ് ജൈനമതസിദ്ധാന്തം അറിയപ്പെടുന്നത്. ജൈനസന്യാസിമാർ നാലു സംവത്സരങ്ങളാൽ അഥവാ സംയമനങ്ങളാൽ ആച്ഛാദിതരാവുന്നു എന്നാണ് സങ്കൽപ്പം. ഒരു ജീവിയെയും ഹിംസിക്കാനോ ഹനിക്കാനോ പാടില്ല. ജൈനമുനിമാർ ജലജീവികളുടെ നാശം ഒഴിവാക്കാനായി ജലത്തിലുള്ള പ്രവൃത്തികൾ നിരോധിക്കുന്നു: എല്ലാ പാപകർമ്മങ്ങളെയും നിരോധിക്കുന്നു: അതുകൊണ്ട് ഇവർ പാപരഹിതരായിത്തീരുന്നു; സർവ്വ പാപങ്ങളെയും നിരോധിക്കുന്നതിൽ സദാസമയവും മുഴുകിയിരിക്കുന്നു. ഇവയാണ് നാല് സംവരങ്ങൾ.

പാപകർമ്മങ്ങൾ ചെയ്താൽ മരണാനന്തരം ആത്മാവിന് പുനർജ്ജന്മമെടുക്കേണ്ടിവരുമെന്നാണ് മഹാവീരൻ സിദ്ധാന്തിച്ചത്. അതുകൊണ്ട് ജൈനമുനിമാർ തപശ്ചര്യയാൽ ദുഷ്കർമ്മ പ്രവണത ഇല്ലാതാക്കണം. അതിനായി നാലു വ്രതങ്ങൾ പാലിക്കണം: കൊല്ലരുത്, മോഷ്ടിക്കരുത്, കള്ളം പറയരുത്, ബ്രഹ്മചര്യം പാലിക്കണം, മരണം വരെ ഉപവസിക്കൽ, ശീതോഷ്ണങ്ങൾ വകവയ്ക്കാതെ നഗ്നരായി കഴിച്ചുകൂട്ടൽ തുടങ്ങിയ കാര്യങ്ങൾ തപസ്സിന്റെ ചര്യകളാണെന്ന് മഹാവീരൻ പറഞ്ഞു. ക്ലേശപൂർണ്ണമായ തപസ്സുകൊണ്ട് മുമ്പ് ചെയ്ത പാപങ്ങളെ നശിപ്പിക്കാം. അങ്ങനെ മനസ്സുകൊണ്ടും ശരീരംകൊണ്ടും സംയുക്തരായിത്തീർന്നാൽ ഭാവിയിൽ പാപം ചെയ്യേണ്ടിവരികയില്ല. അതിന്റെ ഫലമായി സർവ്വ ദുഃഖവിനാശം സംഭവിക്കുന്നു. ശാരീരിക പീഡനത്തിലൂടെ കൈവല്യസുഖത്തെ പ്രാപിക്കാമെന്നാണ് ജൈനമതസിദ്ധാന്തം.

ഖജുരാഹോയിലെ
ഋഷഭദേവവിഗ്രഹം

ചരാചരങ്ങളിലെല്ലാം ജീവനുണ്ടെന്നാണ് ജൈനദർശനം. മനുഷ്യൻ സകലവിധ ഹിംസകളിൽ നിന്നും മുക്തരാകണം. അതിനായി അവർ വെള്ളം ഉപയോഗിക്കുന്നതും അതിൽ സഞ്ചരിക്കുന്നതും നിയന്ത്രിക്കണം. നിലമുഴുകയും വിളവ് കൊയ്യുകയും ചെയ്യുമ്പോൾ അനേകം ജീവികൾക്ക് ജീവനാശമുണ്ടാകുന്നതിനാൽ ജൈനർ കൃഷി ഉപേക്ഷിച്ച് വ്യാപാരത്തിലേർപ്പെടാൻ തുടങ്ങി. പൊതുവർഷം ഒന്നാം നൂറ്റാണ്ടോടെ ജൈനസന്യാസിമാർ ദിഗംബരരെന്നും ശ്വേതാംബരരെന്നും (വെള്ള വസ്ത്രക്കാർ) രണ്ടു വിഭാഗമായി പിരിഞ്ഞു. ദിഗംബർ നഗ്നരായാണ് ജീവിച്ചത്. മഹാവീരൻ ഭക്ഷണം കഴിക്കാതെയാണ് ജീവിച്ചിരുന്നതെന്ന് ദിഗംബരരും മറിച്ചാണെന്ന് ശ്വേതാംബരരും വാദിച്ചു. ശ്വേതാംബരരുടെ മൂലഗ്ര

ന്ഥമായ അംഗങ്ങൾ പ്രാകൃതത്തിലും ദിഗംബരരുടെ മിക്ക ഗ്രന്ഥങ്ങളും സംസ്കൃതത്തിലുമാണ്. മഹാവീരൻ തപശ്ചര്യകളിലൂടെ തീർത്ഥങ്കരനായെന്നാണ് ജൈനമതവിശ്വാസം. തീർത്ഥങ്കരൻ എന്നാൽ തീർത്ഥം സൃഷ്ടിക്കുന്നവൻ. അക്കരെ കടക്കാവുന്ന ജലാശയമാണ് തീർത്ഥം. ജൈനമതത്തിൽ തീർത്ഥമെന്നാൽ ജൈനസന്യാസിസമൂഹമാണ്. തീർത്ഥം മനുഷ്യരുടെ മോക്ഷത്തിനുള്ള മാർഗ്ഗമാണ്. ഗൗതമബുദ്ധനുമുമ്പ് ഇരുപത്തിനാല് ബുദ്ധന്മാർ ഭൂമിയിൽ ജീവിച്ചിരുന്നുവെന്ന് ബുദ്ധമതക്കാർ വിശ്വസിക്കുന്നപോലെ മഹാവീരതീർത്ഥങ്കരനുമുമ്പ് ഇരുപത്തിമൂന്ന് തീർത്ഥങ്കരന്മാർ ഭൂമിയിൽ ജീവിച്ചിരുന്നുവെന്നാണ് ജൈനവിശ്വാസം. ഒന്നാമത്തെ തീർത്ഥങ്കരൻ ഋഷഭദേവനാണ്. ജൈനമതത്തിൽ സ്രഷ്ടാവായ ദൈവം എന്ന സങ്കൽപ്പമില്ലെങ്കിലും തീർത്ഥങ്കരന്മാരെ ദൈവങ്ങളായി കണക്കാക്കി ആരാധിക്കുന്നു. ജൈനക്ഷേത്രങ്ങളിൽ തീർത്ഥങ്കരന്മാരുടെ പ്രതിഷ്ഠകൾക്കുമുമ്പിൽ ഹിന്ദു ക്ഷേത്രങ്ങളിലെ ആരാധനാകർമ്മങ്ങൾ അനുഷ്ഠിക്കാറുണ്ട്. ഇരുപത്തിനാല് തീർത്ഥങ്കരന്മാരും പുരുഷന്മാരായിരുന്നുവെന്ന് ദിഗംബരജൈനന്മാർ വിശ്വസിക്കുന്നു. ശ്വേതാംബരരാകട്ടെ പത്തൊമ്പതാം തീർത്ഥങ്കരനായ മല്ലിനാഥ സ്ത്രീയായിരുന്നുവെന്ന് വിശ്വസിക്കുന്നു.

മഹാവീരപ്രതിഷ്ഠ

സിദ്ധാർത്ഥൻ കപിലവസ്തുവിലെ ഗോതമഗോത്രത്തിലെ ശാക്യകുലത്തിൽ പൊതുവർഷത്തിനു മുമ്പ് 563-ൽ ജനിച്ചുവെന്ന് വിശ്വസിക്കുന്നു. ശാക്യകുലപതിയായിരുന്ന ശുദ്ധോദനനും ഭാര്യ മായാദേവിയുമായിരുന്നു അച്ഛനമ്മമാർ. ബാല്യം മുതലേ അന്തർമുഖനായിരുന്ന സിദ്ധാർത്ഥൻ സന്യാസം സ്വീകരിച്ച് ശ്രമണമുനിമാരോടൊപ്പം ചേരാതിരിക്കാൻ യശോധരയെ വിവാഹം ചെയ്യിച്ചു. പക്ഷേ മകൻ രാഹുലൻ ജനിച്ച ഉടനെ സിദ്ധാർത്ഥൻ സന്യാസം സ്വീകരിക്കാനായി ശ്രമണമുനിമാരെ തേടിപ്പോയി. ആര്യന്മാരുടെ വേദങ്ങളിലും വൈദികമതങ്ങളിലും വിശ്വസിക്കാത്ത ശ്രമണമുനിമാർ സാംഖ്യതത്ത്വങ്ങളിലാണ് വിശ്വസിച്ചിരുന്നത്. ശ്രമണമുനിമാരുടെ ആശ്രമത്തിൽ ദീർഘകാലം സന്യാസജീവിതം നയിച്ചിട്ടും ദാർശനികസംതൃപ്തി ലഭിക്കാഞ്ഞതുകൊണ്ട് സിദ്ധാർത്ഥഗൗതമൻ സ്വന്തമായി ധ്യാനം ചെയ്യുകയും പുതിയൊരു 'ദർശനം' (പ്രത്യയശാസ്ത്രം) രൂപപ്പെടുത്തുകയും ചെയ്തു. ഗയ നഗരത്തിനടുത്തുള്ള ഉരുവേലഗ്രാമത്തിലെ അരയാലിന്റെ ചുവട്ടിൽ ഏഴുദിവസം തുടർച്ചയായി ധ്യാനനിമഗ്നമായിരുന്നപ്പോഴാണ് ജ്ഞാനോദയം ഉണ്ടായതെന്നാണ്

ഐതിഹ്യം. ബുദ്ധൻ നാൽപ്പത്തിയഞ്ചുകൊല്ലക്കാലം ഗംഗാസമതലത്തിൽ നിരന്തരം യാത്രചെയ്ത് ധർമ്മം പ്രചരിപ്പിച്ചുവെന്നും പൊതുവർഷത്തിനു മുമ്പ് 483 ൽ എൺപതാമത്തെ വയസ്സിൽ കുശിനാരയിൽ (ഉത്തർപ്രദേശിലെ ഗോരഖ്പൂരിനടുത്തുള്ള കസിയ) നിർവ്വാണം പ്രാപിച്ചുവെന്നുമാണ് പറയുന്നത്.

ജ്ഞാനോദയത്തിനുശേഷം ബുദ്ധൻ ഗയയിൽനിന്നും വാരണാസിക്കടുത്തുള്ള സാരനാഥിലെ ശ്രമണമുനിയുടെ ആശ്രമത്തിലേക്കാണ് പോയത്. മുനിമാരോട് ബുദ്ധൻ നാല് ആര്യസത്യങ്ങളെക്കുറിച്ച് പറഞ്ഞു. ജീവിതമാകെ ദുഃഖപൂർണ്ണമാണ്, ദുഃഖത്തിനു കാരണം കാമതൃഷ്ണ, ഭവതൃഷ്ണ (മരണമില്ലാതെ ജീവിക്കാനുള്ള ആഗ്രഹം), വിഭവതൃഷ്ണ (സുഖലോലുപതയ്ക്കുള്ള ആഗ്രഹം) എന്നിവയാണ്. സമ്പൂർണ്ണമായ തൃഷ്ണാനാശമാണ് ദുഃഖത്തിനു പരിഹാരം. നാലാമത്തെ ആര്യസത്യം ദുഃഖനിരോധത്തിലേക്ക് നയിക്കുന്ന മാർഗ്ഗത്തെക്കുറിച്ചുള്ളതാണ്. ശരിയായ വീക്ഷണം, ശരിയായ സങ്കൽപ്പം, ശരിയായ വാക്ക്, ശരിയായ ജീവിതം, ശരിയായ പ്രയത്നം, ശരിയായ സ്മരണ, ശരിയായ സമാധി (ധ്യാനം) എന്നിവയടങ്ങുന്ന അഷ്ടാംഗമാർഗ്ഗമാണ് നാലാമത്തെ ആര്യസത്യം. മധ്യമമാർഗ്ഗമെന്നും പറയും. സുഖലോലുപതയ്ക്കും സന്യാസത്തിനും ഇടയ്ക്കുള്ള മാർഗ്ഗമായതുകൊണ്ടാണ് അത് മധ്യമമാർഗ്ഗമായത്. ആര്യസത്യങ്ങൾ നൈരാശ്യബോധത്തിലേക്ക് നയിക്കുന്നവയാണെന്നും അത് പിൽക്കാലത്ത് ആരോ കൂട്ടിച്ചേർത്തതാണെന്നും ഡോ: ബി ആർ അംബേദ്കർ വാദിച്ചു.

ദുഃഖ വിമോചനമാണ് ബുദ്ധന്റെ ദർശനലക്ഷ്യം. ബുദ്ധൻ തേടിയത് ദുഃഖവിമോചനത്തിന്റെ മാർഗ്ഗമാണ്. ദുഃഖത്തിന്റെ കാരണം മനസ്സിലാക്കിയാലേ അതിൽനിന്നും മോചനം നേടാനൊക്കുകയുള്ളു. ദുഃഖകാരണം കണ്ടെത്താൻ പ്രതീത്യസമുൽപ്പാദം അറിയണം. സാർവ്വലൗകികമായ കാര്യകാരണബന്ധത്തിന്റെ സിദ്ധാന്തമാണ് പ്രതീത്യസമുൽപ്പാദം. തന്റെ സിദ്ധാന്തത്തെക്കുറിച്ച് ബുദ്ധൻ ശിഷ്യനായ ശാരിപുത്രനോട് ഇങ്ങനെ പറഞ്ഞു: "പ്രതീത്യസമുൽപ്പാദം കാണുന്നവൻ ധർമ്മത്തെ കാണുന്നു. ധർമ്മത്തെ കാണുന്നവൻ പ്രതീത്യസമുൽപ്പാദത്തെ കാണുന്നു." *മജ്ജിമനികായ*ത്തിൽ സമുൽപ്പാദത്തെക്കുറിച്ച് ഇങ്ങനെ പറഞ്ഞു: "ഞാൻ നിന്നെ ധർമ്മം പഠിപ്പിക്കാം. അതുള്ളപ്പോൾ ഇത് സംഭവിക്കുന്നു. അതില്ലാത്തപ്പോൾ ഇത് സംഭവിക്കുന്നില്ല." പല നിബന്ധനകളുടെയും സമുദായം എന്ന വിശേഷസാഹചര്യത്തിൽ എല്ലാ വസ്തുതകളും ആവിർഭവിക്കുന്നു. ആ സാഹചര്യത്തിന് ആസ്പദമായ സംഗതികളൊന്നും സ്ഥിരമല്ല. അവ ആവിർഭവിക്കുന്നത് തന്നെ തിരോഭവിക്കാനായിട്ടാണ്. അനുസ്യൂതം മാറിക്കൊണ്ടിരിക്കുന്നവയാണ് അവ. അസ്ഥിരനിബന്ധനകളുടെ സാഹചര്യത്തിൽ ആവിർഭവിക്കുന്ന വസ്തുക്കളും അസ്ഥിരമായിരിക്കും. സാർവ്വജനീനവും സ്വാഭാവികവുമായ നിയമമാണ് സമുദായ-നിരോധ പ്രക്രിയ. മറ്റൊന്നിനെ ആശ്രയിച്ചുള്ള ജനനം എന്നാണ് പ്രതീത്യസമുൽപ്പാദം എന്ന സംയുക്തപദത്തിന്റെ അർത്ഥം.

ഒരു വസ്തുവും ശൂന്യതയിൽനിന്ന് ഉണ്ടാകുന്നില്ല. അനന്തമായി നിൽക്കുന്നുമില്ല. കാര്യകാരണബന്ധനിയമങ്ങളെ ആശ്രയിച്ചാണ് ഈ ലോകം നിലനിൽക്കുന്നത്. ഉത്ഭവിച്ച എല്ലാ വസ്തുക്കളും നശിക്കും. ഇതാണ് പ്രതീത്യസമുൽപ്പാദനത്തിന്റെ സാരം. ആര്യസത്യങ്ങളും പ്രതീത്യസമുൽപ്പാദവും അടങ്ങുന്നതാണ് ബുദ്ധന്റെ ധർമ്മം. പ്രതീത്യസമുൽപ്പാദത്തിന്റെ വിശദരൂപങ്ങളാണ് പല ബൗദ്ധസൂക്തങ്ങളിൽ പല വിധത്തിൽ ആവർത്തിച്ചിട്ടുള്ളത്. പ്രപഞ്ചഘടകങ്ങൾ (കാര്യങ്ങൾ) ഉണ്ടായത് കാരണങ്ങൾ ഹേതുവായിട്ടാണെന്നും യുക്തികൊണ്ടും ബുദ്ധികൊണ്ടും കാരണങ്ങൾ അന്വേഷിച്ചറിയുവാൻ കഴിയുമെന്നും ബുദ്ധധർമ്മം പറയുന്നു. വൈദികമതക്കാർ പ്രപഞ്ചത്തെ സൃഷ്ടിച്ച് പരിപാലിക്കുന്നത് ഈശ്വരനാണെന്ന് പറഞ്ഞപ്പോൾ ബുദ്ധനും മറ്റു ശ്രമണമുനിമാരും അത് നിഷേധിച്ചു. പ്രതീത്യസമുൽപ്പാദത്തിൽ ആവിഷ്കരിച്ചിട്ടുള്ള പ്രപഞ്ചവ്യാപകമായ പ്രകൃതിനിയമങ്ങളാണ് ധർമ്മമെന്ന് ശാക്യമുനിയായ ബുദ്ധൻ പറഞ്ഞു.

ബുദ്ധമതവിശ്വാസിക്ക് ബുദ്ധനും ധർമ്മവും സംഘവുമാണ് ശരണം (അഭയം). മോക്ഷത്തിനുള്ള മാർഗ്ഗങ്ങളാണവ. ക്രിസ്തുസഭകൾ യേശുവിന്റെ ജീവിതകാലത്തിനുശേഷം രൂപപ്പെട്ടവയാണ്. ബുദ്ധൻ തന്നെയാണ് സംഘങ്ങൾ രൂപവൽക്കരിച്ചതും സംഘങ്ങളുടെ ചട്ടങ്ങളും നിയമങ്ങളും ആദ്യം നിശ്ചയിച്ചതും. ലോകത്ത് ആദ്യമായി സംഘങ്ങൾ രൂപവൽക്കരിച്ച മതമാണ് ബുദ്ധമതം. ബുദ്ധൻ സംഘം രൂപവൽക്കരിച്ചതിന്റെ കാരണങ്ങളെക്കുറിച്ച് പല അഭിപ്രായങ്ങളും പണ്ഡിതന്മാർക്കിടയിലുണ്ട്. വൈദികരുടെ ചാതുർവർണ്യത്തിനെതിരായുള്ള സമരത്തിന്റെ ഭാഗമായാണ് ബുദ്ധൻ സംഘം രൂപവൽക്കരിച്ചതെന്നാണ് ഒരു സിദ്ധാന്തം. ബുദ്ധഗ്രന്ഥങ്ങളിൽ ബുദ്ധൻ പ്രസ്താവിച്ചതായി രേഖപ്പെടുത്തിയിട്ടുള്ളതാണ് അവർ അതിന് ഉപോദ്ബലകമായി പറയുന്നത്. ബുദ്ധൻ ഇപ്രകാരം പറഞ്ഞതായി ഗ്രന്ഥങ്ങളിൽ കാണുന്നു: “അല്ലയോ ശിഷ്യരേ! ഗംഗ, യമുന, അചിരാവതി, സരഭു, മഹീ എന്നിങ്ങനെയുള്ള എത്രയോ മഹാനദികൾ മഹാസാഗരത്തിലെത്തിയാൽ അവയുടെ പഴയ പേരും പഴയ ഉത്ഭവസ്ഥാനവും നഷ്ടപ്പെടുകയും ‘മഹാസാഗരം’ എന്ന ഒരൊറ്റപ്പേര് സ്വീകരിക്കുകയും ചെയ്യുന്നതുപോലെ ഈ നാലു ജാതികളും - ക്ഷത്രിയരും ബ്രാഹ്മണരും വൈശ്യരും ശൂദ്രരും - നമ്മുടെ ധർമ്മത്തിന്റെ നിയമവും സിദ്ധാന്തവുമനുസരിച്ച് തങ്ങളുടെ പാർപ്പിടം വെടിഞ്ഞു പാർപ്പിടമില്ലാത്തവരുടെ ഇടയിലേക്ക് കടന്നു ചെല്ലുന്നു. പഴയ പേരും പൈതൃകവും വെടിഞ്ഞ് ശാക്യപുത്രനെ അനുവർത്തിക്കുന്ന ‘ഭിക്ഷു’ എന്ന ഒരൊറ്റ പദവി വഹിക്കുന്നു.”

നിരവധി താഴ്ന്ന ജാതിക്കാർ ബുദ്ധമതത്തിൽ മുഖ്യസ്ഥാനങ്ങൾ അലങ്കരിച്ചതിന് കാരണം ബുദ്ധന്റെ ഈ കാഴ്ചപ്പാടാണ്. സാമൂഹ്യകാര്യങ്ങൾ നിർണ്ണയിക്കുന്നത് പൂർണ്ണമായ സമത്വത്തോടുകൂടി ആയിരിക്കണമെന്നും കർത്തവ്യങ്ങൾ എല്ലാവരുമൊരുമിച്ച് ചെയ്യണമെന്നും വൃദ്ധരെ ആദരിക്കണമെന്നും സ്ത്രീകളിൽ ബലപ്രയോഗം അരുതെന്നും ബുദ്ധൻ

ഉപദേശിച്ചു.

ബുദ്ധൻ രാജാക്കന്മാരിൽനിന്നും പ്രഭുക്കളിൽ നിന്നും കച്ചവടക്കാരിൽനിന്നും കനത്ത സംഭാവനകൾ സ്വീകരിച്ചിരുന്നതിനെക്കുറിച്ച് വിമർശനങ്ങളുണ്ട്. ഉടമയുടെ വരുതിയിൽ നിന്നോടിപ്പോരുന്ന അടിമയ്ക്കും സൈന്യത്തിൽ നിന്ന് ഒളിച്ചോടുന്ന സൈനികനും സംഘത്തിൽ അംഗത്വം കൊടുക്കരുതെന്നും കലാപങ്ങൾ അരുതെന്നും നിയമങ്ങളുണ്ടാക്കിയെന്നും വിമർശനമുണ്ട്. ഇതൊക്കയായിട്ടും ബുദ്ധസംഘങ്ങളിൽ ധാരാളംപേർ ചേരുകയും ബുദ്ധന് ബഹുജനപിന്തുണ കിട്ടുകയും ചെയ്തതിന്റെ യഥാർത്ഥകാരണം കണ്ടെത്താൻ പല പണ്ഡിതന്മാർക്കും കഴിഞ്ഞില്ലെന്ന് ദേബീപ്രസാദ് ചതോപാധ്യായ ചൂണ്ടിക്കാട്ടുന്നു. ബുദ്ധൻ സംഘം രൂപീകരിക്കാനുണ്ടായ ചരിത്രസാഹചര്യങ്ങൾ അദ്ദേഹം *ലോകായത* എന്ന ഗ്രന്ഥത്തിൽ വിവരിക്കുന്നുണ്ട്. വൈദികമതത്തിലെ ചാതുർവർണ്യത്തിനെതിരായ സമരരൂപമായിരുന്നില്ല ബുദ്ധന്റെ സംഘരൂപവൽക്കരണം. ബുദ്ധൻ ജീവിച്ചിരുന്ന കാലഘട്ടത്തിലാണ് ഇന്ത്യയിലെ വലിയ രാജഭരണകൂടങ്ങൾ ഉയർന്നുവന്നത്. ബുദ്ധൻ ജനിച്ച സമയത്ത് ഗംഗാതടങ്ങളിൽ ഗോത്രവർഗ്ഗങ്ങളുടെ സ്വതന്ത്രമായ ഭരണസംവിധാനങ്ങളാണ് നിലനിന്നിരുന്നത്. ചില ഗോത്രങ്ങൾ രാജഭരണവ്യവസ്ഥയിലേക്ക് മാറിക്കൊണ്ടിരുന്നു. മാഗധരും കോസലരും ചുറ്റുമുള്ള പ്രദേശങ്ങൾ പിടിച്ചടക്കി വലിയ രാജ്യങ്ങൾ സ്ഥാപിച്ചു. അതാണ് മഗധയും കാശിയും. അംഗർ, വജ്ജികൾ, ശാക്യർ, കോളിയർ, മല്ലർ, മോറിയർ തുടങ്ങിയവരെല്ലാം ഗണാധിപത്യത്തിൽ തന്നെ തുടർന്നു. മോറിയരാണ് പിൽക്കാലത്ത് മൗര്യരാജവംശം സ്ഥാപിച്ചതും മൗര്യസാമ്രാജ്യം കെട്ടിപ്പടുത്തതും. മോറിയ എന്ന വാക്കിനർത്ഥം മയിൽ എന്നാണ്. ശാക്യകുലം ഗോതമഗോത്രത്തിൽ പെട്ടതാണ്. ഗോതമൻ എന്നാൽ ഗോവിൽ (പശുവിൽ) നിന്നും ഉത്ഭവിച്ചവൻ എന്നാണർത്ഥം. ഈ പേരുകൾ സൂചിപ്പിക്കുന്നത് ഗോത്രസമൂഹങ്ങളിൽ കുലചിഹ്നവ്യവസ്ഥ (totemism) നിലനിന്നിരുന്നുവെന്നാണ്. കപിലവസ്തുവിൽ ഗോതമഗോത്രത്തിന്റെ ഗണാധിപത്യഭരണമാണ് നിലനിന്നിരുന്നത്. ഗണാധിപനായി തെരഞ്ഞെടുക്കപ്പെട്ട ആളിനെ രാജാവ് എന്നാണ് വിളിച്ചിരുന്നതെങ്കിലും ഫ്യൂഡൽ വ്യവസ്ഥയിലെ രാജാവല്ലയ ഗോത്രങ്ങളുടെ ഗണാധിപത്യസമ്പ്രദായത്തെക്കുറിച്ച് റിസ് ഡേവിഡ് രേഖപ്പെടുത്തിയത് ശ്രദ്ധേയമാണ്. "കപിലവസ്തുവിലെ ശാന്താഗാരത്തിൽ (യാഗശാല) ആബാലവൃദ്ധം ജനങ്ങളും പങ്കെടുക്കുന്ന പൊതുസദസ്സിൽ വച്ചാണ് അവരുടെ സമൂഹകാര്യങ്ങൾ തീരുമാനിച്ചിരുന്നതും തർക്കങ്ങൾ പരിഹരിക്കുന്ന നീതിന്യായതീരുമാനങ്ങൾ എടുത്തിരുന്നതും. (കാശിയിലെ) രാജാവ് പ്രസേനാദിയുടെ വിവാഹക്കാര്യത്തിൽ തീരുമാനമെടുത്തത് അത്തരമൊരു യോഗത്തിൽവച്ചാണ്. അമ്പട്ടൻ കപിലവസ്തുവിൽ വ്യാപാരാവശ്യത്തിനായി പോയപ്പോൾ ശാന്താഗാരത്തിലേക്ക് ചെന്നു. അപ്പോൾ ശാക്യർ സഭ കൂടിക്കൊണ്ടിരിക്കുകയായിരുന്നു. ബുദ്ധന്റെ ചരമവാർത്ത അറിയിക്കാൻ ശിഷ്യൻ ആനന്ദൻ ചെല്ലുന്നത് മല്ലരുടെ ഗോത്രസഭ കൂടിക്കൊണ്ടിരുന്നപ്പോഴാണ്. അവരുടെ

തലവനെ തെരഞ്ഞെടുക്കാനാണ് സഭ കൂടിക്കൊണ്ടിരുന്നത്. തലവനെ അവർ രാജാവ് എന്നാണ് വിളിച്ചത്. ശാക്യരുടെ തലവൻ ശുദ്ധോദന നെയും രാജാവ് എന്നാണ് വിളിച്ചിരുന്നത്. ഇത് റോമൻ റിപ്പബ്ലിക്കിലെ കോൺസൽ പോലെയോ ഗ്രീക്ക് റിപ്പബ്ലിക്കിലെ ആർക്കൻ പോലെയോ ഉള്ള സ്ഥാനമായിരുന്നു" (Rhys Davids - *Buddhist India* page 13,14) രാജഭരണകൂടങ്ങൾ ഉയർന്നു വന്നതിനു പിന്നിൽ ഘോരയുദ്ധങ്ങളും ഗോത്രങ്ങളുടെ ഉന്മൂലനങ്ങളും നടന്നിട്ടുണ്ട്. രാഷ്ട്രീയവും സാമൂഹ്യ വുമായ ധ്രുതമാറ്റങ്ങൾ ജനമനസ്സുകളിൽ തീക്ഷ്ണമായ അസ്വസ്ഥത കൾ സൃഷ്ടിച്ചു. ദേബീപ്രസാദ് ചതോപാധ്യായ എഴുതി:

> ഈ നിർണ്ണായക ഘട്ടത്തിലാണ് എല്ലാ പ്രശ്നങ്ങൾക്കും പരി ഹാരം താൻ കണ്ടെത്തിയതെന്ന് പറഞ്ഞുകൊണ്ട് ബുദ്ധൻ രംഗത്തു വന്നത്. അദ്ദേഹം ജനങ്ങളോട് സംഘങ്ങളിൽ ചേരാൻ പറഞ്ഞു. സംഘങ്ങൾ ഗോത്രവർഗ്ഗങ്ങളുടെ ഗണാധിപത്യവ്യവ സ്ഥയുടെ മാതൃകയിലാണ് സംഘടിപ്പിക്കപ്പെട്ടിരുന്നത്. അപ്രത്യ ക്ഷമായിക്കൊണ്ടിരുന്ന ജീവിതസാഹചര്യങ്ങൾക്ക് അനുയോജ്യ മായ ബദലായിരുന്നു അവ. അത്ഭുതമെന്നു പറയട്ടെ, ഡി ഡി കോസാംബിയൊഴികെ ആധുനിക പണ്ഡിതന്മാരൊന്നും ബുദ്ധന്റെ കാലത്തെ ഈ ചരിത്രയാഥാർത്ഥ്യങ്ങൾക്കും ആദ്യകാല ബുദ്ധ മതത്തിൽ അതിന്റെ പ്രതിഫലനത്തിനും വേണ്ടത്ര പരിഗണന നൽകിയതായി കാണുന്നില്ല (*ലോകായത* പേജ് 468).

ഗോത്രങ്ങളുടെ ഗണാധിപത്യമാതൃകയിൽ സംഘടിപ്പിച്ച സംഘങ്ങളിൽ പുതിയ അംഗങ്ങളെ ചേർക്കുന്നതിന് ബുദ്ധൻ നിയമങ്ങളുണ്ടാക്കി. ഗോത്രങ്ങൾ അന്യഗോത്രങ്ങളിൽ പെട്ടവരെ ദത്തെടുക്കുന്നതിന് നടത്തി യിരുന്ന ചടങ്ങുകളെ അനുസ്മരിക്കുന്നവയാണ് ബുദ്ധന്റെ നിയമങ്ങൾ. പുതിയ അംഗത്തെ സംഘത്തിൽ ചേർക്കുന്നതിന് പരിഭജ്ജം (പരിവ്രജ്യം = പുറപ്പെടൽ), ഉപസമ്പാദം (എത്തിച്ചേരൽ) എന്നിങ്ങനെ രണ്ട് ചടങ്ങു കളുണ്ട്. ആദ്യജീവിതത്തിൽനിന്നും ഇറങ്ങിത്തിരിക്കലാണ് പരിവ്രജ്യം. ഇത് ചെറിയ ചടങ്ങാണ്. സംഘത്തിൽ എത്തിച്ചേരലാണ് ഉപസമ്പാദം. ഇത് സംഘത്തിലെ എല്ലാ ഭിക്ഷുക്കളും പങ്കെടുക്കുന്ന വലിയ ചടങ്ങാ ണ്. ഗോത്രത്തിന്റെ പൊതുസഭയിൽ തീരുമാനമെടുക്കുന്നതുപോലെ സംഘത്തിലെ എല്ലാ ഭിക്ഷുക്കളും ചേർന്ന് പുതിയ അംഗത്തിന് ഉപസ മ്പാദം നൽകാൻ തീരുമാനിക്കുന്നു. കെ പി ജയ്സ്വാൾ *Hindu Polity* എന്ന ഗ്രന്ഥത്തിൽ എഴുതി:

> ബുദ്ധൻ ഒരു ജനായത്തസംഘമായിരുന്ന (റിപ്പബ്ലിക്) ജനതയി ലാണ് ജനിച്ചത്. അദ്ദേഹത്തിനു ചുറ്റുമുണ്ടായിരുന്ന ജനതകളും ജനായത്തസംഘങ്ങളായിട്ടാണ് ജീവിച്ചിരുന്നത്. അദ്ദേഹം സ്ഥാപിച്ച സമൂഹത്തെ ഭിക്ഷുസംഘം (ഭിക്ഷുക്കളുടെ ജനായ ത്തസംഘം) എന്നാണ് വിളിച്ചത്. സംഘം രൂപവൽക്കരിക്കാൻ

അദ്ദേഹം മാതൃകയാക്കിയത് തന്റെ ഗുരുക്കന്മാരെയും സമകാലി കരായ മുനിമാരെയുമാണ് (K P Jayswal - *Hindu Polity* Vol. page 45).

ബുദ്ധന്റെ ഉദ്ബോധനങ്ങൾ ശിഷ്യർ നാലു നൂറ്റാണ്ടുകാലത്തോളം ഓർമ്മയിൽ സൂക്ഷിക്കുകയും വാമൊഴിയായി തലമുറകൾക്ക് കൈമാറുകയും ചെയ്തതിനുശേഷമാണ് വരമൊഴിയിലാക്കിയത്. ബുദ്ധൻ മരണമടഞ്ഞ വർഷം തന്നെ ശിഷ്യർ മഹാകശ്യപന്റെ നേതൃത്വത്തിൽ മഗധയുടെ തലസ്ഥാനമായ രാജഗൃഹത്തിനടുത്ത് സമ്മേളിച്ച് ബുദ്ധന്റെ ഉദ്ബോധനങ്ങൾ ഉരുവിട്ട് ക്രോഡീകരിച്ചു. ഉദ്ബോധനങ്ങളിലെ മതപരമായ ഉപദേശങ്ങളെ ധർമ്മം എന്നു വിളിച്ചു. ഇവയുടെ ക്രോഡീകൃത രൂപമാണ് *സൂത്തപിടകം*. ഭിക്ഷുക്കൾക്കുള്ള അച്ചടക്കനിയമങ്ങളാണ് *വിനയപിടക*ത്തിലുള്ളത്. ദാർശനികഭാഗമാണ് *അഭിധർമ്മപിടകം*. മൂന്നും ചേർന്നതാണ് *ത്രിപിടകം*.

ബുദ്ധൻ മരിച്ച് ഒരു നൂറ്റാണ്ടിനുശേഷം വൈശാലിയിലെ ഭിക്ഷുക്കളായ വജ്ജിപുത്രകർ ഭിക്ഷുക്കൾ അനുവർത്തിക്കേണ്ട നിയമങ്ങളിൽ മാറ്റം വരുത്തി. അതേച്ചൊല്ലിയുള്ള അഭിപ്രായഭേദം മൂർച്ഛിച്ച് ഭിക്ഷുസംഘം രണ്ടായി പിളർന്നു. മൗലികശാസനങ്ങളിൽ ഉറച്ചുനിന്ന ന്യൂനപക്ഷം സ്ഥവിരർ എന്നും ഭൂരിപക്ഷമായിരുന്ന മറുപക്ഷം മഹാസംഘികർ എന്നും അറിയപ്പെട്ടു. സ്ഥവിരർ ബുദ്ധന്റെ മനുഷ്യപ്രകൃതി അംഗീകരിക്കുകയും മാനുഷികമായ ദൗർബ്ബല്യങ്ങൾ ഉണ്ടായിരുന്നുവെന്ന് സമ്മതിക്കുകയും ചെയ്തു. ബുദ്ധന് ചില അതിമാനുഷഗുണങ്ങളുണ്ടായിരുന്നുവെന്നും അവർ വിശ്വസിച്ചു. സ്ഥവിരർ ബുദ്ധമതത്തിലെ ഹീനയാന വിഭാഗത്തിന്റെയും മഹാസാംഘികർ മഹായാനവിഭാഗത്തിന്റെയും പൂർവ്വികരാണ്. മഹാസാംഘികർ വിനയപിടകത്തിലും അതുവഴി ബുദ്ധസംഘത്തിലും ധാരാളം മാറ്റങ്ങൾ വരുത്തി. ഇവരുടെ വിശ്വാസമനുസരിച്ച് ബുദ്ധന്മാർ 'ലോകോത്തരർ' അതായത് അലൗകികർ ആണ്. അവർ ബാഹ്യമായി മാത്രമാണ് ലോകവുമായി ബന്ധപ്പെട്ടിരിക്കുന്നത്. മനുഷ്യർക്ക് കാണപ്പെടുന്ന ബുദ്ധന്റെ ശരീരം യഥാർത്ഥ ശരീരമല്ല. മഹാസാംഘികരുടെ ഈ സിദ്ധാന്തമാണ് പിൽക്കാലത്ത് മഹായാനബുദ്ധമതത്തിലെ ത്രികായ സിദ്ധാന്തമായി മാറിയത്. മനുഷ്യരെ മോചിപ്പിക്കാൻ ശ്രമിച്ച ശാക്യമുനിയെന്ന ചരിത്രപുരുഷനെ മൂന്നു രൂപങ്ങളിൽ ദർശിക്കാമെന്നാണ് മഹായാനബുദ്ധമതം പറയുന്നത്. ധർമ്മകായം, സംഭോഗകായം, നിർമ്മാണകായം എന്നിവയാണ് മൂന്നു രൂപങ്ങൾ. ധർമ്മകായം എല്ലാത്തിന്റെയും ഉത്ഭവസ്ഥാനമായ കേവലരൂപമാണ്. ഓം ശബ്ദത്താലാണ് ധർമ്മകായത്തെ ആഹ്വാനം ചെയ്യുക. സംഭോഗകായമാണ് ബുദ്ധന്റെ പ്രത്യക്ഷരൂപം. നിർമ്മാണകായം പ്രാതിഭാസികലോകമാണ്. പാലിഭാഷയിലെ ഗ്രന്ഥങ്ങളിൽ ഗൗതമബുദ്ധനുൾപ്പെടെ ഇരുപത്തിയെട്ട് ബുദ്ധന്മാരുണ്ടെന്ന് പറയുന്നു. മൈത്രേയൻ ഇനി വരാനുള്ള ബോധിസത്വനാണ്. മഹായാനബുദ്ധമതവിശ്വാസപ്രകാരം ബുദ്ധന്മാരുടെ എണ്ണം

അനിശ്ചിതമാണ്. ബോധിസത്വൻ എന്ന പദം തേരവാദികളും മഹായാനക്കാരും രണ്ടു വിധത്തിലാണ് വ്യാഖ്യാനിക്കുന്നത്. തേരവാദികളുടെ പാലി ഗ്രന്ഥങ്ങളിൽ ബുദ്ധനാകുന്നതിനു മുമ്പുള്ള രൂപത്തെയാണ് ബോധിസത്വൻ എന്ന പദം കൊണ്ടുദ്ദേശിച്ചിട്ടുള്ളത്. ബുദ്ധനാകാൻ പോകുന്ന ആളാണ് ബോധിസത്വൻ. സിദ്ധാർത്ഥ രാജകുമാരൻ തന്റെയും ജനങ്ങളുടെയും മോക്ഷത്തിനുള്ള മാർഗ്ഗമാണ് തേടിയത്. ഇനി വരാനുള്ള ബുദ്ധന്റെ ബോധിസത്വനാണ് മൈത്രേയൻ. മഹായാനക്കാർക്ക് ബോധിസത്വൻ ബുദ്ധനായതിനുശേഷമുള്ള രൂപമാണ്. തേരവാദികളും മഹാസാംഘികരും അനേകം തവണ വിഭജിക്കപ്പെട്ടു. ബുദ്ധന്റെ തത്വചിന്തകളും വിവിധവ്യാഖ്യാനങ്ങൾക്കു വിധേയമായി. ബുദ്ധനെ ദൈവമാക്കിയതും ബുദ്ധവിഗ്രഹങ്ങൾ ആരാധനാമൂർത്തികളാക്കിയതും മഹായാനക്കാരാണ്.

ബുദ്ധന്റെ നിർവ്വാണത്തിനുശേഷം രണ്ടു നൂറ്റാണ്ടുകാലം ഗംഗാസമതലങ്ങളിൽ ഉണ്ടായിരുന്ന പല സന്യാസിസംഘങ്ങളിൽ ഒന്നു മാത്രമായി ഒതുങ്ങിനിന്നു ബുദ്ധമതം. മഗധയിലും കോസലത്തിലും മാത്രമേ ബുദ്ധമതത്തിനു പ്രചാരമുണ്ടായിരുന്നുള്ളു. മഗധയിലെ മൗര്യവംശചക്രവർത്തി ബുദ്ധമതം സ്വീകരിച്ചതോടെയാണ് ബുദ്ധമതം പ്രചരിപ്പിക്കാനായി ബുദ്ധസംഘങ്ങളെ അയച്ചതും അതിന്റെ ഫലമായി അതൊരു ലോകമതമായി വളർന്നതും. അശോകനുശേഷം ബുദ്ധമതത്തെ വളർത്തിയത് മിലിന്ദൻ (ഗ്രീക്ക് വംശജനായ മിനാൻഡർ), കനിഷ്കൻ, ഹർഷൻ എന്നീ ചക്രവർത്തിമാരാണ്. പൊതുവർഷം 750 മുതൽ 1150 വരെ അധികാരത്തിലുണ്ടായിരുന്ന പാലിവംശരാജാക്കന്മാരും ബുദ്ധമതാനുയായികളായിരുന്നു. മതത്തിന്റെ വളർച്ചയോടൊപ്പം തന്നെ വിഭാഗീയതകളും വർദ്ധിച്ചു. ബുദ്ധന്റെ ദാർശനിക ഉദ്ബോധനങ്ങളും വിവിധവ്യാഖ്യാനങ്ങൾക്കു വിധേയമായി. പൊതുവർഷം രണ്ടാം നൂറ്റാണ്ടിൽ ജീവിച്ച നാഗാർജ്ജുനന്റെ ശൂന്യവാദം (മാധ്യമിക ദർശനം) പ്രത്യേക പരാമർശമർഹിക്കുന്നു. നാഗാർജ്ജുനന്റെ പല കൃതികളിൽ ഏറ്റവും പ്രധാനപ്പെട്ടതെന്ന് കണക്കാക്കപ്പെടുന്ന *മാധ്യമിക കാരിക*യിലാണ് ശൂന്യതാവാദം അവതരിപ്പിച്ചിട്ടുള്ളത്. അതുകൊണ്ടാണ് അതിനെ മാധ്യമിക ദർശനം എന്നു പറയുന്നത്. എല്ലാം പരസ്പരം ബന്ധപ്പെട്ടാണ് നിലനിൽക്കുന്നത്. ഒന്നിനും സ്വന്തവും സ്വതന്ത്രവുമായ അസ്തിത്വമില്ല. വ്യാവഹാരിക (സംവൃത്ത) സത്യത്തിന്റെ വീക്ഷണത്തിൽ മാത്രമേ വസ്തുക്കൾ നിലനിൽക്കുന്നുള്ളു. പാരമാർത്ഥികസത്യത്തിന്റെ ദൃഷ്ടിയിൽ എല്ലാം ശൂന്യമാണ്. ശൂന്യതയെന്നത് വിവരണാതീതമായ കേവലതത്ത്വമാണ്. നാഗാർജ്ജുനന്റെ ശൂന്യത ഉപനിഷദ് ദർശനങ്ങളിലെ നിർഗ്ഗുണ ബ്രഹ്മത്തിനു സമാനമാണ്. എട്ടു കാര്യങ്ങളുടെ നിഷേധങ്ങളിലൂടെയാണ് നാഗാർജ്ജുനൻ ബുദ്ധന്റെ പ്രതീത്യസമുൽപ്പാദത്തെ വിശദമാക്കുന്നത്. ഉത്ഭവവും തിരോഭാവവും, സ്ഥിരതയും അസ്ഥിരതയും, ഏകത്വവും നാനാത്വവും, ഗമനവും ആഗമനവും ഇല്ലാത്ത നിയമമാണ് പ്രതീത്യസമുൽപ്പാദമെന്ന് നാഗാർജ്ജുനൻ വാദിച്ചു. വ്യാവഹാ

രികലോകം മിഥ്യയാണെന്ന നാഗാർജ്ജുനന്റെ വാദങ്ങൾ വൈദികരായ ചിന്തകരെയും ആകർഷിച്ചു. ഉപനിഷദ് ദർശനങ്ങളുമായി നാഗാർജ്ജുനന്റെ ശൂന്യതാവാദത്തെ വിളക്കിച്ചേർത്താണ് ഗൗഡപാദരും ആദിശങ്കരനും അദ്വൈതസിദ്ധാന്തം രൂപപ്പെടുത്തിയതും ബുദ്ധമതത്തിനെതിരായ പ്രചണ്ഡമായ പ്രചാരണം നടത്തിയതും. ആക്രമണം ആശയതലത്തിൽ മാത്രമായിരുന്നില്ലെന്ന് പുരാവസ്തുഗവേഷകർ ഉൽഖനനം ചെയ്ത ബുദ്ധപ്രതിമകളിൽ കാണുന്ന 'മുറിവു'കൾ വ്യക്തമാക്കുന്നു.

ബുദ്ധ, ജൈന, ആജീവകമതങ്ങളും ശ്രമണമുനിമാരുടെ പ്രത്യയശാസ്ത്രങ്ങളും ഹിന്ദുമതത്തിലെ ചാതുർവർണ്യം, യജ്ഞസംസ്കാരം എന്നിവയ്ക്കെതിരെ ഉയർന്ന 'വിപ്ലവ' പ്രസ്ഥാനങ്ങളായിരുന്നുവെന്ന് ചില പണ്ഡിതന്മാർ അഭിപ്രായപ്പെടുന്നു. ബുദ്ധമതത്തിൽ ഉദാത്തമായ ആശയങ്ങളുണ്ടെന്ന് ഈ പണ്ഡിതന്മാർ സമ്മതിക്കുമ്പോൾ തന്നെ അവയെല്ലാം ഹിന്ദുമതത്തിൽ നിന്നും കടമെടുത്തവയാണെന്നാണ് അവരുടെ വാദം. എല്ലാ ഉദാത്താശയങ്ങളുടെയും ഉദ്ഭവവും തദ്ഭവവും സനാതനധർമ്മമായ ഹിന്ദുമതത്തിൽ നിന്നാണെന്ന് അവർ അവകാശപ്പെടുന്നു. സിദ്ധാന്തശാഠ്യക്കാർ തെളിവായി നിരത്തുന്നത് സ്വാമി വിവേകാനന്ദന്റെ വചനങ്ങളാണ്. ഹിന്ദുമതത്തിന്റെ ആധാരം സനാതനമായ, ആദിയും അന്തവുമില്ലാത്ത വേദങ്ങളാണെന്ന് സ്വാമി പറയുന്നു (*The Complete Works of Swami Vivekananda* Vol. i. pages 6, 448). "എല്ലാ മതങ്ങളുടെയും കാതൽ വേദങ്ങളിലാണുള്ളത്" (അതേ പുസ്തകം വാല്യം iii പുറം 182, 275). 'ഇന്ത്യയിലെ എല്ലാ തത്ത്വചിന്തകളും ആധാരമാക്കിയിട്ടുള്ളത് *ഉപനിഷത്തു*ക്കളാണ്. ഇന്ത്യയിലെ ചിന്തകളുടെ സ്വാധീനം പൈതഗോറസിന്റെയും സോക്രട്ടീസിന്റെയും പ്ലേറ്റോയുടെയും ചിന്തകളിൽ കാണാം' (അതേ പുസ്തകം വാല്യം iii പുറം 275, V 315). 'സംസ്കൃതം ദേവഭാഷയാണ്; അത് പരമാത്മാവിന്റെയും ദേവന്മാരുടെയും ഭാഷയാണ്. *ഉപനിഷത്തു*ക്കൾ ക്രിസ്തുവിന് മുമ്പ് ഏഴായിരത്തോളം വർഷം പഴക്കമുള്ളവയാണ്' (അതേ പുസ്തകം വാല്യം i പുറം 446).

സ്വാമി വിവേകാനന്ദന്റെ അഭിപ്രായത്തിൽ ബുദ്ധമതം ഹിന്ദുമതത്തിന്റെ ഒരു ശാഖയാണ്. 'ബുദ്ധമതം നമ്മളിൽ ഒരു വിഭാഗമാണ്' എന്നാണദ്ദേഹം പറഞ്ഞത് (അതേ പുസ്തകം വാല്യം iv പുറം 135). ബുദ്ധൻ വേദാന്തസന്യാസിമാരിലൊരാളായിരുന്നു. അദ്ദേഹം പുതിയൊരു പ്രസ്ഥാനം തുടങ്ങി; ഇന്ന് പല പ്രസ്ഥാനങ്ങളും ആരംഭിക്കുന്നപോലെ. ബുദ്ധാശയങ്ങൾ ബുദ്ധന്റേതല്ല, അതിലും പഴക്കമുള്ളതാണ്. ബുദ്ധൻ വേദോപനിഷത്തുക്കളിൽ നിന്നും ആശയങ്ങൾ ഉൾക്കൊണ്ടതാണെന്നും സ്വാമി പറയുന്നു. ക്രിസ്തുമതം ജൂതമതത്തിൽ നിന്നുത്ഭവിച്ചതുപോലെ ബുദ്ധമതം *വേദോപനിഷത്തു*കളിൽനിന്നും ഉത്ഭവിച്ചതാണ്. ബുദ്ധമതം ഹിന്ദുമതത്തിലെ നവോത്ഥാനപ്രസ്ഥാനമായിട്ടാണുത്ഭവിച്ചതെന്നും അദ്ദേഹം പറയുന്നു (അതേ പുസ്തകം വാല്യം iii പുറം 275). ഹിന്ദുമതത്തിലെ പൗരോഹിത്യാധീശത്വം, മൃഗങ്ങളെ കൂട്ടത്തോടെ കൊന്നൊടുക്കുന്ന യജ്ഞസംസ്കാരം, മനുഷ്യരുടെ മഹത്വം നിഷേധിച്ച ചാതുർ

വർണ്യം തുടങ്ങിയ ജീർണ്ണതകൾക്കെതിരെയുള്ള പരിഷ്കരണപ്രസ്ഥാനമായിരുന്നുവത്രെ ബുദ്ധമതം. പുരോഹിതവർഗ്ഗമായ ബ്രാഹ്മണരും ഭരണവർഗ്ഗമായ ക്ഷത്രിയരും തമ്മിലുള്ള പോരാട്ടത്തിന്റെ ഫലമായിട്ടാണ് ബുദ്ധമതമുണ്ടായതെന്നും അദ്ദേഹം പറയുന്നുണ്ട്.

*ഉപനിഷത്തുക്ക*ളിൽ ഊഹാധിഷ്ഠിതമായ ധാരാളം അമൂർത്ത ചിന്തകളുണ്ടെന്ന കാര്യത്തിൽ തർക്കമില്ല. പക്ഷേ, അതിൽ മനുഷ്യനു പൂർണ്ണത കൈവരിക്കാനുള്ള എല്ലാമുണ്ടെന്നും, വേദാന്തമാണ് സർവ്വമതങ്ങളുടെയും സത്തയെന്നും പറയുന്നത് ഏതൊരു മതവിശ്വാസിയും അവന്റെ മതത്തിന്റെ വേദഗ്രന്ഥത്തെക്കുറിച്ച് പറയുന്നതുപോലുള്ള അവകാശവാദം മാത്രമാണ്. മനുഷ്യന് കൈവരിക്കാവുന്ന എല്ലാ ജ്ഞാനവും *ഖുർആനി*ലുണ്ടെന്ന് മുസൽമാനും, *ബൈബിളി*ലുണ്ടെന്ന് ക്രിസ്ത്യാനിയും *തോറ*യിലുണ്ടെന്ന് ജൂതനും അവകാശപ്പെടാറുണ്ട്. *ഉപനിഷത്തു*ക്കൾക്ക് പൊതുവർഷത്തിനു മുമ്പ് ഏഴായിരം കൊല്ലത്തെ പഴക്കമുണ്ടെന്ന് പറയുന്നത് ചരിത്രപരമല്ല. ഹാരപ്പ, മോഹൻജദാരോ എന്നിവിടങ്ങളിലെ ഉൽഖനനങ്ങളുടെയും പുരാവസ്തു ഗവേഷണങ്ങളുടെയും ഫലങ്ങൾ പുറത്തു വരുന്നതിനു മുമ്പുള്ള ഊഹാധിഷ്ഠിതമായ പ്രഖ്യാപനമാണത്. ഈ പഠനങ്ങൾക്കു മുമ്പ് ഇന്ത്യയുടെ സംസ്കാരം ആര്യന്മാരിൽ നിന്നാരംഭിക്കുന്നുവെന്നായിരുന്നു പൊതുധാരണ. സൈന്ധവ നാഗരികത വികസിപ്പിച്ചത് അനാര്യവംശങ്ങളായിരുന്നുവെന്നും ആര്യന്മാരുടെ കുടിയേറ്റത്തിന് നൂറ്റാണ്ടുകൾക്കു മുമ്പുതന്നെ അത് വളർന്നു വികസിച്ചുവെന്നും ഉള്ള കാര്യങ്ങൾ ശാസ്ത്രീയമായി തെളിയിക്കപ്പെട്ടതാണ്. ആര്യന്മാരുടെ ആക്രമണം മൂലമാണ് സൈന്ധവനാഗരികത നശിച്ചതെന്ന് പുരാവസ്തു ഗവേഷണഫലങ്ങൾ പുറത്തുവന്ന കാലത്ത് ചരിത്രകാരന്മാർ തെറ്റായ നിഗമനങ്ങളിൽ എത്തിയിരുന്നു. മോഹൻജദാരോയിലും ഹാരപ്പയിലും ഉൽഖനനങ്ങൾ നടത്തിയ പുരാവസ്തുശാസ്ത്രജ്ഞൻ ജോൺ മാർഷൽ 1931 ൽ പ്രസിദ്ധപ്പെടുത്തിയ മൂന്നു വാള്യങ്ങളുള്ള *Mohanjodaro and Indus Civilization* എന്ന ഗ്രന്ഥത്തിൽ വേദങ്ങളിലെ പ്രധാന ദൈവമായ ഇന്ദ്രന് പുരന്ദരൻ എന്നുകൂടി പേരുള്ള കാര്യം ആര്യന്മാരുടേത് വെട്ടിപ്പിടുത്തങ്ങളായിരുന്നുവെന്ന് തെളിയിക്കുന്നു എന്ന തെറ്റായ ചില നിഗമനങ്ങളും ഉണ്ടായിരുന്നു. പുരന്ദരൻ എന്നാൽ പുരങ്ങൾ (കോട്ടനഗരങ്ങൾ) നശിപ്പിക്കുന്നവൻ എന്നാണർത്ഥം. ആര്യന്മാരുടേത് ആക്രമണപരമായ മുന്നേറ്റമായിരുന്നില്ലെന്നും നൂറ്റാണ്ടുകൾ നീണ്ടുനിന്ന വംശീയ കുടിയേറ്റങ്ങളായിരുന്നുവെന്നും ഇന്ന് പരക്കെ അംഗീകരിക്കപ്പെട്ട വസ്തുതയാണ്. കുടിയേറ്റത്തിൽ അങ്ങിങ്ങ് സംഘട്ടനങ്ങൾ നടന്നിരിക്കാമെന്നല്ലാതെ ആര്യന്മാർ സൈന്ധവ നിവാസികളെ കീഴടക്കി അവരുടെ ഇടങ്ങളിലേക്ക് കടന്നുകയറുകയായിരുന്നില്ല. സൈന്ധവ നാഗരികത തകർന്നതിന്റെ വസ്തുനിഷ്ഠകാരണങ്ങൾ ഇനിയും ശാസ്ത്രീയമായി തെളിയിക്കപ്പെടേണ്ടിയിരിക്കുന്നു.

പൊതുവർഷത്തിനു മുമ്പ് 1700 കളിലാണ് ആര്യന്മാരുടെ കുടിയേറ്റമാരംഭിച്ചതെന്ന് എല്ലാ ചരിത്രകാരന്മാരും ഇന്ന് അംഗീകരിച്ചിട്ടുണ്ട്.

ഇന്ത്യയിലേക്കുള്ള കുടിയേറ്റം ആരംഭിച്ച കാലത്ത് ആര്യന്മാർ ഇന്ത്യയിൽ നിലനിന്നിരുന്ന നാഗരികതയുടെ ഉടമകളായ ജനതകളേക്കാൾ സംസ്കാരത്തിന്റെ കാര്യത്തിൽ വളരെ പിന്നിലായിരുന്നു. ആര്യന്മാർ അന്ന് താരതമ്യേന അപരിഷ്കൃതരായ ഇടയരായിരുന്നു. കുടിയേറ്റത്തിന്റെ ഫലമായി ആര്യ, അനാര്യസംസ്കാരങ്ങളുടെ സങ്കലനം സ്വാഭാവികമായി നടന്നു. താരതമ്യേന അപരിഷ്കൃതരായവർ പരിഷ്കൃതരുടെ സംസ്കാരത്തിൽ നിന്നുമാണ് അംശങ്ങൾ ഉൾക്കൊള്ളുക. ഇതൊരു പ്രകൃതി നിയമമാണ്. കാരണം നാഗരിക സംസ്കാരങ്ങളിൽ മനുഷ്യർ കൂടുതൽ സുഖസൗകര്യങ്ങൾ അനുഭവിച്ചിരുന്നു. യൂറോപ്പിലെ ഗോത്രവർഗ്ഗങ്ങൾ റോമാസാമ്രാജ്യത്തെ കീഴടക്കിയെങ്കിലും ക്രിസ്തുമതം സ്വീകരിക്കുകയായിരുന്നു. കാരണം ഗോത്രവർഗ്ഗങ്ങളുടെ ആക്രമണകാലത്ത് റോമിന്റെ മതം ക്രിസ്തുമതം ആയിരുന്നു. ഹിന്ദുമതത്തിൽ ആര്യ, അനാര്യ സംസ്കാരങ്ങളുടെ അംശങ്ങൾ ഇഴചേർന്നു കിടക്കുകയാണ്. ചരിത്രകാരനായ ലാൽ മണി ജോഷി എഴുതുന്നു: "ജോൺ മാർഷൽ ഹിന്ദുമതത്തിലെ ധ്യാനം, യോഗം, തപസ്സ്, ശിവ ശക്തിപൂജകൾ എന്നിവയുടെ അനാര്യമായ ഉത്ഭവം തെളിവുകൾ സഹിതം വിവരിച്ചിട്ടുണ്ട്" (Lal Mani Joshi - *Discerning Buddha* - page 41). മതാചാരസംബന്ധമായ മുദ്രകൾ വിശദമായി പഠിച്ച നരവംശശാസ്ത്രജ്ഞൻ ഗോർഡൻ ചൈൽഡ് പറഞ്ഞു: "മതാചാരങ്ങളിലെ ആര്യപൂർവ്വ ഘടകങ്ങളെക്കുറിച്ച് വൈദികമതങ്ങൾക്കുശേഷം നിലവിൽ വന്ന ഹിന്ദുമതത്തിനും ആധുനിക ഹിന്ദുമതത്തിനും നന്നായറിയാം. പുരാതന വേദഗ്രന്ഥമായ *ഋഗ്വേദ*ത്തിൽ അവയുടെ പരാമർശങ്ങളൊന്നുമില്ല. *ഋഗ്വേദ*ത്തിലെ വിവരണങ്ങളുടെ ദൃശ്യങ്ങൾ സൈന്ധവനാഗരികതയുടെ ശേഷിപ്പുകളിൽ തിരയുന്നതും നിഷ്ഫലമായിരിക്കും" (Gordon Childe - *New Lights on the Most Ancient East* - page 185). *ഋഗ്വേദ*ത്തിന്റെ പശ്ചാത്തലം സൈന്ധവനാഗരികതയല്ല; എല്ലാ ഹിന്ദുമതാചാരങ്ങളുടെയും ഉത്ഭവം ഋഗ്വേദമല്ല. ഇതാണ് ഗോർഡൻ ചൈൽഡ് സാഹിത്യഭംഗിയോടെ പറഞ്ഞത്. ഈജിപ്തിലും യൂഫ്രട്ടീസ്-ടൈഗ്രീസ് തടങ്ങളിലും ഉൽഖനനങ്ങളും പുരാവസ്തുഗവേഷണങ്ങളും നടത്തിയ മോർട്ടിമർ വീലർ എഴുതി: "പിൽക്കാല ഹിന്ദുമതം ആര്യൻ വേഷമാണ് ധരിച്ചതെങ്കിലും അകത്ത് അനാര്യമായ ഹാരപ്പ മനോഭാവവും ബന്ധങ്ങളും നിലനിറുത്തി. സൈന്ധവമുദ്രകളിൽ വാമദേവന്റെയും വിജയശ്രീലാളിതനായി നടരാജനൃത്തം ചെയ്യുന്ന ശിവന്റെയും ആദിരൂപമായ പശുപതിയുടെ ആവർത്തനവും മൃഗങ്ങളോട് വിശേഷിച്ച് കാളകളോടുള്ള ആദരസൂചകങ്ങളും തെളിയിക്കുന്നത് അതാണ്" (Mortiner Wheeler - *The Indus Civilization* page 131) ചരിത്രപണ്ഡിതനായ പാർജിറ്ററുടെ അഭിപ്രായത്തിൽ ബ്രാഹ്മണമതം ആരംഭത്തിൽ അനാര്യമതമായിരുന്നു. പാർജിറ്റർ എഴുതി: "ആദിമബ്രാഹ്മണർ അനാര്യ ജനതകളുമായി ബന്ധപ്പെട്ടവരായിരുന്നു" (P E Pargiter - *Ancient Indian Historical Tradition* - Page 306). അദ്ദേഹം ബ്രാഹ്മണർ എന്നതുകൊണ്ടുദ്ദേശിച്ചത് പുരോഹി

തരെ ആയിരുന്നുവെന്ന് ലാൽ മണി ജോഷി ചൂണ്ടിക്കാട്ടുന്നു. ഡി ഡി കൊസാംബി എഴുതി:

> ആദ്യകാല ബ്രാഹ്മണരുടെ ഉൽപ്പത്തി ആര്യൻ പൗരോഹിത്യവും സൈന്ധവ സമൂഹത്തിലെ ഉന്നത പൗരോഹിത്യവും തമ്മിലുള്ള കൊള്ളക്കൊടുക്കലുകളുടെ ഫലമായി ഉയർന്നു വന്നതാണെന്ന് വിശ്വസിക്കാൻ മതിയായ കാരണങ്ങളുണ്ട്... അനാര്യബ്രാഹ്മണരെക്കുറിച്ചുള്ള തെളിവുകളും ലഭ്യമാണ്. അവരിൽ ചിലർ മാതാക്കളുടെ പേരിലാണ് അറിയപ്പെടുന്നത്... ബ്രാഹ്മണമതത്തിന്റെ മറ്റു സവിശേഷതകളും ആര്യപൂർവ്വസമൂഹത്തിൽ നിന്നും ആര്യന്മാർ പലതും സ്വീകരിച്ചതിനു തെളിവാണ്. ഉഷസ്സ് ദേവതയ്ക്ക് ഇരുപത്തിയൊന്ന് രഹസ്യനാമങ്ങളുള്ളത് അറിയാവുന്നത് പ്രത്യേക പുരോഹിതവർഗ്ഗത്തിനു മാത്രമാണ്. സൈന്ധവ മുദ്രകളിൽ കാണാവുന്ന പലതും പിൽക്കാലത്ത് താന്ത്രികമതത്തിൽ അവശേഷിക്കുന്നതും പുനർജ്ജനിക്കുന്നതും നാം കണ്ടുകഴിഞ്ഞു (ഡി ഡി കോസാംബി - *ഇന്ത്യാചരിത്രത്തിനൊരു മുഖവുര* - വിവർത്തനം പ്രൊഫ. വി കാർത്തികേയൻ നായർ, മൈത്രി ബുക്സ്, തിരുവനന്തപുരം പുറം 194, 195).

വേദങ്ങളിൽ ആദ്യത്തേതായ *ഋഗ്വേദം* പൊതുവർഷത്തിനുമുമ്പ് 1200 കളിൽ രൂപപ്പെട്ടതാണെന്ന് ചരിത്രകാരന്മാർ അഭിപ്രായപ്പെടുന്നു. വേദസംഹിതകൾ, ബ്രാഹ്മണങ്ങൾ. ആരണ്യകങ്ങൾ, ഉപനിഷത്തുകൾ, കൽപ്പസൂത്രങ്ങൾ എന്നിവയടങ്ങുന്ന വൈദികസാഹിത്യം രൂപം കൊണ്ടത് പൊതുവർഷത്തിനുമുമ്പ് 1200 മുതൽ 300 വരെയുള്ള നൂറ്റാണ്ടുകളിലാണെന്ന് പൊതുവെ അംഗീകരിക്കപ്പെട്ട കാര്യമാണ്. മതചരിത്രകാരനായ ലാൽ മണി ജോഷി എഴുതി: “ഏറ്റവും പഴയ ഉപനിഷത്തുകൾ അടിസ്ഥാന തത്ത്വങ്ങളിൽ വേദസംഹിതകളിൽ നിന്നും വ്യത്യസ്തങ്ങളാണ്. അവയിലെ ചില ആശയങ്ങൾ വൈദികാശയങ്ങൾക്ക് കടകവിരുദ്ധവും, അനാര്യ ആശയങ്ങളോടും സംസ്കാരത്തോടും യോജിക്കുന്നവയുമാണ്” (Lal Mani Joshi - *Discerning Buddha* - page 44). യോഗം, ധ്യാനം, കർമ്മം, സംസാരം, നിർവ്വാണം അഥവാ മോക്ഷം തുടങ്ങിയ സങ്കൽപ്പനങ്ങൾ ഇന്ത്യയിലെ ആര്യപൂർവ്വ സംസ്കാരത്തിന്റെ അംശങ്ങളാണ്. ഇവയെ മഹത്വവത്കരിച്ചതാണ് ഉപനിഷത്തുകളുടെ ഉദാത്തതയ്ക്ക് ആധാരം. ഉപനിഷത്തുക്കളെ ദർശിച്ച ഋഷിമാർ ഈ ആശയങ്ങൾ ബുദ്ധനും മഹാവീരനും മഖലി ഗോശാലനും ഉൾപ്പെടെയുള്ള ശ്രമണ മുനിമാരിൽ നിന്നു സ്വായത്തമാക്കിയതാണ്. ഇതു സംബന്ധിച്ച് ലാൽ മണി ജോഷി നടത്തിയ നിരീക്ഷണം ശ്രദ്ധേയമാണ്:

> ആര്യപൂർവ്വവും അനാര്യവുമായ ഹാരപ്പ സംസ്കാരത്തിൽ താപസന്മാരായ മുനിമാരുടെ സാന്നിധ്യം യോഗത്തിലും ധ്യാനത്തിലുമുള്ള കളിമൺ മുദ്രകളിലൂടെ വെളിവാക്കപ്പെടുന്നുണ്ട്. വൈദിക

> കാലഘട്ടത്തിലേക്കുള്ള അതിന്റെ തുടർച്ചയാണ് *ഋഗ്വേദ*ത്തിലെ ഒരു മുനിയെ വിവരിക്കുന്ന *കേശീസൂക്തം.* മറ്റുള്ള വൈദിക ഗ്രന്ഥങ്ങളിലും വൈദിക സമൂഹത്തിൽനിന്നും വേറിട്ട് ജീവിതം നയിച്ചിരുന്ന മുനിമാരെക്കുറിച്ച് പരാമർശിക്കുന്നുണ്ട്. വൈദികകാലത്ത് ജീവിച്ചിരുന്ന മുനിമാരായിരിക്കണം കപിലമുനിയും കൃഷ്ണദ്വൈപായനനും പാർശ്വനാഥനും. അനാര്യനും അവൈദികനുമായ മഹാതാപസന് കപിലമുനി പൊതുവർഷത്തിനുമുമ്പ് ഉദ്ദേശം ഒമ്പതാം നൂറ്റാണ്ടിലാണ് ജീവിച്ചിരുന്നത്. അദ്ദേഹം സാംഖ്യ-യോഗമതത്തിന്റെ സ്ഥാപകനോ സ്ഥാപകരിലോ ഒരാളാണ്. കൃഷ്ണദ്വൈപായനൻ അഥവാ വേദവ്യാസൻ ആര്യ അനാര്യപൈതൃകങ്ങളുടെ സംയോജനത്തിന്റെ ഉൽപ്പന്നമാണ്. അദ്ദേഹം പൗരാണിക ബ്രാഹ്മണീയ മതദർശനമായ ധർമ്മദർശനത്തിന്റെ സ്ഥാപകനാണ്. പാർശ്വനാഥൻ ജൈനമതസ്ഥാപകനായ മഹാവീരന്റെ മുൻഗാമിയാണ് (*Discerning of Buddha* page 44, 45).

മഹാവീരനു മുമ്പ് 23 തീർത്ഥങ്കരന്മാരുണ്ടായിരുന്നുവെന്ന് ജൈനപുരാണങ്ങളിലും ഗൗതമബുദ്ധന് മുമ്പ് ഇരുപത്തിയേഴ് ബോധിസത്വന്മാരുണ്ടായിരുന്നുവെന്ന് ബുദ്ധപുരാണങ്ങളിലും പറയുന്നു. പുരാണങ്ങൾക്ക് ചരിത്രപരമായ മൂല്യമൊന്നുമില്ല. പക്ഷെ ബുദ്ധ, ജൈനമതങ്ങളുടെ ഉത്ഭവം വേദങ്ങളിൽ നിന്നല്ലെന്നുള്ള കാര്യത്തിലേക്ക് ഈ പുരാണങ്ങൾ വിരൽ ചൂണ്ടുന്നു.

കപിലവസ്തുവിലെ ശാക്യർ, കുശിനാരയിലെ മല്ലർ, വൈശാലിയിലെ ലിച്ഛവികൾ തുടങ്ങിയ ഗോത്രങ്ങൾ വൈദികമതാനുയായികളായിരുന്നുവെന്ന് തെളിയിക്കുന്ന യാതൊരു ചരിത്രലേഖകളോ പുരാവസ്തുശേഷിപ്പുകളോ ഇന്നുവരെ ലഭിച്ചിട്ടില്ല. ബുദ്ധനും മഹാവീരനും ജനിച്ചു വളർന്ന രാഷ്ട്രീയ സാമൂഹ്യസാഹചര്യങ്ങളെക്കുറിച്ച് ദേബീപ്രസാദ് ചതോപാദ്ധ്യായ *ലോകായത* എന്ന ഗ്രന്ഥത്തിൽ വിവരിച്ച കാര്യങ്ങൾ മുമ്പ് പരാമർശിച്ചല്ലോ. ബുദ്ധന്റെ കാലത്ത് മഗധയിലും കോസലരാജ്യത്തും ബ്രാഹ്മണ പുരോഹിതരെക്കാൾ ജനസ്വാധീനം ശ്രമണമുനിമാർക്കായിരുന്നു. ശ്രമണമുനിമാരുടെ യുക്തിസഹമായ ചോദ്യങ്ങളും തർക്കങ്ങളും ബ്രാഹ്മണപുരോഹിതർക്ക് എപ്പോഴും നേരിടേണ്ടിവന്നു. ബുദ്ധനെ വൈദികമതപരിഷ്കർത്താവായി ചിത്രീകരിക്കുന്നത് ചരിത്രാവബോധമില്ലായ്മയാണ്. വൈദികമതത്തിലെ നവോത്ഥാനം ഉപനിഷത്തുക്കളിലൂടെയായിരുന്നു. ഉപനിഷദ് സൂക്തങ്ങൾ ദർശിച്ച ഋഷിമാർക്ക് പ്രചോദനവും ആശയങ്ങളും ലഭിച്ചത് ശ്രമണമുനിമാരിൽ നിന്നാണ്. ചരിത്രപരമായി നിലനിൽപ്പുള്ള ഈ വാദം ആദ്യം മുന്നോട്ടുവച്ചത് ചരിത്ര പണ്ഡിതനായ ജി സി പാണ്ഡെ 1957 ൽ പ്രസിദ്ധപ്പെടുത്തിയ *Studies in the Origins of Buddhism* എന്ന ഗ്രന്ഥത്തിലാണ്. അതിനുശേഷം ഡി ഡി കോസാംബി, എഫ് ഇ പാർജിറ്റർ, ദേബീപ്രസാദ് ചതോപാധ്യായ, ലാൽ മണി ജോഷി തുടങ്ങിയ പണ്ഡിതന്മാരും നിരവധി ചരിത്രപരമായ തെളിവുകൾ അവതരിപ്പിച്ചിട്ടുണ്ട്.

9

ഹിന്ദുമതം

പുരാതന ഇന്ത്യയിൽ ഹിന്ദുമതം എന്നൊരു മതമില്ലായിരുന്നു. മദ്ധ്യകാലഘട്ടത്തിൽ ഇന്ത്യൻ ഭാഷകൾ അറബി, പേർഷ്യൻ ഭാഷകളിൽനിന്നും കടമെടുത്ത പദമാണ് 'ഹിന്ദു'. സിന്ധു എന്ന പദം പേർഷ്യൻഭാഷയിൽ എഴുതുന്നതും ഉച്ചരിക്കുന്നതും ഹിന്ദു എന്നാണ്. ഗ്രീക്കുകാർ 'ഇന്ത്യ' എന്നും എഴുതിപ്പോന്നു. പൊതുവർഷം 600 വരെ ജൈനമതക്കാരും ബുദ്ധമതക്കാരും അല്ലാത്ത മതവിഭാഗങ്ങളെ ഒന്നാകെ ഉൾപ്പെടുത്തിക്കൊണ്ട് പറയാൻ സംസ്കൃതത്തിലോ ഇതര ഇന്ത്യൻ ഭാഷകളിലോ ഒരു പദമില്ലായിരുന്നെന്ന് ചരിത്രകാരനായ ഇർഫാൻ ഹബീബ് പറയുന്നു (Kabir, *The Historical Setting* - in *Religion in Indian History* - Edited by Irfan Habib page 143). അശോകചക്രവർത്തി ശിലാശാസനങ്ങളിൽ തന്റെ സാമ്രാജ്യത്തിനകത്തുള്ള മതവിഭാഗങ്ങളെ സൂചിപ്പിക്കാനായി ബ്രാഹ്മണർ, ശ്രമണർ എന്നീ പദങ്ങളാണ് ഉപയോഗിച്ചിട്ടുള്ളത്. ബ്രാഹ്മണരുടെ പൗരോഹിത്യത്തിൽ മതപരമായ ചടങ്ങുകൾ നടത്തുകയും ആചാരങ്ങൾ അനുഷ്ഠിക്കുകയും ചെയ്തിരുന്ന വിവിധ വിഭാഗങ്ങളെയാണ് ബ്രാഹ്മണർ എന്ന പദംകൊണ്ട് അശോകചക്രവർത്തി ഉദ്ദേശിച്ചതെന്ന് ചരിത്രകാരന്മാർ ചൂണ്ടിക്കാട്ടുന്നു. ബ്രാഹ്മണർ ഇന്ത്യയിലെ പല മതവിഭാഗങ്ങളിൽ ഒന്നു മാത്രമായിരുന്നു. വ്യത്യസ്ത മതവിഭാഗങ്ങളായ ബുദ്ധരും ജൈനരും അടങ്ങുന്നതാണ് ശ്രമണർ അഥവാ ശമണർ.

'ഹിന്ദു' പദം മസ്ദാമതക്കാരുടെ പേർഷ്യൻ ഭാഷയിലുള്ള വേദപുസ്തകമായ *അവസ്ത*യിലാണ് ആദ്യമായി പ്രത്യക്ഷപ്പെടുന്നത്. *അവസ്ത*യിലെ 'ഹപ്ത ഹിന്ദു' എന്ന പ്രയോഗം *ഋഗ്വേദ*ത്തിലെ സപ്ത സിന്ധു എന്ന പദത്തിനു തുല്യമാണെന്ന് ഡൽഹി സർവ്വകലാശാലയിലെ

ചരിത്ര പ്രൊഫസറായിരുന്ന ദ്വിജേന്ദ്ര നാരായൻ ഝാ പറയുന്നു. പേർഷ്യക്കാരുടെ മസ്ദാമതത്തിലെ ദൈവമായ അഹുര മസ്ദാ സൃഷ്ടിച്ച പതിനാറ് ദേശങ്ങളിൽ ഒന്നാണ് ഹപ്ത ഹിന്ദു. മതപരമായ അർത്ഥത്തിലല്ല ഭൂമിശാസ്ത്രപരമായ അർത്ഥത്തിലാണ് *അവസ്ത*യിൽ ഹിന്ദു എന്ന പദം ഉപയോഗിച്ചതെന്ന് ഇതിൽനിന്നു വ്യക്തമാകുന്നു. പൗരാണിക മുസ്ലീം ചരിത്രകാരന്മാർ സിന്ധുപ്രദേശത്ത് അധിവസിച്ചിരുന്ന അമുസ്ലീം വിഭാഗങ്ങളെ സൂചിപ്പിക്കാനായി ഉപയോഗിച്ചത് 'ബർഹിമത്ത് - ശമനിയാത്ത്' (ബ്രാഹ്മണരും ശമണരും) എന്ന സംയുക്തപദമാണെന്ന് പ്രൊഫസർ ഝാ പറയുന്നു. അറബികളും പേർഷ്യക്കാരും ഹിന്ദു എന്ന പദം ഉപയോഗിച്ചത് ഭൂമിശാസ്ത്രപരമായാണ്; മതപരമായ അർത്ഥത്തിലല്ല. മതപരമായ അർത്ഥത്തിൽ ഹിന്ദു എന്ന പദം ആദ്യമായി ഉപയോഗിച്ചത് പൊതുവർഷം 1030 ൽ അൽ ബറൂണിയാണ് (Dwijendra Narayan Jha - *Constructing the Hindu Identity* - in *Religion in Indian History* page 216).

ഇന്ത്യയിൽ ആദിമകാലം മുതലേ നിലനിന്നിരുന്ന അനാര്യസംസ്കൃതിയുടെ അംശങ്ങളും ഇന്ത്യയിലേക്ക് കുടിയേറിയ ആര്യന്മാരുടെ വൈദികമതങ്ങളും കൂടിച്ചേർന്നുണ്ടായ മതങ്ങളുടെ സമാഹൃതരൂപമാണ് ഇന്നത്തെ ഹിന്ദുമതവും അനുബന്ധമായ ജാതിവ്യവസ്ഥയും. അനാര്യസംസ്കാരവും നാഗരികതയും വളർന്നു വികസിച്ചത് കൃഷിയെ ആശ്രയിച്ചു ജീവിച്ച ജനസമൂഹങ്ങളിലാണ്. ഇന്ത്യയിലേക്ക് കുടിയേറുമ്പോൾ ആര്യന്മാർ കാലിവളർത്തലിനെ ഉപജീവിച്ച് കഴിഞ്ഞിരുന്ന ഇടയ വംശമായിരുന്നു (pastural tribes). സംസ്കാരത്തിന്റെ പരിണാമപന്ഥാവിൽ കാർഷികസമൂഹങ്ങൾ ഇടയവംശങ്ങളേക്കാൾ ഏറെ മുമ്പിലാണ് നീങ്ങിയത്. സ്വാഭാവികമായും ഇന്ത്യയിലേക്ക് വന്ന ആര്യന്മാർ തദ്ദേശവാസികളെക്കാൾ സാംസ്കാരികമായി ഏറെ പിന്നിലായിരുന്നു. ഇന്ത്യയിൽ സ്ഥിരവാസമുറപ്പിക്കുന്നതിനു മുമ്പ് ഇടയഗോത്രങ്ങളായി ജീവിച്ച ആര്യന്മാരുടെ പ്രാകൃതാവസ്ഥ അവരുടെ മതസാഹിത്യമായ വേദസംഹിതകൾ അഭിവ്യഞ്ജിപ്പിക്കുന്നുണ്ട്. വേദങ്ങളുടെ അവസാനഭാഗമായ വേദാന്തത്തിൽ (ഉപനിഷത്തുക്കൾ) മാത്രമാണ് ബ്രഹ്മവിശ്വാസവും അനുസിദ്ധമായ മായാവാദവും മറ്റു തത്ത്വചിന്തകളും പ്രത്യക്ഷപ്പെടുന്നത്. ആര്യചിന്തയിലുണ്ടായ ഈ വികാസത്തിനു പ്രചോദനമായത് ശ്രമണമുനിമാരുമായുള്ള സമ്പർക്കങ്ങളും ആശയവിനിമയങ്ങളുമാണെന്ന് ജി സി പാണ്ഡെ, ഡി ഡി കോസാംബി, എഫി ഇ പാർജിറ്റർ, ദേബീപ്രസാദ് ചതോപാധ്യായ ലാൽ മണി ജോഷി തുടങ്ങിയ പണ്ഡിതന്മാർ ചൂണ്ടിക്കാണിച്ചത് മുൻ അദ്ധ്യായത്തിൽ സൂചിപ്പിച്ചല്ലോ.

ഉപനിഷത്തുക്കളിൽ കാണുന്ന ഊഹാധിഷ്ഠിതമായ ചിന്തകളുടെ അടിസ്ഥാനത്തിൽ രൂപംകൊണ്ട അമൂർത്താശയങ്ങൾ ചൂണ്ടിക്കാണിച്ച് അതിന് ഹിമാലയപർവ്വതത്തോളം ഔന്നത്യമുണ്ടെന്ന് ആത്മീയവാദികൾ അവകാശപ്പെടുന്നു. ഡോ: സുകുമാർ അഴീക്കോടിന്റെ *തത്ത്വമസി*

ആരംഭിക്കുന്നത് ഇങ്ങനെയാണ്: "ഇന്ത്യയുടെ തത്ത്വജ്ഞാനത്തിന്റെ ഉയർന്ന കൊടുമുടിയാണ് *ഉപനിഷത്ത്*; ലോകചിന്തയിലാകട്ടെ ആത്മീയാനുഭൂതിയുടെ അത്യുന്നതമായ ആദിശൃംഗവും. അതിനാൽ ഉപനിഷത്തെന്ന് കേൾക്കുമ്പോൾ, അറിയുന്നവരുടെ മനസ്സിൽ, പർവ്വതരാജനായ ഹിമാലയത്തിന്റെ ചിത്രം താനെ ഉയർന്നുവരുന്നു. വ്യോമം ഭേദിച്ച ഹിമാലയത്തിന്റെ താഴ്‌വരകളിൽനിന്നും സമതലങ്ങളിൽ നിന്നുമാണ് ഈ രണ്ടാം ഹിമാലയം ഉണ്ടായത്. എങ്കിലും അതുയർന്നുയർന്നു 'പരമവ്യോമം' വരെ ചെന്നുമുട്ടിയപ്പോൾ, ഹിമാലയത്തേക്കാൾ എത്രയോ മഹത്വമാർന്ന ഒരു കാവൽക്കാരനെ ഭാരതത്തിന് കിട്ടി" (*തത്ത്വമസി* പുറം 23). സ്വാമി വിവേകാനന്ദന്റെ വചനങ്ങൾ ഇതിനു മുമ്പുള്ള അധ്യായത്തിൽ ഉദ്ധരിച്ചു ചേർത്തത് ഓർക്കുമല്ലോ. അതേ കാര്യങ്ങൾ തന്നെയാണ് വീണ്ടും വീണ്ടും ആത്മീയവാദികൾ പറഞ്ഞുകൊണ്ടിരിക്കുന്നത്. *ഉപനിഷത്തു*ക്കളെ ഹിമാലയത്തോളം ഉയർത്തിയത് പിൽക്കാല വ്യാഖ്യാതാക്കളുടെ വാഗ്വിലാസങ്ങളാണ്. ഉപനിഷത്തുക്കൾ എല്ലാം ചേർന്ന് ഏകരൂപമായ ചിന്താധാരയാകുന്നുവെന്ന മിഥ്യയാണ് അനുവാചകന്റെ മനസ്സിൽ വ്യാഖ്യാതാക്കൾ സൃഷ്ടിക്കുന്നത്.

*ഉപനിഷത്ത്*സൂക്തങ്ങൾ ദർശിച്ച ഋഷിമാർക്ക് തങ്ങളുടെ ദർശനസിദ്ധിക്കായി ദ്വിമുഖസമരങ്ങളാണ് നടത്തേണ്ടി വന്നതെന്ന് ദേബീപ്രസാദ് ചതോപാധ്യായ ചൂണ്ടിക്കാട്ടുന്നു.

> ഒന്നാമത്തെ സമരം വൈദിക സംസ്കാരത്തിന് പുറത്തുള്ളവരും വൈദികപാരമ്പര്യങ്ങൾക്ക് വിരുദ്ധരുമായ ചിന്തകരുടെ ഭൗതികവാദത്തിന് എതിരെയുള്ളതായിരുന്നു. കാർഷികമായ മാന്ത്രികചിന്തകളിൽ വേരൂന്നി പ്രച്ഛന്നമായി നിന്നിരുന്ന ഈ ഭൗതികവാദം സാംഖ്യതത്വചിന്തയുടെ രൂപത്തിൽ പ്രത്യക്ഷീഭവിച്ചു. ആദിമരായ ആത്മീയവാദികൾ തത്വചിന്തയിൽ തങ്ങളുടെ ആദ്യത്തെ ശത്രു സാംഖ്യത്തിലെ പ്രധാനവാദം ആണെന്ന് കണ്ടു. രണ്ടാമതായി, ആശയവാദത്തിന്റെ വികസനം ഒരു തരത്തിലുള്ള ആഭ്യന്തര സമരമാണെന്നും ഋഷികൾ മനസ്സിലാക്കി. തങ്ങളുടെതന്നെ പാരമ്പര്യത്തിന്റെ ഭാഗവും നൈസർഗ്ഗികവുമായ പ്രാകൃത ഭൗതികവാദത്തിൽ (proto materialism) നിന്ന് ആദ്യം മുക്തി നേടേണ്ടിയിരുന്നു. ഇടയവംശങ്ങളുടെ പിതൃദായ പാരമ്പര്യത്തിൽ സ്വതഃസിദ്ധമായുണ്ടായിരുന്ന പ്രാചീനവും പ്രാകൃതവുമായ ഈ ഭൗതികവാദത്തിന് കാർഷികസമൂഹങ്ങളുടെ മാതൃദായ ജീവിതരീതികളിൽ നിന്നുത്ഭവിച്ച പ്രധാന പ്രകൃതി സിദ്ധാന്തങ്ങളുടെ രൂപം പ്രാപിക്കാൻ കഴിഞ്ഞില്ല. എങ്കിലും ഭൗതികചിന്തകളെന്ന നിലയിൽ രണ്ടിനും സാമ്യമുണ്ടായിരുന്നു (*Lokayata* - page 527, 528).

വൈദികസാഹിത്യത്തിന്റെ ഉത്ഭവവും വളർച്ചയും നൂറ്റാണ്ടുകൾ നീണ്ടുനിന്ന തുടർ പ്രക്രിയയാണ്. അതിന്റെ ആരംഭത്തിൽ രൂപപ്പെട്ട

*ഋഗ്വേദ*ത്തിൽ ജീവിതസംബന്ധിയായ പ്രാകൃത ഭൗതിക ചിന്തകളായിരുന്നുവെങ്കിൽ അന്ത്യത്തിൽ ആവിർഭവിച്ച *ഉപനിഷത്തു*ക്കളിൽ ആത്മീയ ചിന്തകളുടെ മായക്കാഴ്ചകൾ പ്രത്യക്ഷപ്പെട്ടു. എങ്കിലും വേദസംഹിതകളിലെ ജീവിതഗന്ധിയായ ഭൗതികചിന്തകളുടെ ശേഷിപ്പുകൾ പ്രഭാവത്തോടെ *ഉപനിഷത്തു*ക്കളിൽ നിലനിൽക്കുന്നുണ്ട്. ആര്യവംശത്തിന്റെ ചിന്താപ്രക്രിയയുടെ പരിണാമദശകളാണ് വേദസംഹിതകൾ, ബ്രാഹ്മണങ്ങൾ, ആരണ്യകങ്ങൾ, *ഉപനിഷത്തു*ക്കൾ എന്നീ വേദവൃക്ഷശാഖകൾ. അവ ചിന്തകളെ മാത്രമല്ല, ചിന്തകൾക്ക് രൂപംകൊടുത്ത ഭൗതിക ജീവിതത്തിന്റെ മൂർത്ത സാഹചര്യങ്ങളെയും വ്യംഗ്യമായി അവതരിപ്പിക്കുന്നുണ്ട്. ആര്യന്മാർ വർഗ്ഗരഹിത ഗോത്രവ്യവസ്ഥയിൽനിന്നും ക്രമാനുഗതമായി വർഗ്ഗവിഭക്ത ഫ്യൂഡൽ സമൂഹത്തിലേക്ക് പരിണമിക്കുന്നതിന്റെ ചിത്രങ്ങൾ വേദസൂക്തങ്ങളിൽ നിഴലിക്കുന്നുണ്ട്. ആര്യന്മാർക്കിടയിലെ വർഗ്ഗവിഭക്ത സമൂഹത്തിന്റെ വളർച്ചയും വേദാന്തത്തിലെ ആത്മീയ ചിന്തകളും കാര്യകാരണബന്ധിതമാണ്.

ആരംഭഘട്ടത്തിൽ ആര്യന്മാർ പശുവളർത്തലാണ് ഉപജീവനമായി സ്വീകരിച്ചതെന്ന് സൂചിപ്പിക്കുന്ന പല പദങ്ങളും സൂക്തങ്ങളും *ഋഗ്വേദ*ത്തിൽ കാണാൻ കഴിയും. 'ഗോ' എന്ന സംസ്കൃതപദത്തിന് പുരാതനകാലത്ത് പൃഥ്വി, അന്നം, അതിഥി എന്നൊക്കെ അർത്ഥമുണ്ടായിരുന്നതായി പണ്ഡിതന്മാർ ചൂണ്ടിക്കാണിക്കുന്നു. ആര്യന്മാരുടെ സർവസ്വവും പശുവായിരുന്നു എന്ന വസ്തുതയാണ് ഇത് സൂചിപ്പിക്കുന്നത്. *ഋഗ്വേദസൂക്ത*ങ്ങൾ ഉരുവിട്ട ഋഷിമാർക്ക് 'ഗോ' എന്ന വാക്ക് പലതിനെയും സൂചിപ്പിക്കുന്ന വിധത്തിൽ ഉപയോഗിക്കാൻ കഴിഞ്ഞത് അതുകൊണ്ടാണ്. ഒരു സൂക്തത്തിൽ എല്ലാ ദേവന്മാരും ഗോജാതരാണെന്നുപോലും പറഞ്ഞു. തങ്ങൾ വളർത്തുന്ന മൃഗത്തെ എല്ലാറ്റിനുമുപരിയായി കാണുന്നത് ഇടയഗോത്രങ്ങളുടെ പൊതുസ്വഭാവമാണെന്ന് ആധുനിക യുഗത്തിൽ കാലിവളർത്തൽ ഉപജീവനമായി സ്വീകരിച്ച ആദിവാസികളുടെ ജീവിതരീതികൾ പഠിച്ച നരവംശശാസ്ത്രജ്ഞർ പറയുന്നു. അവരുടെ പാട്ടുകളിലും പ്രാർത്ഥനകളിലും കഥകളിലും അവരുടെ വളർത്തുമൃഗത്തിന് പ്രാധാന്യം കൊടുക്കുന്നു. ആര്യന്മാരുടെ *ഋഗ്വേദ*ത്തിലും കാണുന്നതതാണ്. ആര്യന്മാർക്കിടയിലെ കലഹങ്ങൾക്ക് പ്രധാന കാരണം അന്യഗോത്രങ്ങളുടെ പശുക്കളെ സ്വന്തമാക്കാനുള്ള ത്വരയായിരുന്നു. അതുകൊണ്ടാണ് 'ഗവിഷ്ഠി' എന്ന സംസ്കൃതപദത്തിന് യുദ്ധകൗതുകം, യുദ്ധം എന്നൊക്കെ അർത്ഥം സിദ്ധിച്ചത്. മനുഷ്യന്റെ ഉപജീവനവൃത്തികൾ അവന്റെ ഭാഷയെ സ്വാധീനിക്കുമെന്നുള്ളത് പൊതുതത്ത്വമാണ്. ഗോത്രം എന്ന പദം ഉത്ഭവിച്ചതും പശുവിൽനിന്നു തന്നെയാണ്. ആര്യവംശം സംഘടിച്ചിരുന്നത് പശുക്കൂട്ടങ്ങളെ കേന്ദ്രീകരിച്ചായിരുന്നുവെന്ന് ഈ പദം സൂചിപ്പിക്കുന്നു. ഋഗ്വേദകാലഘട്ടത്തിൽ ആര്യന്മാർ അവരുടെ ഗോശാലകളുടെ പേരിലും ഗോശാലകൾ ഗോത്രങ്ങളുടെ പേരിലും ആണ് അറിയപ്പെട്ടിരുന്നത്. അന്യവംശങ്ങളുടെ ഗോശാലകൾ

പിടിച്ചെടുക്കാൻ സഹായിച്ച ഇന്ദ്രൻ വരുണനെ പിന്നിലാക്കി അവരുടെ പ്രധാന ദേവനായി. ആര്യന്മാർ ആക്രാമകത പ്രകടിപ്പിക്കുകയും സാമ്പത്തികാടിത്തറ യുദ്ധങ്ങളിലൂടെ വികസിപ്പിക്കുകയും ചെയ്ത ഘട്ടത്തിലാണ് ഇന്ദ്രൻ ദേവകുലത്തിൽ പ്രധാനിയാകുന്നത്. അതിനുമുമ്പ് വരുണനായിരുന്നു പ്രാധാന്യം (*ലോകായത* പുറം 604).

ആര്യവംശത്തിന്റെ പ്രാകൃതാവസ്ഥ വെളിവാക്കുന്ന മറ്റൊരുകാര്യം അവരുടെ ദേവന്മാരുടെ പെരുമാറ്റ രീതികളാണ്. ദേവന്മാർ സാധാരണ ജനങ്ങളെപ്പോലെ തന്നെയായിരുന്നു പെരുമാറിയിരുന്നത്. ആദിമജനതകളുടെ ദൈവങ്ങളുടെ പൊതുസ്വഭാവമാണിത്. ആധുനികയുഗത്തിലെ ആദിവാസികളുടെയും ദൈവങ്ങൾ അവരോടൊപ്പം അവരുടെ സുഖദുഃഖങ്ങൾ പങ്കിട്ടാണ് കഴിഞ്ഞുകൂടുന്നത്. ദൈവങ്ങൾക്കും മനുഷ്യരുടെ തന്നെ രൂപമാണെന്ന് സങ്കൽപ്പിച്ചിരുന്നു. ഇതാണ് ദൈവവിശ്വാസത്തിലെ മനുഷ്യത്വാരോപഘട്ടം (Anthropomorphism). വേദസംഹിതകളുടെ കാലത്ത് ആര്യന്മാർ ദൈവവിശ്വാസത്തിന്റെ കാര്യത്തിൽ മനുഷ്യത്വാരോപഘട്ടത്തിലേ എത്തിയിരുന്നുള്ളു. ഇന്ദ്രനെ സംബോധന ചെയ്തിരുന്നത് 'നരം' (മനുഷ്യാ!) എന്നാണ്. ഇന്ദ്രൻ ആര്യന്മാരുടെ ആഗ്രഹങ്ങൾ നിവർത്തിക്കുന്നു. അഗ്നിയാകട്ടെ 'നൃവത്സഖാവായ സഭാവാൻ' (സഭയിലെ മനുഷ്യരുടെ സുഹൃത്തായ അംഗം) ആയിരുന്നു. ഇന്ദ്രനും അഗ്നിക്കും ഋഷിമാരായ കണ്വൻ, അത്രി, മനു എന്നിവരെ നേരിട്ടറിയാം. ഋഷിമാർ പ്രതിഭാശാലികളും ദേവലോകത്ത് സ്ഥാനമുള്ളവരുമായിരുന്നു. അവർ ദേവന്മാരോടൊപ്പമിരുന്ന് മന്ത്രങ്ങൾ ഉരുവിട്ടാണ് ഉഷസ്സിനെ ആവാഹിക്കാറ്. ഒരു *ഋഗ്വേദസൂക്ത*ത്തിൽ ഇന്ദ്രൻ മനുഷ്യരുടെ സഹായത്താൽ ശത്രുസംഹാരം നടത്തിയതായി പറയുന്നുണ്ട്. മനുഷ്യരായി ജീവിച്ചു മരിച്ചതിനുശേഷം മരുത്തുക്കളായി ഉയർത്തപ്പെട്ടവരെയാണ് മനുഷ്യർ എന്ന് വിവക്ഷിച്ചതെന്നാണ് സായണന്റെ ഭാഷ്യം. ആര്യന്മാരുടെ ദൈവങ്ങൾ ജൂതരുടെ യഹോവയെപോലെയും ക്രിസ്ത്യാനികളുടെ യേശുക്രിസ്തുവിനെപോലെയും ജീവിച്ചിരുന്ന ഗോത്രത്തലവന്മാരായിരുന്നുവെന്ന് ഋഗ്വേദസൂക്തങ്ങൾ സൂചിപ്പിക്കുന്നു. ആര്യന്മാരുടെ ദൈവങ്ങളുടെ പ്രധാന ചുമതല മനുഷ്യരുടെ ജീവിതത്തിലെ പ്രധാനപ്രശ്നങ്ങൾക്ക് പരിഹാരം കാണുക മാത്രമായിരുന്നു. അതിലപ്പുറം ആത്മീയതയുടെ ഔന്നത്യങ്ങളിലേക്ക് അവരുടെ ഭാവനകൾ പറന്നുയർന്നിരുന്നില്ല. *വേദസൂക്ത*ങ്ങൾക്ക് ഉദാത്തതയും നിഗൂഢതയും ആത്മീയതയും ചാർത്തിക്കൊടുത്തത് പിൽക്കാല വ്യാഖ്യാതാക്കളാണ്.

ഒ എം സി നാരായണൻ നമ്പൂതിരിപ്പാടിന്റെ *ഋഗ്വേദം ഭാഷാഭാഷ്യ*ത്തിന് ഡോ: കെ കുഞ്ചുണ്ണി രാജാ എഴുതിയ അവതാരികയിൽ ഇങ്ങനെ പറയുന്നു:

> ജീവിതം ദുഃഖമയമാണെന്നും അതുപേക്ഷിച്ചു സന്യാസം സ്വീകരിച്ചു മോക്ഷം നേടണമെന്നും ഉള്ള വിശ്വാസം *ഋഗ്വേദ*ത്തിൽ ഒരിടത്തും കാണുകയില്ല. ഈശ്വരന്റെ വിവിധ പ്രതിഭാസങ്ങളായ

> പ്രാപഞ്ചിക വസ്തുക്കളൊന്നുംതന്നെ ധിക്കരിക്കേണ്ടവയോ തിരസ്കരിക്കേണ്ടവയോ അല്ല. സർവ്വത്ര ഈശ്വരചൈതന്യം പ്രത്യക്ഷമായിക്കണ്ട് ഓരോരോ പേരിൽ സ്തുതിക്കുന്നവരാണ് വൈദിക കവികൾ. സുവർണ്ണമയവും രത്നഖചിതവുമായ രഥങ്ങളിൽക്കയറിവരുന്ന ദേവന്മാരെ സ്തോത്രംകൊണ്ടു സന്തോഷിപ്പിക്കുകയും അവരുടെ അനുഗ്രഹംകൊണ്ടു സിദ്ധിക്കുന്ന ലൗകിക സുഖം ആഗ്രഹിക്കുകയും ചെയ്യുന്നവരാണവർ. വീരന്മാരായ പുത്രന്മാരുണ്ടാകണം, വിദ്വത്സദസ്സുകളിൽ സംസാരിക്കാൻ കഴിവുണ്ടാകണം, പശു, സ്വർണ്ണം മുതലായ സമ്പത്തുണ്ടാകണം, അരോഗദൃഢഗാത്രന്മാരായിരിക്കണം, നൂറു സംവത്സരം സുഖമായി ജീവിക്കണം, ശത്രുക്കൾ യുദ്ധത്തിനു വന്നാൽ അവരെ തോൽപ്പിക്കാൻ കഴിയണം ഇതെല്ലാമായിരുന്നു ഋഗ്വേദകവികളുടെ ആഗ്രഹം... ഒരുതരം സകാമഭക്തിയെന്ന് ഈശ്വരന്മാരോടുള്ള അവരുടെ മനോഭാവത്തെപ്പറ്റി പറയാം.

ദേബീപ്രസാദ് ചതോപാധ്യായ എഴുതി:

> ഭൗതികമൂല്യങ്ങളെക്കുറിച്ച് ഗാഢമായി ചിന്തിച്ചിരുന്ന ഋഷികൾ അവയുമായി ബന്ധപ്പെട്ട ദേവന്മാരെയല്ലാതെ മറ്റേതെങ്കിലും ദേവന്മാരെ അറിയുകയോ പുകഴ്ത്തുകയോ ചെയ്തതായി കാണുന്നില്ല. ഋഷിമാരിൽ ആത്മീയത ആരോപിക്കുന്നവർക്കായി വാക്കുകളുടെ അർത്ഥങ്ങളിൽ വന്ന മാറ്റങ്ങളെക്കുറിച്ച് മുന്നറിയിപ്പ് കൊടുക്കേണ്ടതുണ്ട്. പഴയവാക്ക് പുതിയ സാഹചര്യത്തിൽ പുതിയ പ്രതിഭാസത്തെ സ്പഷ്ടമാക്കാൻ ഉപയോഗിക്കാറുണ്ട്. *ഋഗ്വേദ*ത്തിന്റെ അന്തഃസത്ത ആത്മീയതയാണെന്ന വാദത്തിനു പിന്നിൽ ഇത്തരമൊരു ആശയക്കുഴപ്പമാണ്. ഭൗതികമായ കാര്യങ്ങൾ വ്യക്തമാക്കാൻ ഉപയോഗിച്ചിരുന്ന അനേകം പദങ്ങൾ പിൽക്കാലത്ത് ആത്മീയതത്ത്വങ്ങൾ വിശദമാക്കാൻ അർത്ഥഭേദങ്ങളോടെ സംസ്കൃതത്തിൽ നിലനിറുത്തിയിട്ടുണ്ട്. ചുരുക്കത്തിൽ പദങ്ങളുടെ അർത്ഥങ്ങൾ വിപരീതദിശയിലേക്ക് പോയിട്ടുണ്ട്. ഇക്കാര്യം ഏറ്റവും എളുപ്പത്തിൽ മനസ്സിലാക്കാൻ പറ്റിയ വാക്ക് ഭഗവാൻ ആണ്. ഇന്നത്തെക്കാലത്ത് ദൈവം എന്ന അർത്ഥത്തിൽ ഏറ്റവും കൂടുതൽ ഉപയോഗിക്കുന്ന വാക്കാണിത്. ഭഗ എന്ന പദം സംസ്കൃതത്തിൽ ഭൗതികസമ്പത്ത് അല്ലെങ്കിൽ അതിന്റെ ഒരു ഭാഗം എന്ന അർത്ഥത്തിലാണ് ഉപയോഗിച്ചിരുന്നത്. ഭഗവാൻ എന്ന പദത്തിന് സമ്പത്തുള്ളവൻ എന്നോ സമ്പത്തിന്റെ ഒരു ഭാഗത്തിന് അർഹതയുള്ളവൻ എന്നോ ആയിരുന്നു അർത്ഥം. ഈശ്വരൻ എന്ന വാക്കാണ് മറ്റൊരു ഉദാഹരണം. *ഋഗ്വേദ* ഋഷിമാർ ഈ വാക്ക് ഈ അർത്ഥത്തിലല്ല ഉപയോഗിച്ചത്. നിഘണ്ടുവിൽ ഈ പദത്തിന് നാല് പര്യായങ്ങൾ പറഞ്ഞിട്ടുണ്ട്. രാഷ്ട്രി, ആര്യൻ,

> നിയുത്വാൻ, ഇനൈൻ. ഈ നാല് പദങ്ങളും ഭൗതികസമ്പത്തിന്റെ വർദ്ധനവിനെ സൂചിപ്പിക്കുന്നവയാണ് (*ലോകായത* പുറം 553).

ആര്യന്മാർക്ക് അനേകം ദൈവങ്ങളുണ്ടായിരുന്നു. ഋഗ്വേദസൂക്തങ്ങളിൽ അവരെ സ്തുതിക്കുകയും അവരോട് ആവശ്യങ്ങൾ ഉന്നയിക്കുകയും ചെയ്യുന്നു. ഇന്ദ്രനാണ് പ്രധാന സ്ഥാനം. മിന്നൽപ്പിണർ ഇന്ദ്രന്റെ ആയുധമാണ്. സോമരസം കുടിച്ച് മത്തനാകാൻ ഇന്ദ്രന് വളരെ ഇഷ്ടമാണ്. അന്നത്തെ മദ്യമാണ് സോമരസം. ഇന്ന് ആദിവാസികളും ദളിതരും തങ്ങളുടെ ദൈവങ്ങൾക്ക് കള്ളും ചാരായവും കൊടുക്കുന്ന കാര്യം ഓർക്കുമല്ലോ. ഇന്ദ്രൻ പല അസുരന്മാരെയും കൊന്നു. മനുഷ്യരും ദസ്യുക്കളും തമ്മിലുള്ള യുദ്ധത്തിൽ ഇന്ദ്രൻ മനുഷ്യരെയാണ് സഹായിച്ചത്. ഇന്ദ്രൻ കഴിഞ്ഞാൽ അഗ്നിക്കാണ് പ്രാധാന്യം. യജ്ഞത്തിൽ ഹവിസ്സ് സ്വീകരിച്ച് ദേവന്മാർക്കെത്തിക്കുന്നത് അഗ്നിയാണ്. യമൻ പരലോകത്തിലെ രാജാവാണ്. മരണത്തിനുശേഷം പരലോകത്തെത്തുന്നവരെ സ്വീകരിക്കുന്നത് യമനാണ്. പേർഷ്യയിലെ മസ്ദാമതക്കാർക്കും പരലോക സങ്കൽപ്പമുള്ള കാര്യം മുമ്പ് സൂചിപ്പിച്ചല്ലോ. മിത്രനും വരുണനും മരുത്തുക്കൾ, സൂര്യൻ, സവിതാവ്, ഉഷസ്സ്, രാത്രി, വായു, വിഷ്ണു, പൂസാൻ (ഇടയന്മാരുടെ വഴികാട്ടി), സോമൻ, അശ്വനികൾ, മരുത്തുക്കൾ, വിശ്വദേവർ, എട്ടു വസുക്കൾ, പന്ത്രണ്ട് ആദിത്യർ, വസിഷ്ഠൻ, ബ്രഹസ്പതി, ഭഗം, ഋതം തുടങ്ങി അനേകം ദൈവങ്ങളെ സ്തുതിക്കാനാണ് *ഋഗ്വേദ സൂക്ത*ങ്ങൾ കവികളായ ഋഷിമാർ രൂപപ്പെടുത്തിയത്.

വരുണന്റെ കാര്യം പ്രത്യേകം പരാമർശിക്കേണ്ടതുണ്ട്. വരുണൻ സർവ്വശക്തനും സർവ്വജ്ഞാനിയും സർവ്വവ്യാപിയും കരുണാമയനുമായ ദൈവമാണ്. വരുണൻ *ഉപനിഷത്തു*ക്കളിലെ ബ്രഹ്മത്തിന്റെ ആദിരൂപമാണ്. വരുണൻ സർവ്വലോകങ്ങളുടെയും നിയന്താവാണ്, ഭൂമിയുടെയും സ്വർഗ്ഗത്തിന്റെയും നാഥനുമാണ്. വരുണനാണ് ഭൂമിയിലും സ്വർഗ്ഗത്തിലും ധർമ്മവും നീതിയും പരിപാലിക്കുന്നത്. ഒരു സൂക്തത്തിൽ വരുണൻ സ്വർഗ്ഗത്തിൽ വേരൂന്നി നിന്ന് ഭൂമിയിൽ ശാഖകൾ പന്തലിക്കുന്ന ഒരു വൃക്ഷത്തെ സംരക്ഷിക്കുന്നതായി പറയുന്നുണ്ട്. മസ്ദാമതക്കാരുടെ *അവസ്ത*യിലും ഒരു സ്വർഗ്ഗീയവൃക്ഷമുണ്ട്. മിത്രനും വരുണനും കൂടിയാണ് ലോകത്തിന്റെ ധർമ്മനീതി പാലിക്കുന്ന ഋതത്തെ നിയന്ത്രിക്കുന്നത്. ഋതത്തിന്റെ ഗതി നിയന്ത്രിക്കുന്ന വരുണൻ മഴ പെയ്യിക്കുകയും നദികൾ നിറഞ്ഞൊഴുക്കുകയും ചെയ്തുകൊണ്ട് മനുഷ്യരുടെ സമ്പത്ത് വർദ്ധിപ്പിക്കുന്നു. യജ്ഞങ്ങളിൽ മൃഗങ്ങളെ എത്തിക്കുന്നു. പ്രകൃതിയുടെ മുന്നോട്ടുള്ള ഗതിയെ നിയന്ത്രിക്കുന്നത് വരുണനും മിത്രനും കൂടിയാണ്. വരുണന് ഈ ശക്തി കൈവന്നത് ഋതത്തെ ശരിക്കറിഞ്ഞതുകൊണ്ടാണ്. വരുണന് ഋതവാൻ എന്നും പേരുണ്ട്. മറ്റു ദേവന്മാർക്കും ഋതത്തെ അറിയാമെങ്കിലും ഋതത്തിന്റെ നിയന്താവ് വരുണനാണ്. ഋതം ഋതുക്കളുടെ കാരണഭൂതൻ മാത്രമല്ല. മനുഷ്യബന്ധങ്ങളുടെയാകെ ഗതി ഋതത്തെ ആശ്രയിച്ചാണിരിക്കുന്നത്. പ്രാപഞ്ചികനീതിയുടെയും (Cosmic Justice)

ധാർമ്മിക നീതിയുടെയും (Moral Justice) നിലനിൽപ്പും ഗതിയും ഋത ത്തിലാണ്. പ്രകൃതിയിൽ നിന്നാണ് മനുഷ്യൻ നീതിയുടെയും ധർമ്മ ത്തിന്റെയും പാഠങ്ങൾ ഉൾക്കൊണ്ടതെന്ന് *ഋഗ്വേദ*ത്തിലെ ഋതസങ്കൽപ്പം വ്യക്തമാക്കുന്നു. വർഗ്ഗവിഭക്തസമൂഹമായി വികസിക്കുന്നതിനു മുമ്പ് ഗോത്രങ്ങളായി സംഘടിപ്പിക്കപ്പെട്ടിരുന്ന മനുഷ്യ,സമൂഹങ്ങളെ നയിച്ചി രുന്നത് പ്രകൃതിയിലെ പ്രാപഞ്ചികനീതി എന്ന സങ്കൽപ്പമാണ്. ഋതത്തെ അറിഞ്ഞതിനാൽ സർവ്വജ്ഞാനിയായ വരുണനെ എല്ലാവർക്കും ഭയമാ യിരുന്നു. ഇങ്ങനെയൊക്കെയാണെങ്കിലും *ഋഗ്വേദ*ത്തിൽ വരുണനേക്കാൾ ഇന്ദ്രന് പ്രാധാന്യം ലഭിക്കാനുള്ള കാരണത്തെക്കുറിച്ച് പല പണ്ഡിത ന്മാരും ചിന്തിച്ചിട്ടുണ്ട്. ചില പണ്ഡിതന്മാർ ഈ ചോദ്യത്തിന് വസ്തു നിഷ്ഠമായ ഉത്തരം കണ്ടെത്തി. എ ബി കീത്ത് എന്ന പണ്ഡിതന്റെ നിരീക്ഷണം ശ്രദ്ധേയമാണ്. അദ്ദേഹത്തിന്റെ അഭിപ്രായത്തിൽ *ഋഗ്വേദ*ത്തിലെ വരുണനും മസ്ദാമതത്തിന്റെ വേദഗ്രന്ഥമായ *അവസ്ത*യിലെ അഹുരനും വളരെയധികം സാമ്യമുണ്ട്. *ഋഗ്വേദ*വും *അവസ്ത*യും ഒരേ വംശത്തിന്റെ മനസ്സുകളിൽ നിന്നുത്ഭവിച്ചവയാണെന്ന് ഈ വസ്തുതകൾ തെളിയിക്കുന്നു. ആര്യന്മാർ ഇന്ത്യൻ ഉപഭൂഖണ്ഡ ത്തിലേക്ക് കുടിയേറിയതോടെ ജീവിതസാഹചര്യങ്ങളിൽ മാറ്റമുണ്ടാകു കയും ദൈവങ്ങളുടെ സ്ഥാനങ്ങളിൽ മാറ്റം വരികയും ചെയ്തു. കീത്ത് എഴുതി: " അസുരൻ എന്ന അഭിധാനം കൂടിയുള്ള വരുണനെ അഹുര മസ്ദയുടെ രൂപത്തിൽനിന്നു വേർപെടുത്തുക സാദ്ധ്യമല്ല. പിൽക്കാല സംഹിതകളിൽ അസുരന്മാർ ദേവന്മാരുടെ ശത്രുക്കളായിത്തീർന്നു. അഹു രനെപ്പോലെ വരുണനും വിശുദ്ധനീതിയായ ഋതത്തിന്റെ പ്രഭുവാണ്. *അവസ്ത*യിൽ ഋതത്തിനു തുല്യമായ പദം 'അസ'യാണ്. *ഋഗ്വേദ*ത്തിൽ വരുണനും മിത്രനും ഒരുമിച്ചപോലെ *അവസ്ത*യിൽ അഹുരയും മിത്രനും ഒരുമിക്കുന്നു. വരുണന്റെയും അഹുരന്റെയും ധാർമ്മികൗന്ന ത്യവും സൂചിപ്പിക്കുന്നത് രണ്ടുപേരുടെയും ഒരേ സ്ഥാനത്തുനിന്നുള്ള ഉത്ഭവമാണ്. ഇന്ത്യയിൽ വന്നതോടെ വരുണന്റെ ധാർമ്മികൗന്നത്യം ക്രമേണ അപ്രത്യക്ഷമാകുന്നു. ധാർമ്മികൗന്നത്യം നിലനിറുത്താനുള്ള സാഹചര്യം ഇല്ലാതായപ്പോൾ ധാർമ്മികഗുണങ്ങൾ ആവിയായിപ്പോയി. സൊറസ്ട്രിയൻ മതത്തിൽ അഹുരന്റെ പ്രാധാന്യം ക്രമേണ വർദ്ധിച്ച് മറ്റെല്ലാ ദേവന്മാരുടെയും ഗുണങ്ങൾ ആഗിരണം ചെയ്ത് ഏകദൈവമാ യിത്തീർന്നത് വിശദീകരിക്കാൻ ഈ സിദ്ധാന്തം ഉതകുന്നുണ്ട്" (A B Keith - *Religion and Philosophy of the Veda and Upanishads* page 33). ജൂതർ പ്രവാസകാലത്ത് പേർഷ്യക്കാരുമായുള്ള സമ്പർക്ക ത്തിന്റെ ഫലമായി ഏകദൈവവിശ്വാസത്തിലെത്തിയ കാര്യം മുമ്പ് പ്രതി പാദിച്ചത് ഓർക്കുമല്ലോ.

ആര്യന്മാർ ഇന്ത്യയിലേക്ക് കുടിയേറിയപ്പോൾ തദ്ദേശവാസികളിൽ നിന്നുള്ള എതിർപ്പുകൾ നേരിടേണ്ടിവന്നു. ആരംഭത്തിൽ സംഘർഷ നിർഭരമായിരുന്നു കുടിയേറ്റം. സ്വാഭാവികമായും യുദ്ധകുതുകിയായ

ഇന്ദ്രന് പ്രാധാന്യം സിദ്ധിക്കുകയും ധാർമ്മികനീതിയുടെ പ്രഭുവായ വരുണൻ പിന്തള്ളപ്പെടുകയും ചെയ്തു. കുതിരകളും രഥങ്ങളുമുണ്ടായിരുന്ന ആര്യന്മാർക്ക് തദ്ദേശവാസികളുടെ മേൽ ആധിപത്യം സ്ഥാപിക്കാൻ കഴിഞ്ഞു. സിന്ധുതടങ്ങളിലും സമതലങ്ങളിലും വാസമുറപ്പിച്ച ആര്യന്മാർ സംസ്കാരത്തിൽ മുന്നിൽ നിന്നിരുന്ന തദ്ദേശവാസികളിൽനിന്നും പലതും ഉൾക്കൊണ്ടു. *ഋഗ്വേദം* രൂപംകൊണ്ടത് നൂറ്റാണ്ടുകൾ നീണ്ടുനിന്ന പ്രക്രിയയിലൂടെയാണ്. ഈ കാലയളവിൽ ആര്യന്മാരുടെ ജീവിതസാഹചര്യങ്ങളിലും രീതികളിലും മാറ്റങ്ങൾ ഉണ്ടായി. വർഗ്ഗരഹിത ഗോത്രസമൂഹവ്യവസ്ഥയിൽനിന്ന് ക്രമേണ വർഗ്ഗസമൂഹത്തിലേക്കും ഫ്യൂഡൽ വ്യവസ്ഥിതിയിലേക്കും പരിണമിക്കുന്നതിന്റെ ചിത്രം വേദസംഹിതകളിൽ കാണാം.

വർഗ്ഗരഹിത ഗോത്രങ്ങളിൽ നിന്നും വർഗ്ഗവിഭക്ത സമൂഹങ്ങൾ ഉത്ഭവിക്കുന്നതിനെക്കുറിച്ച് എംഗൽസ് എഴുതി:

> പ്രകൃതിയുടെ ശ്രേഷ്ഠശക്തി ഏർപ്പെടുത്തിയത് എന്നു കരുതി വ്യക്തികൾ മനോഭാവത്തിലും ചിന്തയിലും പ്രവൃത്തിയും പൂർണ്ണ മേധാവിത്വം പ്രകടിപ്പിച്ചിരുന്ന ഗോത്രവ്യവസ്ഥയും അതിന്റെ സ്ഥാപനങ്ങളും പവിത്രങ്ങളായി നിലനിന്നിരുന്നു. ഈ കാലഘട്ടത്തിലെ ജനതകൾ മാർക്സ് പറഞ്ഞതുപോലെ ആദിമസമൂഹത്തിന്റെ ശക്തി തകർക്കേണ്ടതുണ്ടായിരുന്നു; അത് തകർക്കുകയും ചെയ്തു. അധഃപതനമായും പഴയ മതനിരപേക്ഷ സമൂഹത്തിന്റെ ധാർമ്മികൗന്നത്യത്തിൽ നിന്നുള്ള തരംതാഴലായും നമുക്ക് തോന്നുന്ന തരത്തിലുള്ള മാറ്റങ്ങളുടെ ഫലമായാണ് ആ ശക്തി തകർക്കപ്പെട്ടത്. ഏറ്റവും താഴ്ന്ന തരത്തിലുള്ള താൽപ്പര്യങ്ങൾ - അധമമായ ദുരാഗ്രഹം, വന്യമായ ഭോഗാസക്തി, മലീമസമായ പണക്കൊതി, പൊതുമുതൽ കൊള്ളയടിക്കാനുള്ള സ്വാർത്ഥത - പുതിയ സമൂഹത്തിലേക്ക് കടന്നു വരുന്നു (Frederic Engels - *Origin of the Family, Private Property and the State* page 258).

പിൽക്കാല വേദസൂക്തങ്ങളിൽ ധാർമ്മികൗന്നത്യമുണ്ടായിരുന്ന ഋതത്തിന്റെ പ്രഭുവായ വരുണൻ ദുരാഗ്രഹിയായ ദേവനായി മാറുന്നത് കാണാം. ഐതരേയ ബ്രാഹ്മണത്തിലെ ശുനശ്ശേഫന്റെ കഥ അതാണ് തെളിയിക്കുന്നത്. ഹരിശ്ചന്ദ്രൻ നൂറു ഭാര്യമാരുള്ള രാജാവായിരുന്നു. രാജാവിന് പുത്രനുണ്ടായില്ല. പുത്രനുണ്ടായിരിക്കുന്നതാണ് ഉത്തമമെന്ന് നാരദൻ ഉപദേശിച്ചു (ഇടയഗോത്രങ്ങളിൽ മക്കത്തായമാണ് നിലനിന്നിരുന്നത്). ഹരിശ്ചന്ദ്രൻ വരുണനെ സമീപിച്ചു. തനിക്കൊരു പുത്രനുണ്ടായാൽ പുത്രനെ വരുണനുള്ള യജ്ഞത്തിൽ ബലിയർപ്പിക്കാമെന്ന് പറഞ്ഞു. വരുണൻ അനുഗ്രഹിച്ചു. ഹരിശ്ചന്ദ്രന് രോഹിതൻ എന്ന പുത്രൻ ജനിച്ച ഉടനെ വരുണൻ പ്രത്യക്ഷപ്പെട്ട് യജ്ഞം നടത്തണമെന്ന്

ആവശ്യപ്പെട്ടു. പുത്രന് പത്തു ദിവസമെങ്കിലും പ്രായമാകട്ടെ എന്ന് ഹരിശ്ചന്ദ്രൻ പറഞ്ഞപ്പോൾ വരുണൻ സമ്മതിച്ചു. കൃത്യം പത്താംദിവസം തന്നെ വരുണൻ പ്രത്യക്ഷപ്പെട്ട് പ്രതിഫലമായ യജ്ഞം ആവശ്യപ്പെട്ടു. രോഹിതന് പല്ലുമുളയ്ക്കട്ടെ, പല്ല് പറിഞ്ഞ് വീണ്ടും പല്ല് മുളയ്ക്കട്ടെ, പ്രായപൂർത്തിയാകട്ടെ എന്നൊക്കപ്പറഞ്ഞ് ഹരിശ്ചന്ദ്രൻ യജ്ഞം നീട്ടിക്കൊണ്ടുപോയി. രോഹിതന് പ്രായപൂർത്തിയായപ്പോൾ പടച്ചട്ടയണിയിച്ച് വനത്തിലേക്ക് വിട്ടു. പ്രതിഫലമായ യജ്ഞം നടത്താത്തതിന് പകപോക്കലായി വരുണൻ ഹരിശ്ചന്ദ്രന് മഹോദരം വരുത്തി. പിതാവിന്റെ രോഗവിവരമറിഞ്ഞ് യജ്ഞത്തിൽ ബലിയാകാൻ തയ്യാറായി രോഹിതൻ രാജധാനിയിൽ തിരിച്ചെത്തി. ഇന്ദ്രൻ അയാളെ വനത്തിലേക്കുതന്നെ തിരിച്ചയച്ചു. ഹരിശ്ചന്ദ്രൻ വീണ്ടും രോഗശയ്യയിലായി. രോഹിതൻ വനത്തിലലയുമ്പോൾ അജിഗർത്തൻ എന്നൊരാളെ കണ്ടുമുട്ടി. അയാൾക്ക് ശുനഃപുച്ഛൻ, ശുനഃശേഫൻ, ശുനോലാംഗുലൻ എന്നിങ്ങനെ മൂന്നു പുത്രന്മാരുണ്ടായിരുന്നു. തനിക്ക് ഒരു പുത്രനെ തരണമെന്ന് പറഞ്ഞപ്പോൾ അയാൾ നൂറു പണത്തിന് രണ്ടാമത്തെ പുത്രനായ ശുനശ്ശേഫനെ കൊടുത്തു. ശുനശ്ശേഫനെയും കൂട്ടി രോഹിതൻ രാജധാനിയിൽ വന്ന് രാജസൂയ യജ്ഞത്തിനുള്ള ഒരുക്കങ്ങൾ ചെയ്തു. തനിക്കു പകരം ശുനശ്ശേഫനെ ബലികൊടുക്കാൻ രോഹിതൻ അച്ഛനോടു പറഞ്ഞു. ശുനശ്ശേഫനെ ബലിക്കല്ലിൽ ബന്ധിച്ചപ്പോൾ തനിക്ക് ദേവന്മാരോട് അഭ്യർത്ഥന നടത്താനുണ്ടെന്നുള്ള ശുനശ്ശേഫന്റെ അപേക്ഷ സ്വീകരിച്ചു. ശുനശ്ശേഫൻ പ്രജാപതി, അഗ്നി, സവിതാവ്, വരുണൻ, ഇന്ദ്രൻ, അശ്വനികൾ, ഉഷസ്സ് തുടങ്ങി എല്ലാ ദേവന്മാരോടും തന്നെ മുക്തനാക്കണമെന്ന് പ്രാർത്ഥിച്ചു. ദേവന്മാർ ശുനശ്ശേഫനെ മുക്തനാക്കി. ഹരിശ്ചന്ദ്രന്റെ രോഗവും മാറി. ശുനശ്ശേഫൻ തന്നെ മുക്തനാക്കുന്നതോടൊപ്പം തങ്ങളെ അനൃതത്തിൽ (ഋതത്തിന്റെ) നിന്നു രക്ഷിക്കണമെന്നും പ്രാർത്ഥിച്ചു. പുതിയ വർഗ്ഗവിഭക്ത സാമൂഹ്യവ്യവസ്ഥയുടെ ജീർണ്ണതയാണ് ശുനശ്ശേഫന്റെ കഥയിൽ പ്രത്യക്ഷമാകുന്നത്. ബ്രാഹ്മണങ്ങളുടെ കാലത്ത് ആര്യന്മാർക്കിടയിൽ നരബലിയും അടിമക്കച്ചവടവും ഉണ്ടായിരുന്നതായും ശുനശ്ശേഫന്റെ കഥ സൂചിപ്പിക്കുന്നു. നരബലി ഇടയവംശങ്ങളുടെ ഇടയിൽ സാധാരണമാണെന്ന് പല നരവംശശാസ്ത്രജ്ഞരും ചൂണ്ടിക്കാണിച്ചിട്ടുണ്ട്.

വരുണൻ പിന്തള്ളപ്പെട്ടതോടൊപ്പം തന്നെ ഋതത്തിന്റെ ഔന്നത്യം അവസാനിക്കുകയും കർമ്മം രംഗത്ത് വരികയും ചെയ്തു. കർമ്മനിയമമനുസരിച്ചാണ് മനുഷ്യന്റെ ജന്മമുൾപ്പെടെയുള്ള ഗതി നിർണ്ണയിക്കുന്നതെന്ന് വന്നു. നിലവിൽ വന്നുകഴിഞ്ഞ വർഗ്ഗവിഭക്ത സമൂഹത്തെ, ചാതുർവർണ്യത്തെ നിലനിറുത്തുന്നതായിരുന്നു കർമ്മത്തിന്റെ നിയമം. ചാതുർവർണ്യവ്യവസ്ഥയ്ക്ക് ധർമ്മസാധുത നൽകിയത് ഏറ്റവും ആദ്യം രൂപപ്പെട്ട *ഛന്ദോഗ്യോപനിഷത്താണ്.* ഉൽക്കൃഷ്ടകർമ്മം ചെയ്തവൻ ബ്രാഹ്മണസ്ത്രീയുടെയോ ക്ഷത്രിയസ്ത്രീയുടെയോ ഗർഭത്തിൽ

പുനർജ്ജന്മം കൊള്ളുമെന്നും നികൃഷ്ടർ ചണ്ഡാലിയുടെയോ പട്ടിയുടെയോ പന്നിയുടെയോ നാറുന്ന ഗർഭത്തിലായിരിക്കും പുനർജ്ജന്മം കൊള്ളുകയെന്നും ആദ്യമായി പ്രഖ്യാപിച്ചത് *ഛന്ദഗ്യോപനിഷ*ത്താണ്. തുടർന്നങ്ങോട്ട് വൈദികമതങ്ങളുടെ തത്ത്വങ്ങളിൽ കർമ്മസിദ്ധാന്തവും സാമൂഹ്യവ്യവസ്ഥയിൽ ചാതുർവർണ്യവും ആധിപത്യം പുലർത്തി.

ഭൗതികപ്രപഞ്ചം ബ്രഹ്മത്തിൽ നിന്നാവിർഭവിക്കുന്നു അതിൽത്തന്നെ സ്ഥിതിചെയ്യുന്നു അഥവാ അതിനാൽ സംരക്ഷിക്കപ്പെടുന്നു. അതിൽതന്നെ ലയിക്കുന്നു എന്നാണ് *ഉപനിഷത്തു*ക്കളിലെ സിദ്ധാന്തം. ഈ അമൂർത്താശയത്തിന്റെ പിൽക്കാല മൂർത്തരൂപമാണ് ബ്രഹ്മാവ്. വിഷ്ണു *ഋഗ്വേദ*ത്തിലെ ഒരു തരംതാണ ദൈവമാണെന്ന് മുമ്പ് സൂചിപ്പിച്ചല്ലോ. പിൽക്കാലത്ത് ബ്രഹ്മാവ് സൃഷ്ടിച്ച പ്രപഞ്ചത്തെ പരിപാലിക്കുന്ന ചുമതല വിഷ്ണുവിനായി. *ഋഗ്വേദ*ത്തിൽ ശിവന്റെ പേര് രുദ്രൻ എന്നായിരുന്നു. *ശ്വേതാശ്വതര ഉപനിഷത്തി*ലാണ് ആദ്യമായി രുദ്രനെ ശിവൻ എന്നു വിളിക്കുന്നത്. വേദങ്ങൾക്കു ശേഷം രൂപപ്പെട്ട പുരാണേതിഹാസങ്ങളിലൂടെയാണ് വൈദികമതങ്ങളുടെ ദൈവസങ്കൽപ്പങ്ങൾ പരിണമിച്ചത്.

ഹിന്ദുമതം ഏകശിലാരൂപിയായ ഒരു മതമാണെന്നും അത് ഇന്ത്യയുടെ ദേശീയതന്മ (National Identity) ആണെന്നും സ്ഥാപിക്കാനുള്ള ശ്രമങ്ങൾ ആരംഭിച്ചത് പത്തൊമ്പതാം നൂറ്റാണ്ടു മുതലാണെന്ന് ദ്വിജേന്ദ്ര നാരായണൻ ഝാ പറയുന്നു. അടുത്ത കാലത്തായി ഹിന്ദുത്വവാദികൾ ഇന്ത്യയുടെ സാംസ്കാരിക ദേശീയത ഹിന്ദുത്വമാണെന്ന് സ്ഥാപിക്കാനുള്ള ശ്രമങ്ങളാണ് നടത്തിക്കൊണ്ടിരിക്കുന്നത് (Constructing the Hindu Identity - in *Religion in Indian History* page 210). ആര്യന്മാർ കുടിയേറ്റക്കാരല്ല; അവർ ഇന്ത്യയിലെ ആദിമ ജനതയാണ്; അവരാണ് സൈന്ധവ നാഗരികതയുടെ ഉടമകൾ; അവർ തന്നെയാണ് വേദോപനിഷത്തുക്കൾ രചിച്ചതും. ഇതൊക്കെയാണ് ഹിന്ദുത്വവാദികളുടെ പുതിയ വാദങ്ങൾ. ഹാരപ്പയിലെ ഉൽഖനനത്തിൽ കിട്ടിയ മുദ്രകളിൽ ഒറ്റക്കൊമ്പൻ കാളയുടെ (Unicorn bull) ചിത്രീകരണമുണ്ട്. അത് കാളയല്ല കുതിരയാണെന്നാണ് ഹിന്ദുത്വവാദികളുടെ കണ്ടുപിടുത്തം. കുതിരകളും തേരുകളും ഉണ്ടായിരുന്നത് ആര്യന്മാർക്കായിരുന്നുവെന്ന് വേദസൂക്തങ്ങൾ തെളിയിക്കുന്നു. അപ്പോൾ ഹാരപ്പയിൽ നിന്നു കണ്ടെടുത്ത മുദ്ര കുതിരയുടേതാണെന്ന് സ്ഥാപിച്ചാൽ സൈന്ധവ നാഗരികതയുടെ ഉടമകൾ ആര്യന്മാരാണെന്ന വാദം എല്ലാരും അംഗീകരിക്കുമല്ലോ എന്നാണ് ലളിതയുക്തി.

ഹിന്ദുമതവും ഇന്ത്യയുടെ ദേശീയതയും ഒന്നാണെന്നു വരുത്താനുള്ള മറ്റൊരു വിതണ്ഡവാദമാണ് അഖണ്ഡ ഭാരത സിദ്ധാന്തം. ഹിന്ദുക്കളുടെ പൂർവ്വികരായ ആര്യന്മാരുടെ വാസസ്ഥലം അഖണ്ഡഭാരതമാണത്രേ. ദ്വിജേന്ദ്ര നാരായൻ ഝാ പറയുന്നു:

പുരാണങ്ങളിൽ ഭാരതവർഷം പ്രാധാന്യത്തോടെ പരാമർശി

> ക്കപ്പെടുന്നുണ്ട്. പക്ഷേ അതിന്റെ രൂപത്തെക്കുറിച്ചുള്ള വിവരണങ്ങൾ പലതാണ്. ചിലഭാഗത്ത് ഭാരതവർഷത്തിന് അർദ്ധചന്ദ്രാകൃതിയാണെന്ന് പറയുന്നു; മറ്റു ചിലടത്താകട്ടെ ത്രികോണാകൃതിയിലാണെന്നും. ഇനിയും ചിലതിൽ അസമമായ ചതുരാകൃതിയാണെന്ന് പറയുന്നു; മറ്റു ചിലടത്താകട്ടെ ത്രികോണാകൃതിയിലാണെന്നും. ഇനിയും ചിലതിൽ അസമമായ ചതുരാകൃതിയാണെന്ന് പറയുന്നു. *മനുസ്മൃതി*യിൽ ആര്യാവർത്തമെന്നാണ് പരാമർശം. ബൗദ്ധഗ്രന്ഥങ്ങളിൽ ഇന്ത്യയുടെ പേര് ജംബുദ്വീപെന്നാണ്. ജാംബമരങ്ങൾ വളരുന്ന ദ്വീപ് എന്നാണർത്ഥം. തന്റെ സാമ്രാജ്യം ജംബുദ്വീപാണെന്ന് അശോകചക്രവർത്തി ശിലാശാസനങ്ങളിൽ പറഞ്ഞിട്ടുണ്ട്. പുരാതനകാലം മുതലേ ഭാരതം ഹിന്ദുക്കളുടെ രാജ്യമാണെന്നാണ് ഹിന്ദുത്വവാദികൾ പറയുന്നത്. ചരിത്രപരമായി നിലനിൽക്കാത്ത വാദമാണിത്. ഹിന്ദുത്വവും ഭാരതീയരും ഒന്നാണെന്ന് വരുത്താനുള്ള ശ്രമങ്ങളാണ് ഇത്തരം വാദങ്ങൾക്കു പിന്നിൽ.

മദ്ധ്യകാലഘട്ടത്തിലെ മതങ്ങളിലൊന്നായ ശൈവമതം ഹാരപ്പയിലെ ആര്യന്മാരുടെ മതമാണെന്ന് വരുത്താനുള്ള ശ്രമമാണ് മറ്റൊന്ന്. ഹാരപ്പയിൽനിന്നു കണ്ടെടുത്ത കളിമൺ മുദ്രകളിലൊന്നിൽ ചിത്രീകരിച്ചിട്ടുള്ള 'പശുപതി' ശൈവമതത്തിലെ ദൈവമായ ശിവന്റെ ആദിരൂപമാണെന്നാണ് വാദം.

ഹിന്ദുമതത്തിന് മതസ്ഥാപകരില്ല, ആദിയും അന്തവുമില്ലാത്ത സനാതന ധർമ്മമാണ്. ഇതാണ് ഹിന്ദുത്വവാദികളുടെ മറ്റൊരു സിദ്ധാന്തം. ബ്രിട്ടീഷ് കൊളോണിയൽ ഭരണകൂടവും ക്രിസ്ത്യൻ മിഷണറിമാരുമാണ് ആദ്യമായി 'ഹിന്ദുമതം' (Hinduism) ഒരൊറ്റമതമാണെന്ന രൂപത്തിൽ പറയുകയും എഴുതുകയും ചെയ്തു തുടങ്ങിയത്. സനാതന ധർമ്മം എന്ന വിശേഷണം ഉപയോഗിച്ചു തുടങ്ങിയത് പത്തൊമ്പതാം നൂറ്റാണ്ടിലാണെന്ന് ദ്വിജേന്ദ്ര നാരായൺ ഝാ പറയുന്നു. അദ്ദേഹം എഴുതി:

> നവഹിന്ദുക്കളായ വിവേകാനന്ദൻ, രാധാകൃഷ്ണൻ തുടങ്ങിയുള്ള പരിഷ്കരണപ്രസ്ഥാനക്കാർ അടങ്ങുന്ന ഒരു വിഭാഗമാണ് ഈ പദത്തിന് പ്രചാരം നൽകാൻ തുടങ്ങിയത്. ഈ പദം ആദ്യം പ്രത്യക്ഷപ്പെട്ടത് ബുദ്ധമതഗ്രന്ഥമായ ധർമ്മപദത്തിലാണ്. ശത്രുതയും വിദ്വേഷവും സ്നേഹത്തിന്റെ ശാശ്വതനിയമത്തിലൂടെ (ഏഷ ധർമ്മ സനാതനോ) മാത്രമേ അവസാനിക്കുകയുള്ളുവെന്നാണ് അതിൽ പറഞ്ഞിരിക്കുന്നത്. പിൽക്കാല ബ്രാഹ്മണഗ്രന്ഥങ്ങളിലും ഈ പദം പ്രത്യക്ഷപ്പെടുന്നുണ്ട്. നിയമങ്ങൾ എന്ന അർത്ഥത്തിലാണ് അവയിലെല്ലാം ഉപയോഗിച്ചിട്ടുള്ളത്. *മനുസ്മൃതി*യിലും *ഗീത*യിലും ഈ പദം ഉപയോഗിച്ചിട്ടുണ്ടെങ്കിലും നിയമങ്ങളും നടപടിക്രമങ്ങളും എന്ന അർത്ഥത്തിലാണ് അതെല്ലാം. പാരമ്പ

> ര്യവാദികൾ പത്തൊമ്പതാം നൂറ്റാണ്ടിൽ ക്രിസ്തുമതത്തിനെതിരായി സ്വയം സ്ഥാപിക്കാനുള്ള ശ്രമങ്ങളിലാണ് മതമെന്ന നിലയിൽ 'സനാതന ധർമ്മം' ആധാരസങ്കൽപ്പമായി അവതരിപ്പിച്ചിട്ടുള്ളത്. പരിഷ്കരണപ്രസ്ഥാനങ്ങൾ (ബ്രഹ്മസമാജവും ആര്യസമാജവും) സനാതന ധർമ്മത്തെ പവിത്രവും ശാശ്വതവും സർവ്വസ്പർശിയും സർവ്വവ്യാപകവും കാലാതീതവും സ്ഥാപകരില്ലാത്തതും നവീകരണമോ പരിഷ്കരണമോ ആവശ്യമില്ലാത്തതുമായ മതം എന്നൊക്കെ വിശേഷിപ്പിച്ചു തുടങ്ങിയത്. ഇത്തരം വിശേഷണങ്ങൾ കാലാതീതമായ മതം എന്ന സങ്കൽപ്പനങ്ങൾക്ക് അവ്യക്തതയും അതാര്യതയും വർദ്ധിപ്പിച്ചു. വ്യക്തത കൈവരാൻ ഒരു ഇംഗ്ലീഷുകാരിയുടെ ക്രോഡീകരണം വരെ കാത്തിരിക്കേണ്ടി വന്നു. ബനാറസിൽ ആനിബസന്റിന്റെ ഉത്സാഹത്തിൽ സ്ഥാപിച്ച സെൻട്രൽ ഹിന്ദു കോളേജിന്റെ ഉപയോഗത്തിനായി 1898 ൽ അവരും ഭഗവാൻ ദാസ് തുടങ്ങിയ ഇന്ത്യൻ പണ്ഡിതന്മാരും കൂടിച്ചേർന്ന് 'സനാതന ധർമ്മ'ത്തെക്കുറിച്ച് ഒരു പുസ്തകമെഴുതി. (അതേ പുസ്തകം പുറം. 220).

ആര്യ, അനാര്യ മതങ്ങളുടെ ചരിത്രത്തിലെ ഗതി നാം കണ്ടു കഴിഞ്ഞു. പക്ഷേ, ഹിന്ദുമതം എന്ന സങ്കൽപ്പനം ഇന്ന് ഒരു യാഥാർത്ഥ്യമാണ്. ഇന്ത്യയിലെ ഫാസിസ്റ്റുകൾ ഹിന്ദുമതത്തെ അധികാരത്തിലേറ്റാനുള്ള ഉപാധിയാക്കിയിരിക്കുകയാണ്. ചരിത്രത്തെ വളച്ചൊടിച്ചു ഗവേഷണ ഫലങ്ങളെ ദുർവ്യാഖ്യാനം ചെയ്തും യാഥാർത്ഥ്യങ്ങളെ നിഷേധിച്ചുമാണ് അവർ തങ്ങളുടെ വിതണ്ഡവാദങ്ങൾ അവതരിപ്പിക്കുന്നത്.

www.ingramcontent.com/pod-product-compliance
Lightning Source LLC
LaVergne TN
LVHW090420051026
849518LV00006B/2397
* 9 7 8 8 1 2 6 2 0 6 0 4 9 *